இந்திரன் கவிதைகள்
1982 - 2020

இந்திரன் கவிதைகள்

ஆசிரியர்: **இந்திரன்**©

INDRAN KAVITHAIGAL

Author: **Indran**©

First Edition : June - 2021
ISBN : 978-81-953269-5-2
Pages : 496

Rs. 650

Publisher	*Sales Rights*
Discovery Publications	**Discovery Book Palace (P) Ltd**
No. 9, Plot,1080A, Rohini Flats, Munusamy Salai, K.K.Nagar West, Chennai - 600 078. Mobile: +91 99404 46650	No. 6, Mahaveer Complex, Munusamy Salai, K.K.Nagar West, Chennai-600 078. Ph: (044) 4855 7525 Mobile: +91 87545 07070

discoverybookpalace@gmail.com
WWW.DISCOVERYBOOKPALACE.COM

இந்த நூலில் பிரசுரமாகியுள்ள எந்த ஒரு பகுதியையும் பதிப்பாளரின் எழுத்துபூர்வமான முன்அனுமதி பெறாமல் எடுத்தாள்வதோ, மறுபிரசுரம் செய்வதோ, மொழியாக்கம் செய்வதோ, அச்சு மற்றும் மின்னணு ஊடகங்களில் மறுபதிப்பு செய்வதோ, காப்புரிமைச் சட்டப்படி தடை செய்யப்பட்டுள்ளது. இந்த நூலிலிருந்து குறிப்பிட்ட பகுதிகளை மேற்கோள்காட்டி புத்தக விமர்சனம் செய்ய, ஊடகங்களுக்கு மட்டும் அனுமதி உண்டு.

உங்கள் மொபைல் போனிலிருந்து ஸ்கேன் செய்து 'டிஸ்கவரி புக் பேலஸ்' மொபைல் ஆப்பை டவுன்லோடு செய்து, புத்தகங்களை வாங்குங்கள்.

இந்திரன் கவிதைகள்
1982 - 2020

பிரம்மைகளின் மாளிகை

டிஸ்கவரி பப்ளிகேஷன்ஸ்
எண்: 9, பிளாட் எண்: 1080A, ரோஹிணி பிளாட்ஸ்,
முனுசாமி சாலை, கே.கே.நகர் மேற்கு,
சென்னை-600 078. பேச: 99404 46650

இந்திரன் (1948)
கவிஞர் / கலை விமர்சகர் / மொழிபெயர்ப்பாளர் / ஓவியர்

2011க்கான சாகித்திய அகாடமியின் மொழிபெயர்ப்பு விருது பெற்ற இந்திரன் பாண்டிச்சேரியில் பிறந்தவர். இவர் 40க்கும் மேற்பட்ட நூல்களை எழுதியவர். தமிழ், ஆங்கில மொழிகளில் எழுதுபவர். பிரிட்டீஷ் அருங்காட்சியகங்களில் சேகரிக்கப்பட்ட இந்தியக் கலைப்பொருட்களை ஆய்வு செய்தவர். தமிழக அரசுக்காக திருக்குறளின் 133 அதிகாரங்களுக்கு 133 ஓவியர்களின் படைப்புகளைச் சேகரித்துக் கண்காட்சி அமைத்தவர். இலக்கியத்தின் பொருட்டு கொதுலுப், ரீயூனியன் பிரெஞ்சுத் தீவுகளுக்கும், இலங்கை, சிங்கப்பூர், ஐரோப்பிய நாடுகளுக்கும் பயணித்தவர். தமிழர்களுக்கு என்று தனித்துவமான அழகியல் உண்டு என்பதைத் தனது "தமிழ் அழகியல்" எனும் நூலின் மூலம் பதிவு செய்தவர். "தமிழ் ஓவியம்" (ART TAMOUL) எனும் 20 தமிழ் ஓவியர்களின் படைப்புகளின் கண்காட்சியை பாரிஸ் நகரத்தில் நடத்தியவர்.

திருவடி மலர்கள் – மரபுக் கவிதைகள் (1972), Syllables of Silence (1982), அந்நியன் (1982), முப்பட்டை நகரம்(1991), சாம்பல் வார்த்தைகள் – நெடுங்கவிதை (1994), Acrylic moon (1996), Selected Poems of Indran (2002), மின்துகள் பரப்பு (2003), மிக அருகில் கடல் (2014), மேசை மேல் செத்த பூனை – எதிர் கவிதைகள் (2018), பிரபஞ்சத்தின் சமையல் குறிப்புப் புத்தகம் (2020) என 11 கவிதை நூல்கள் எழுதியவர்.

9 கலை விமர்சனம், 8 மொழிபெயர்ப்பு, 1 நினைவுக் குறிப்புகள், 2 உரையாடல், 4 தொகுப்பு நூல்களை எழுதியவர். வெளிச்சம் (1976), The Living Art (1992), நுண்கலை (1999) ஆகிய இதழ்களின் ஆசிரியர். A Dialogue with painting (2008), The Sculptural Energy (2008) ஆகிய குறும்படங்களை எடுத்தவர். 7 ஓவியக் கண்காட்சிகள். 7 கருத்தரங்குகள் அமைத்தவர்.

தற்போது சென்னையில் வசிக்கும் இவர் சலியாது எழுதி வருபவர்.

மின்னஞ்சல்: Indran48@gmail.com
mobile: 98407 38224

முன்னுரை

கண்ணாடியில் காற்றூதிச் செய்த உலகம்
இந்திரன்

எனக்கு மட்டுமே சொந்தமான பிரம்மைகளால் கட்டி எழுப்பப்பட்ட என் கவிதை உலகத்தை இரண்டு பகுதிகளாகப் பிரிக்கலாம்.

1. கூட்டுப்புழு பருவம் – (1965 – 1982) ஞானம்பாடி – மரபுக் கவிதைகள் – 17 ஆண்டுகள்

2. பட்டாம்பூச்சிப் பருவம் – (1982க்குப் பிறகு) இந்திரன் – நவீன கவிதைகள் – 38 ஆண்டுகள்

"பிரம்மைகளின் மாளிகை" எனும் இந்தத் தொகுப்பில் உள்ள கவிதைகள் எனது கூட்டுப்புழு பருவத்திலிருந்து ஒரு பட்டாம்பூச்சியாக நான் வெளிவந்த பிறகு எழுதப்பட்டவை.

இந்திரன் எனும் புனைபெயரில் 1982லிருந்து 2020 வரை நான் எழுதிய எல்லா கவிதைகளையும் இந்நூலில் தொகுத்து இருக்கிறேன்.

இப்படித் தொகுத்து என்னையே நான் ஒரு சுய விசாரணைக்கு உட்படுத்திப் பார்க்கிறேன். எனது வாசகராகிய உங்களின் மறு விசாரணைக்காகவும் முன் வைக்கிறேன்.

யோசித்துப் பார்த்தால், 50 ஆண்டுகளுக்கு மேலாக, நான் ஒரு கவிஞன் என்ற பிரம்மையிலேயே என் வாழ்நாளைக் கழித்து இருக்கிறேன். இன்னமும் கவிதைகளை எழுதித் தீர்த்து விட்ட களைப்பு என்னை வந்து சேரவில்லை. என் வாழ்வில் மிகவும் முக்கியமான வேலைகளைக்கூட விட்டு விட்டு கவிதை எழுதுவதில் நேரத்தைச் செலவிட்டு இருக்கிறேன். எனது இந்த

73 வயதில் யோசித்துப் பார்க்கையில் இது ஒரு அபத்த நாடகம் போலக்கூடத் தோன்றுகிறது. சில சமயங்களில் என்னைப் பார்த்து நானே சிரித்துக் கொள்கிறேன்.

.ஒருவேளை எந்த விதமான காரணமும் இல்லாமல் இந்தத் தூசு பூமியின்மீது தூக்கி எறியப்பட்ட நான், கவிதை எழுதுவதின் மூலமாக வாழ்க்கைக்கு ஏதோ ஒரு அர்த்தத்தைத் தேடி இருப்பேனோ என்றுகூட சந்தேகம் வருகிறது. பாண்டிச்சேரி கடலோர பாறைகளை விட கொஞ்சம் கூடுதலாக, சிற்றலைகளோடு பறந்து விளையாடும் கடலோரக் காகங்களை விட கொஞ்சம் சுவாரசியமாக கவிதை எழுதிய தருணங்களில் நான் வாழ்ந்து விட்டு இருப்பேனோ?

என் கவிதைகளை நான் காலத்துக்குக் காலம் மாற்றிக் கொண்டே வந்திருக்கிறேன். அது ஏன்? பாழுங்கிணற்றுக்குள் விழுந்து விட்டவன் இதுவா அதுவா என்று புரியாத சமிக்ஞைகளைக் காட்டி வெளியில் இருப்பவர்களை அவை தொடவில்லை என்பதால் புதுப் புது சமிக்ஞைகளை முயற்சி செய்து பார்ப்பது போல நான் பல்வேறு கவிதை வகைமாதிரிகளைப் பரீட்சித்துப் பார்த்து வந்திருக்கிறேன் என்றுதான் தோன்றுகிறது.

* * *

"**தி**ருவடி மலர்கள்" எனும் எனது மரபுக் கவிதைத் தொகுதி 1972இல் வெளிவந்த பிறகு, 1975இல் அவுரங்காபாத், மும்பை ஆகிய நகரங்களில் எனது வட மாநில வாழ்க்கை தொடங்கியது. மும்பையில் நாஞ்சில் நாடன், ஞான. ராஜசேகரன், கலைக்கூத்தன், ஞானபானு போன்றவர்களின் தொடர்பினால் தமிழில் அவ்வப்போது எழுதி வந்தாலும், மும்பையில் தமிழில் எழுதுவதைக் குறைத்து ஆங்கிலத்தில் எழுதுவதில் அதிக அக்கறை காட்டத் தொடங்கி விட்டேன். ஆங்கிலத்தில் எழுதப்பட்ட எனது முதல் கலை விமர்சனக் கட்டுரை தேசிய நாளிதழான "எகனாமிக் டைம்ஸ்" (ECONOMICS TIMES) இதழில் ஆங்கிலத்தில் வெளிவந்தவுடன் நான் ஒரு ஆங்கில மொழி எழுத்தாளன் என்று நம்பத் தொடங்கி விட்டேன்.

மும்பையில் நேரிடைப் பழக்கம் ஏற்பட்ட இந்தோ— ஆங்கிலக் கவிகளான கவிக்குயில் சரோஜினி நாயுடுவின்

தம்பியாகிய ஹரீந்திரநாத் சட்டோபாத்யாயாவிலிருந்து, நிசில் எசிகீல், கமலாதாஸ், திலிப் சித்ரே, பிரிட்டீஷ் நந்தி, அருண் கோலாட்கர், ப்ரியா அதர்கர் ஆகியோர் என்னைப் பெரிதும் கவர்ந்தார்கள். இவர்களோடு பழகியதில் கவிதை குறித்தும், கவிதையில் மரபின் இடம் குறித்தும், கவிதை மொழியைக் கையாளும் முயற்சி குறித்தும் எனக்கு இருந்த பழைய நம்பிக்கைகளில் பலவற்றில் உடைப்புகள் ஏற்பட்டன.. அது முதல் நானும் அவர்களைப் போல ஒரு தேசிய அளவிலான இந்தியக் கவிஞன் என்ற பிரம்மையில் வாழத் தொடங்கினேன். என்னை அதிகம் கவர்ந்த பிரிட்டீஷ் நந்தியைப் போல் நீளத் தலைமுடி வளர்த்துக் கொண்டேன். நவீன இலக்கிய உலகம் எனும் நாடகத்தில் பங்கெடுத்து கவிஞன் எனும் கதாபாத்திரத்தைச் சிரத்தையுடன் வாழ்ந்து பார்த்தேன்.

இக்கால கட்டத்தில்தான் நான் நேரிடையாக ஆங்கிலத்தில் எழுதிய கவிதைகளைக் கவிஞர் கமலாதாஸிடம் படித்துக் காண்பித்து வந்தேன். அவர் எனக்கு மிகுந்த உற்சாகம் அளித்தார். மும்பையில் இப்படி என்னை வழி நடத்தக்கூடிய தமிழ்க் கவிஞர்கள் யாரும் எனக்குக் கிடைக்கவில்லை. ஆக்ஸ்போர்டு யுனிவர்சிடி பிரஸ்ஸின் தலைமைப் பொறுப்பில் இருந்த ப்ரியா அதர்க்கர், “நீங்கள் அருண் கோலாட்கர் போல எழுதுகிறீர்கள்” என்று சொல்லி என்னை உற்சாகப் படுத்தினார். எனவே 1982இல் அதுவரை நான் ஆங்கிலத்தில் எழுதிய கவிதைகளைத் தொகுத்து “SYLLABLES OF SILENCE” எனும் நூலாக வெளியிட்டேன்.

ஓவியர்கள் கே.எம்.கோபால், தோட்டாதரணி, எஸ்.பி.ஜெயகர், கே.சி.முருகேசன், கோ.ஃபா, என்.ராகவன் ஆகியோரின் படைப்புகள் இணைந்த ஒரு நூலாக அக்கவிதைத் தொகுதியை “கலைமையம்” எனும் ஓவியர்களின் அமைப்பு வெளியிட்டது. அப்போதுதான் “யாளி பிரிண்ட்” என்பதை நான் உருவாக்கினேன். அதன் முத்திரையைப் பிரபல கலை இயக்குனர் தோட்டா தரணி உருவாக்கிக் கொடுத்தார். இந்நூலில் இடம் பெற்ற கவிதைகள் உடனே கிரேக்க மொழியில் மொழிபெயர்க்கப்பட்டு “ஏதென்ஸ்” எனும் கிரேக்க இலக்கிய இதழில் வெளிவந்தது. 34 வயதில் நான் ஒரு உலகக் கவிஞன் ஆகிவிட்டேன் எனும் பிரம்மை தட்டியது.

மும்பையிலும், பிரிட்டீஷ் கவுன்சிலிலும் என் தனிமனித கவிதை வாசிப்புகளைத் தன்னம்பிக்கையோடு நிகழ்த்தத் தொடங்கினேன்..

வங்கிப் பணியிட மாற்றத்தின் காரணமாக 1982இல் மும்பையை விட்டுப் பிரிந்தேன். சிவகங்கையில் குடியேறி வாழத் தொடங்கினேன். ஒரு உலகக் கவியாக நினைத்துக் கொண்டிருந்த எனது கனவு திடீரெனக் கலைந்தது. மீண்டும் தமிழ் இலக்கிய உலகிற்குள் தொப்பென வந்து வீழ்ந்தேன்.

சிவகங்கையில் தெற்கு சிவன் கோயில் தெருவில் "அகரம்" அச்சகமும் வெளியீடும் நடத்தி வந்த தமிழ்நாட்டில் பிரபலமாக அறியப்பட்ட பேராசிரியரும், கவிஞருமான மீரா என்னை மீண்டும் தமிழில் எழுதுமாறு வற்புறுத்தினார். அவரது நண்பர்களான கவிஞர்கள் அபி, சிற்பி,, அப்துல் ரகுமான், மு.மேத்தா ஆகியோருடன் அறிமுகமானேன். எனது மூதாதையர்களான அவர்களோடு (அவர்களைவிட பத்து வயது இளையவனான நான்) தோளொடு தோள் உரசிப் பழகினேன். அந்த அளவு அவர்கள் நட்பும், விசால மனமும் கொண்டிருந்தார்கள்.ஆனால் அவர்களின் பாணியிலோ அல்லது சென்னையில் நான் நேரிடையாக பழகியவர்களான மூத்த கவிஞர்களான பிரமிள், ஞானக்கூத்தன், வைத்தீஸ்வரன், இன்குலாப் ஆகியோரின் பாணியிலோ நான் எழுத முயலவில்லை. சி.மணியின் "வரும் போகும்," பசுவைய்யாவின் "நடுநிசி நாய்கள்" பிரமிளின் "கண்ணாடியுள்ளிருந்து "நகுலனின் கவிதைகள் ஆகியவை என் கவனத்தைக் கவர்ந்த போதிலும் இவர்கள் மீது எனக்கு ஏராளமான விமர்சனங்கள் இருந்தன. பிரம்மராஜனின் எஸ்ரா பவுண்டு பற்றிய நூலை கவிஞர் மீரா அன்னம் வெளியீடாக வெளியிட்டபோது. பிரம்மராஜன் என் கவனத்துக்கு வந்தார். பிரம்மராஜன் நடத்திய "மீட்சி" சிற்றிதழும் கவிதைகளும் என்னை வெகுவாகக் கவர்ந்தன — ஆனால் விமர்சனங்களோடு. ஒரு தனிமனிதனாக எல்லா இலக்கியவாதிகளோடும் நேரிடைத் தொடர்பில் இருந்த நான், எந்த குழுவுடனும் என்னை அடையாளப் படுத்திக் கொள்ள முயன்றதில்லை.

"அந்நியன்" எழுதிய காலகட்டத்தில் மும்பையில் என்னைக் கவர்ந்த இந்தோ — ஆங்கிலக் கவிகளின் பாதிப்பில் தமிழில்

புதியதொரு குரலை உருவாக்க முயற்சித்தேன். அதே நேரத்தில் சுமார் 25 ஆண்டுகளாக நான் தேடித் தேடி வாசித்து வந்த கருப்பு இலக்கியம் குறித்து "அறைக்குள் வந்த ஆப்பிரிக்க வானம்" எனும் மொழிபெயர்ப்பு நூலையும் மீராவின் "அன்னம்" வெளியீடாகக் கொண்டு வந்தேன்.

1982 டிசம்பர் 23,24,25ல் சிவகங்கையில் பாரதி நூற்றாண்டு விழாவை கவிஞர் மீரா பிரம்மாண்டமாகக் கொண்டாடினார். பாரதி நூற்றாண்டை முன்னிட்டு இதுவரை கவிதைத் தொகுதிகளை வெளியிடாத கவிஞர்களின் முதல் கவிதைத் தொகுதிகளைக் கவிஞர் மீரா "நவகவிதை வரிசை" என்ற பெயரில் வெளியிட்டார். கல்யாண்ஜி, விக்கிரமாதித்யன், வண்ண நிலவன், கோ.ராஜாராம் போன்ற 11 பேரின் கவிதைகளுடன் என் நவீன கவிதைகளையும் வெளியிட்டார். இதன் மூலம் "ஞானம்பாடி" என்ற மரபுக் கவிஞன் "இந்திரன்" எனும் புதிய புனைபெயரில் ஒரு நவீன கவிஞனாக மறுபிறவி எடுத்தான். "அந்நியன்" எனும் தலைப்பில் என்னுடைய மரபுடைத்த கவிதைகள் தொகுக்கப்பட்டு வெளிவந்தன என்பது என் வாழ்வில் ஒரு திருப்பு முனையாக அமைந்தது.

"அன்னம் விடு தூது" எனும் சிற்றிதழை நானும், மீராவும் சேர்ந்து நூல் விமர்சனத்துக்கு என்று துவக்கினோம். நூல் விமர்சனத்துக்காக அனுப்பப்பட்ட அத்தனை நூல்களையும் நான் வாசித்தேன். எனக்குள் இருந்த படைப்புலகின் தறி மெல்ல அசைந்து கொடுப்பது மாதிரி தெரிந்தது.

நான் விழுப்புரம், விக்கிரவாண்டி, சென்னை என்று கிராமம், பேரூர், சிற்றூர், பெரு நகரம் என்று எனது வாழிடம் மாற மாற எனது கவிதையும் மாற்றத்துக்கு உள்ளானது. நான் குறிப்பிடும் காலம் கூகுள் என்ற ஒன்றைக் கேள்வியே பட்டிராத காலம். எனவே நான் எனது தாய் நகரமாகிய பாண்டிச்சேரியில் இருந்த ரோமென் ரோலண்ட் நூல்நிலையம், சென்னையின் மாக்ஸ்முல்லர் பவன், அல்லையன்ஸ் பிரான்ஸே, பிரிட்டீஷ் கவுன்சில், கன்னிமாரா நூலகங்களில் வாசிப்புத் தவம் மேற்கொண்டேன்..

இவற்றில் மாக்ஸ்முல்லர் பவனில் ஆங்கிலத்தில் கிடைத்த பிற்கால ஜெர்மானிய எக்ஸ்பிரஷனிச கவிதைப் போக்குகளால்

பெரிதும் கவரப்பட்டேன். இதன் காரணமாக எனது கவிதையில் அழகியல் என்பதைக் காட்டிலும் வாழ்க்கைத் தத்துவத்துக்கு அதிக முக்கியத்துவம் கொடுக்கத் தொடங்கினேன். 1991ல் வெளிவந்த என் கவிதைத் தொகுப்புக்கு "முப்பட்டை நகரம்" என்று பெயர் கொடுத்தேன். அட்டைப் படத்தில் இராம. பழனியப்பன் வானத்திலிருந்து ஒரு நகரத்தைப் பார்க்கும் கோணத்தில் வரைந்த பென்சில் சித்திரத்தை அட்டைப் படமாக வைத்து வடிவமைத்தேன். நூலின் உள்ளே இதே குணாம்சம் கொண்ட நான் வரைந்த சித்திரங்களைப் பயன்படுத்தினேன்.

என் தாய் நகரமாகிய பாண்டிச்சேரியில் வெள்ளை நகரம் என்று அழைக்கப்பட்ட கடற்கரையை ஒட்டிய பெல்கோம் வீதியில் பிறந்து, தந்தை நகரமான சென்னையின் இதயப் பகுதியான போயஸ் கார்டன் பகுதியில் வளர்ந்தவன் என்ற வகையிலும், மக்கள் நெருக்கம் மிகுந்த மும்பை நகரத்தில் வாழ்ந்தவன் என்ற வகையிலும் ஜெர்மானிய எக்ஸ்பிரஷனிச கவிஞர்கள் நகரத்தின் அனுபவங்களைப் பிரதானமாகப் பாடிய விதத்தால் நானும் கவரப்பட்டேன். நானும் நகர அனுபவங்களை மையமிட்டு என் கவிதைகளைப் படைத்தால் என்ன என்று சிந்தித்தேன்.. தமிழில் ("அந்நியன்" தொகுதியில் நான் உட்பட) கிராமிய இயற்கையை எல்லோரும் எழுதிக் கொண்டிருந்தபோது) நான் நகரத்தின் அழகையும், அசிங்கத்தையும் நேசித்து கவிதைகள் எழுதத் தொடங்கினேன். "கூவமும் நதிதான். சாக்கடைகளின் மகா சங்கமம் "என்று சென்னை நகரத்தில் நாறும் கூவம் பற்றி பாசத்துடன் கவிதை எழுதினேன். காலம் காலமாக உறைந்து போன யதார்த்தங்களைப் புதிய விசாரணைகளுக்கு உட்படுத்தும்போது அது விபரீதமான முறையில் புதிதாக உயிர்ப்படைவதை நான் கண்டேன். இவற்றை எனது "முப்பட்டை நகரம்" கவிதைத் தொகுப்பில் வாசித்துணர்ந்த எழுத்தாளர் சுஜாதா கணையாழி கடைசி பக்கத்தில் "இந்திரன் கவிதைகள் தமிழுக்குப் புதிய பரிமாண விஸ்தீரணம் "என்று பாராட்டி எழுதினார்.

நெதர்லாண்டிலிருந்து டச்சு பெண் ஓவியர் ஆண்ட்டீனா வெர்பூம் சென்னை வந்தார். என் வீட்டில் ஒரு மாதம் தங்கினார். இவருடன் சேர்ந்து கவிதை நீ ஓவியம் ஆகிய இரு

கலைகளுக்கு இடையே ஓர் ஒப்பியில் ஆய்வை இருவரும் சேர்ந்து மேற்கொண்டோம்.. இந்த ஆய்வில் ஒரே வாழ்க்கை அனுபவத்தை ஆண்ட்டீனா ஓவியமாகத் தீட்டுவார்.,நான் கவிதையாக எழுதுவேன். பிறகு இரண்டையும் ஒப்பீடு செய்து இரண்டு கலை சாதனங்களுக்கு இடையே இருக்கும் குறை நிறைகளை ஒப்பு நோக்கி விவாதிப்போம். எடுத்துக்காட்டாக ஒரு சிட்டுக் குருவி செத்துக் கிடப்பதைப் பார்த்தால் அந்த அனுபவத்தை ஆண்ட்டீனா ஒரு ஓவியமாகத் தீட்டினார். நான் அதனை ஒரு கவிதையாக எழுதினேன். பிறகு இரண்டு கலைப் படைப்புகளையும் ஒப்பு நோக்கி ஆய்வு செய்தோம். பிறகு என் கவிதைகளையும், அவரது ஓவியங்களையும் ஏ.பி.என் ஆம்ரோ வங்கியில் ஒரு கண்காட்சியாக வைத்தோம். அந்த நிகழ்வில் ஆண்ட்டினாவின் ஓவியங்களையும், எனது ஆங்கிலக் கவிதைகளையும் “அக்ரிலிக் மூன்” (ACRELIC MOON) எனும் தொகுப்பாக வெளியிட்டோம்.

2003ஆம் ஆண்டு எனது “மின்துகள் பரப்பு “தொகுதியைக் கவிதைப் பரிசோதனைக்காகவே வெளியிட்டேன். அட்டைப் படத்தில் ஒரு கார் படத்தைப் போட்டு இயந்திர அழகியல் (Machine Age Aesthetics) என்பதை அத்தொகுதியில் முன்னெடுத்தேன். அதன் முதல் பக்கத்திலேயே “கலை இனியும் அழகுக்குச் சேவை செய்யாது” எனும் பிகாசோவின் பொன்மொழியை அச்சிட்டேன். பார்வைரீதியான கவிதை (Visual poetry) என்று பரிசோதனைக் கவிதைகளை எழுதி “அதிரடி பார்வைப் பண்பாடு” ஒன்றை (AVANT- GARDE VISUAL CULTURE) தமிழ்க் கவிதைப் பரப்புக்குள் கொண்டு வரும் முயற்சியில் இறங்கினேன். ஒரு புத்தகத்தையே ஒரு கலைப் படைப்பாகச் (BOOK ART) செய்யும் முயற்சியாக “மின்துகள் பரப்பு” நூலை வடிவமைத்தேன். அந்த நூலை இந்த முழுத் தொகுப்பில் சேர்க்கும்போது அதன் மொத்த ஓவியங்களையும் வடிவமைக்க முடியவில்லை. அதன் பிரதி சார்ந்தவைகளை மட்டுமே இத்தொகுப்பில் கொண்டு வந்திருக்கிறேன். (இதற்காக வாசகர்கள் என்னைப் பொருத்தருள வேண்டும்.)

2014ல் பிரெஞ்சு சுற்றுலாத்துறையிடமிருந்து கரீபியன் கடலில் கியூபாவுக்குக் கீழே இருக்கும் கொதுலுப் எனும் பிரெஞ்சு கரீபியன் தீவுக்கு ஒரு கவிஞன் என்ற வகையில்

வருகை தருமாறு எனக்கு ஒரு அழைப்பு வந்தது. என்னுடன் டெல்லியிலிருந்து சயந்தன் சக்கரவர்த்தி (வங்காளி), நியூயார்க்கில் வாழும் ராம்குமார் (இந்திக்காரர்) ஆகியோர் அழைக்கப்பட்டு இருந்தனர். அந்தத் தீவைப் பற்றிய எனக்கு விருப்பமான ஒரு இலக்கியப் படைப்பைச் செய்யுமாறு வேண்டினர். நான் கொதுலுப்பின் ஐந்து சிறு சிறு தீவுகளில் இருந்து கொண்டு கவிதைகளை எழுதினேன். ஆறு தலைமுறைகளுக்கு முன்னர் இந்தியாவின் பாண்டிச்சேரி போன்ற பிரெஞ்சுப் பகுதிகளிலிருந்து இந்தத் தீவுகளுக்குக் கூலி விவசாயிகளாகக் கொண்டு செல்லப்பட்ட தமிழர்களின் வாரிசுளின் உளவியல் கட்டுமானத்தைப் பிரதிபலிக்கும் கவிதைகளை கொதுலுப் தீவில் நான் எழுதினேன்.அவற்றைத் தொகுத்து "மிக அருகில் கடல்" எனும் கவிதைத் தொகுப்பைக் கொண்டு வந்தேன். இவை பிரெஞ்சு மொழியில் மொழிபெயர்ப்பு செய்யப்பட்டன.

2018ல் எனது கவிதை ஒரு புதிய போக்கை நோக்கிப் பயணம் செய்யத் தொடங்கியது. பொதுவாகவே அழகியலை ஆராதிக்கும் படிமங்களை படைப்பதில் அதிக ஆர்வம் கொண்டிருந்த நான் இதிலிருந்து விடுபட வேண்டும் என நினைத்தேன். எதிர்—கவிதையின் முன்னோடிகளான எலியாஸ் பெட்ரோபுலஸ், சிலிநாட்டு எதிர்—கவிதைவாதியான நிக்கானார் பர்ரா ஆகியோரின் கவிதைகளும் என்னைக் கவர்ந்தன. 1983ல் பிரம்மராஜன் தான் ஆசிரியராக இருந்து நடத்திய "மீட்சி" எனும் சிறு பத்திரிகையில் எதிர்—கவிதை என்பதை 38 ஆண்டுகளுக்கு முன்னரே அறிமுகப்படுத்தியிருந்தார்.. 2018ல் எதிர்—கவிதைகளை பரிட்சித்துப் பார்க்கக் கூடிய கவிதைகளை நான் தற்காலத் தமிழில் எழுதத் தொடங்கினேன். அவற்றைத் தொகுத்து "மேசை மேல் செத்த பூனை" எனும் எதிர்—கவிதைத் தொகுதி ஒன்றை யாளி பதிவு வெளியீடாக நான் வெளியிட்டேன்.

"பிரபஞ்சத்தின் சமையல் குறிப்புப் புத்தகம்" எனும் தொகுப்பு ஒன்றில் 2020ல் நான் எழுதிய கவிதைகளைத் தொகுத்து "எதிர்—கவிதைகளும் பிற கவிதைகளும்"எனும் தொகுதியைக் கொண்டு வந்தேன். இதில் முன்னுரைக்குப் பதிலாக தமிழ்க் கவிதையுலகில் இதுவரை கண்டிராத அறிக்கை ஒன்றை வெளியிட்டேன்.

“வாய்மொழியாகவே ராமாயணமும், மகாபாரதமும், திருக்குறளும், ஆத்திசூடியும் எல்லோருக்கும் பொதுச் சொத்தாக இருந்து வரும் ஒரு நாட்டில் வாழ்கிறவன் என்ற வகையில் அறிவுப் பகிர்தலைப் பணத்தோடு தொடர்பு படுத்தும் காப்பிரைட் சட்டங்கள் எதுவும் இந்நூலைக் கட்டுப்படுத்தாது” என்று அறிவித்து இந்நூலில் உள்ள எனது கவிதைகளின்மீது எனக்கு இருக்கும் காப்பிரைட் உரிமையைத் துறந்தேன்.

இத்தொகுதியில் இருக்கும் கவிதைகள் 21ஆம் நூற்றாண்டின் டிஜிட்டல் யுகத்தைச் சேர்ந்த மனிதன் என்ற வகையில் எனது குரலைப் பதிவு செய்து தீர வேண்டும் எனும் கட்டாயத்தின் ஒரு வெளிப்பாடு. பெரும்பாலும் முகநூல் போன்ற சமூக வலைதளங்களில் எழுதப்பட்ட இக்கவிதைகளின் அடிநாதமாக இருப்பது ஒரே கேள்விதான். இந்த பிரபஞ்ச நாடகத்தில் ஒரு தனிமனிதன் என்ற வகையில் என்னுடைய கதாபாத்திரம் எது? மருத்துவம், கணிணி, விவசாயம் என்று எல்லா வேலைகளிலும் அதிர்ச்சியூட்டும் வகையில் ஏற்படும் மாற்றங்கள், மொழியிலும், அதனைக் கையாளும் கவிஞன் என்பவனின் வேலையிலும் அதிர்ச்சியூட்டும் வகையில் மாற்றங்களைக் கொண்டு வருகிறது என்பதே எனது நம்பிக்கையாக இருக்கிறது.. எனவே கீழ்க் கண்ட மாற்றங்களை எனது அண்மைக்காலக் கவிதைகளில் நான் கொண்டு வர முயல்கிறேன்.

1. ஸ்டீவ் ஜாப்ஸ் தனது ஐஃபோனை வடிவமைக்கும்போது அது அதனைக் கையாள்பவர்களுக்கு இலகுவானதாக இருக்க வேண்டும் என வடிவமைப்பது போல எனது கவிதையின் மொழி மிக எளிமையாக இருப்பதின் மூலமாக வாசக நேயம் கொண்டதாகத் திகழ வேண்டும் எனக் கருதுகிறேன். இதன் பொருள் வாசகனை மகிழ்விக்க நான் முயல்கிறேன் என்பது அல்ல.மாறாக வாழ்க்கை குறித்த ஒரு விசரணையை நான் என் கவிதையில் நிகழ்த்துகிறேன் என்றால் அதனை என் வாசகன் புரிந்து கொள்வதற்கு நான் தேர்ந்தெடுக்கும் மொழி நடை தடையாக இருந்து விடக்கூடாது என்கிற அக்கறைதான்.

2. “வித்தியாசப்படு அல்லது செத்துப் போ” (DIFFER OR DIE) என்பதை எனது கவிதைகளின் தாரக மந்திரமாக ஏற்றுக் கொண்டுள்ளேன். அன்றாட வாழ்க்கை நிகழ்வுகளில் புதிய தரிசனங்களைக் கண்டெடுத்து அவற்றை வித்தியாசமான முறைகளில் வாசகனோடு பகிர்ந்து கொள்ள எப்போதும் முயல்கிறேன்.

* * *

இப்போது முன்னுரையின் இறுதிக் கேள்விக்கு வந்து விடுகிறேன். கடந்த 50 ஆண்டுகளாகக் கவிதை எழுதி வரும் நான் என் மொத்த கவிதைகளின் தொகுப்பை வெளியிடுவதை இந்த நாள்வரை ஏன் தள்ளிப் போட்டேன்? நான் இன்னமும் என் கவிதைகளை எழுதி முடித்து விடவில்லை என்பதுதான் இதற்கான பதில். இன்றைக்கும் தினம் ஒரு கவிதை எழுதும் பழக்கத்தில் இருக்கிறேன். அதுமட்டுமல்ல டபிள்யூ. பி யேட்ஸ் தன் கவிதைகளை அவை அச்சில் வந்த பிறகும் திருத்திக் கொண்டிருந்தது போல நானும் என் பழைய கவிதைகளை நானே மறுவாசிப்பு செய்கையில் அன்றைய மனோலயத்தில் திருத்த ஆசைப்படுவதுண்டு.

இத்தருணத்தில் பேசில் பண்ட்டிங் சொன்ன வார்த்தைகள் தான் என் நினைவுக்கு வருகிறது:

“தனது மொத்தக் கவிதைகளின் ஒரு தொகுப்பைக் கொண்டு வருவது என்பது தன் சவப்பெட்டியின் ஆணியை, தானே அறைந்து கொள்வதாகும்.”

சொல்லப் போனால் நானும்கூட அப்படித்தான் நினைத்தேன்.

அடுத்ததாக எனது எல்லாக் கவிதைத் தொகுதிகளையும் நானே வடிவமைத்து, நானே அட்டைப் படம் செய்து, நானே முன்னுரை எழுதி பல நேரங்களில் நானே எனது யாளி பதிவு வெளியீடாக வெளியிட்டு இருக்கிறேன். எனது எந்த கவிதைப் புத்தகத்துக்கும் மற்றவர்களின் முன்னுரையை வாங்கிப் போட்டது கிடையாது. உதாரணமாக எனது “மின்துகள் பரப்பு” தொகுதி முழுக்க முழுக்க ஒரு தனியான கலைப்

படைப்பு. அதை எடுத்து என் மொத்த தொகுதியில் அதன் அடையாளம் இழந்த நிலையில் வெளியிடுவது எந்த அளவு நியாயமாகும்?

இன்று எனது வெளியீட்டாளர் டிஸ்கவரி வேடியப்பன் என் கவிதைகளின் மொத்தத் தொகுப்பைக் கொண்டு வருவதின் மூலம் ஒரு பெரிய உதவியை எனக்குச் செய்திருக்கிறார். ஒரு ஏணியில் ஏறி மாமரத்தில் பழங்களைப் பறிப்பது போல இதுவரை நான் எழுதிய இக்கவிதைகளை எனக்கு நானே ஒரு சுய பரிசீலனைக்கு உட்படுத்துவதின் மூலம் இனி நான் எழுதப் போகும் கவிதைகளின் திசைகளைத் தீர்மானிக்க எனக்கு வழி செய்து இருக்கிறார்.

* * *

உள்ளே...

1982	அந்நியன்	21
1991	முப்பட்டை நகரம்	75
1994	சாம்பல் வார்த்தைகள்	141
2002	மின்துகள் பரப்பு	159
2014	மிக அருகில் கடல்	213
2018	மேசை மேல் செத்த பூனை	263
2020	பிரபஞ்சத்தின் சமையல் குறிப்புப் புத்தகம்	315

அந்நியன்

1982

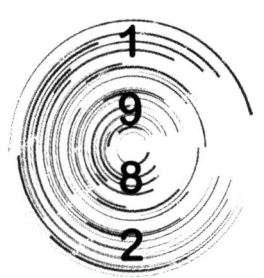

முன்னுரைக்கு பதிலாக
மீன் பிடித்தல் பற்றி ஒரு கட்டுரை

கெண்டை, கெளுத்தி ஆகிய ஓடை மீன்கள், பாறை காலா, கானாங்கழுத்தை ஆகிய கடல் மீன்கள், விலாங்கு போன்ற ஆற்று மீன்கள் என்று மீன்கள் பலவிதம். வலைகளையும், தூண்டில்களையும் நிராகரிப்பதற்கு அவை கையாளும் வழி முறைகளோ ஏராளம். அவற்றை ஏமாற்றிச் சிக்க வைத்துப் பிடிப்பதற்கு மனிதர்கள் கையாளும் வழிமுறைகளும் அநேகம். இப்படி மீன்களுக்கும், மனிதர்களுக்கும் நடைபெறும் போராட்டம் கவிஞனுக்கும் அவன் கைப்பிடியிலிருந்து நழுவ முயற்சிக்கும் கவிதைக்கும் நடக்கும் போராட்டம் போலச் சுவாரசியமானது.

மீன் பிடிப்பதற்கு முதலில் இரை தயாரிக்க வேண்டும். அரிசிப் பொரியும் மஞ்சள் தூளும் சேர்த்து கூழ் போலாக்கி உருண்டை உருண்டையாகச் செய்து கொள்ள வேண்டும். அல்லது கோழிக் குடலை எடுத்து இரண்டு நாள் ஈர மண்ணில் புதைத்து வைத்து எடுத்தால் கிடைக்கும் அழுகிய இரையையும் பயன்படுத்தலாம்.கவிதையைப் பிடிப்பதற்குக் கையாளும் அதே வழி முறைதான்.

முள் நுனியில் பனித்துளியின் பளபளப்பு, ஜெட் விமானம் வானில் போட்ட புகைக் கோலம், மூன்றாம் பிறைச் சந்திரன், முகம் கவிழ்த்த பெண்ணின் கடைவிழிப் பார்வை போன்றவற்றை நெஞ்சின் ஆழத்தில் கொஞ்சநாள் புதைத்து விட்டு எடுத்த இரைக்கு உன்னதமான கவிதைகளும் மாட்டிக் கொள்வது உண்டல்லவா? அது போலத்தான்.

விலாங்கு மீனைப் பிடிப்பது என்பது நெஞ்சில் உருவமற்று நெருடும் உணர்ச்சிகளை கவிதையாக வார்த்தைகளால் இறுகப் பற்றி எடுப்பது போன்ற கடினமான வேலை. விலாங்கு மீனைப் பிடிப்பதற்கு ராத்திரித் தூண்டில்தான் போட வேண்டும்.

இதற்காக மணிமுத்தாறு போன்ற நீரோட்டமுள்ள ஆற்றில் உட்கார்ந்தால் கிடைக்காது.

சில வேளைகளில் ஓசை அழகில் அதிக ஆசையுடன் ஈடுபடுகையில் கவிதையை நழுவ விட்டு விடுகிற கவிஞர்களைப் போல நாமும் ஏமாற நேரிடலாம்.

விலாங்கிற்காக இடுப்பளவு நீரில் இறங்கி ஆழமாகப் பள்ளம் தோண்ட வேண்டும். முன்யோசனையாக அதில் மணலைக் கொட்டி வைக்க வேண்டும்.அப்போதுதான் விலாங்கு அந்த ஓடையில் தங்கும். அந்தப் பள்ளத்தில் மணலைக் கொட்டுவது என்பது தீர்க்கதரிசனத்தோடு செய்யும் வேலை.தூண்டிலில் மாட்டிய வழுவழுப்பான விலாங்கு மீனை மணலில் எளிதாகப் பிடித்து விடலாம்.

விலாங்கு எவ்வளவு வேகத்துடன் இரையைப் பிடிக்கிறதோ அதே வேகத்தில் அது இரையை விட்டு விடும்.இதற்காக புழுக்களை ரிப்பன் போல இரண்டு மார்பு நீளத்துக்குக் கோர்க்க வேண்டும்.அதன் பிறகு அதனை மடித்து அதன் மீது நூல் சுற்ற வேண்டும்.அப்போதுதான் அதன் நுட்பமான பற்கள் அதில் மாட்டிக் கொள்ளும்.இப்படி தயாரித்த இரையுடன் மாலை 6 மணி அளவில் சென்று உட்கார்ந்தால் இரவு முழுவதும் காத்திருப்புதான். இனி நம் கையில் எதுவும் இல்லை.

கற்ற கல்வியும், உற்ற அனுபவமும் எப்படி கவிதையை நம் கையில் கொண்டு வந்து தூண்டிலில் சிக்க வைத்து விடாதோ அது போலத்தான். கவிதையாகப் பார்த்து நம் தூண்டிலில் வந்து விழுந்தால்தான் உண்டு.

இதில் வேடிக்கை என்னவென்றால் நம் தூண்டிலில் சிக்கிய இவை எல்லாம் கவிதைகளாகத்தான் இருக்குமென்று சொல்ல முடிவதில்லை. சில வேளைகளில் விடுகதைகளும் , வேடிக்கைகளும்கூட கவிதைக்காக நாம் போட்ட தூண்டிலில் வந்து சிக்கி விடுவதில்லையா?

அடடே! இது என்ன! மீனுக்கென நாம் போட்ட தூண்டிலில் மீண்டும் மீண்டும் கவிதையே வந்து சிக்குகிறது! போதும் இனி நாம் மீன்களைப் பற்றி மட்டுமே பேசுவோம்.

இந்திரன்

இரவு

இரவின் நெற்றியில்
விடியலின் நறுமணம்.

நிலவின் கன்னத்தில்
சூரிய நகக் குறி.

தூங்கு மூஞ்சி மரத்தில்
இரவுக்கு ஒடுங்கிய
மைனாக் குருவியின்
மடிந்த சிறகுகளுக்குள்
நாலாயிரம் திசைகள்.

~

அந்நியன்

வானொலிப் பெட்டி செய்தி வாசிக்கும்
ஏழு மணி காலை.
முகத்தில் சோப்புத் திரளுடன்
சவரக்கத்தி ஆயுதம் தரித்து நிற்கையில்
ஓர் அந்நியனைச்
சந்திதேன்
கண்ணாடியில்.
இவன் எங்கிருந்து வந்து
முளைத்தான் இன்று?
உடல் குலுங்க நான் சிரிக்கிறபோதெல்லாம்
உதடு துடிக்க அழும் இவன் யார்?
என் மதுக்கோப்பையில்
நடசத்திரங்களைப் பனிக்கட்டிகளாக
இட்டுக் கொண்டிரும்போது
தோள் முழுவதும் இருட்டு மூட்டைகளைச்
சுமந்து வரும் இவன் யாராம்?
சொல்லுங்கள் ஐயா
எனக்குள்ளிருக்கும் இந்த அந்நியன் யாரென்று.

~

மீன்

கவிதை கிடைக்குமென
புழுச்செருகி
தூண்டிலிட்டு
ஊருணியின்
இடுப்பளவு நீரினிலே
இறங்கி நின்று காத்திருந்தேன்.
காலை வந்து கடிக்கும்
கவிதை
தூண்டில் முள்ளை ஏமாற்றும்.

~

புதர் புதராய் வார்த்தைகள்

வார்த்தைகள் மீதே எனக்கு
நம்பிக்கை அற்றுப் போச்சு.
நான் சொல்ல
மற்றவன் வேறொன்றாய்ப் புரிந்து கொள்ள
விளக்கம், மறு விளக்கம்
விளக்கத்திற்கு விளக்கமெனப்
புதராய் மண்டி புற்றாய் வளரும் வார்த்தைகள்.

தூங்குகிறவன் உடம்பில்
வெளிச்சத்தால் தட்டி எழுப்புவது போல்
வீணாகிப் போச்சு எல்லாம்.
"என் உயிர் நண்பனே"
என்பதின் பொருள்
"நீ அதிகம் தேவைப்படுகிறாய்"
என்பதாய் இருப்பின்
வாரத்தைகள் ஏன் இன்னும்
வழக்கொழிந்து போகவில்லை?

பார்வையை மேலும் துலக்கமாய்க்
காட்டுமென்று
எடுத்தணிந்த கண்ணாடி
முக அடையாளத்தையே மறைக்கும்
முகமூடியாய்ப் போக
வார்த்தைகள் மீதே எனக்கு
நம்பிக்கை அற்றுப் போச்சு.

கண்ணாடித் தொட்டிக்குள்
மீன்கள்
தண்ணீரில் துப்பும்
காற்றுக் குமிழிகளைப்போல்
வார்த்தைகள்.

பஸ்சில், பள்ளியில்,
பார்லிமெண்ட்டில்
படுக்கை அறையிலும்
வெறுமனெ உடைந்து
வீணாய்க் கரையும்.
வர வர வார்த்தைகள் மீதே எனக்கு.

~

சைக்கிள் தனிமை

வயல் வெளியில்
ஒரு சைக்கிள்
ஒற்றைக்கால் கொக்காய்
ஸ்டாண்டில் நிற்கிறது.
பரந்த வயற்காடு
ஒரு ஆளின் ஆளுகைக்கு உட்பட்டிருப்பதின்
ஒரே சாட்சியாய் சைக்கிள்.
சைக்கிளுக்குத் தெரியும்
தான் தனியாக இல்லை என்று.
சைக்களில் வந்தவனுக்கும் அது தெரியும்.
சரி, தெரிந்ததை மட்டும் சொல்லுவோம்.
வயற்காட்டில்
ஒரு சைக்கிள்
தனியே நிற்கிறது.

~

ஞானம்

"என்னைப் பயன்படுத்து "
என்றது குப்பைத் தொட்டி.
குப்பைகள் என்னுடையவை.
கொட்ட மனமில்லை.
எனக்குள்ளிருக்கும் இவையெல்லாம்
குப்பைகள் என்று சொன்னவர்கள் எல்லாம்
எனக்கு வெளியில்.
உள்ளே இருப்பவரின்
அபிப்ராயம் கேட்டேன்.
குப்பைகள் எல்லாம்
வைரங்கள் ஆச்சு.

~

நீ - நான்

வயலோரத்துப் பனைமர வரிசைகளாய்
உன் நினைவுகள்
என் நெஞ்சில்.
வயல்களின் மரகதப் பச்சையைத்
தடவிச் சென்று
தொலைதூரப் பனைமரங்களைத்
தொட்டுத் தோட்டு மீளும்
இளங்காற்றாய்
நான்.

கண்ணாடிச் சிறகை அசைக்காமல்
வயல்வெளியெங்கும்
பறந்து திரியும்
சிறுதும்பியாய்
நீ.

அரைக்கால் சட்டை
அரைஞாண் கயிற்றை விட்டு நழுவ
தும்பியைப் பிடிக்கும்
ஆசையில்
பாடபுத்தகங்களை வரப்பில் மறக்கும்
பள்ளிச் சிறுவனாய்
நான்.

~

சூரிய நமஸ்காரம்

கடலில் பிரகாசிக்கும்
எட்டு மணிச் சூரியனுக்கு முன்னால்
கடற்கரைச் சாலையில்
சோடியம் விளக்குகள்
வரிசையில் நின்று
தலை தாழ்த்தி
அணிவகுப்பு மரியாதை செய்யும்.

~

முதல் காதல்

ஆற்றில் மிதக்கும்
அனாதைப் பிணமாய்
என்
முதல் காதல்.
நினைவு நீரோட்டத்தில்
ஊறி, ஊதிப்போய் , பளபளப்பாய்
சற்றே அழுகிப் போன
அதனை எடுத்து
சிதையில் வைத்தேன்.
சாம்பலாகிவிட்ட சதைக்குள்ளிருந்து
வெள்ளை வெளேரென எலும்புகள்
பளிச்சென சிரிக்கும்
இன்னமும்
என்னைப் பார்த்து.

~

வா

எனது வேர்கள்
உன்னில் இறங்குகையில்
மரகத் தளிர்கள் பச்செனத் துளிர்த்து
பரவச நறுமணம் எங்கும் பரப்பும்
புது மொட்டுக்கள்
நெஞ்சில் குப்பெனப் பூக்கும்.
கூந்தல் நிழலில்
எனது உடல் தீயில் பொசுங்க
அன்பே
இந்த அணைப்பில்
மானுடத்தின் தலைவிதியை
நாம் இங்கே நிர்ணயிப்போம்.
பிரபஞ்ச வெளியில் நமக்கென்று ஒரு மூலை
இருக்கத்தான் செய்கிறது.
வா, அதைக் கொண்டாடுவோம்.
வானம்பாடிகள்
வானவெளியைச் சிறகு விரித்துப்
பறந்து கொண்டாடுவதுபோல
நாமும்.

~

எனக்குள்ளும் சூரியன்

அலைகடலின் மீது
ஆரஞ்சுப் பழமாய் எழுந்து
அக்கினிப் பந்தாய் உருளும்
என் ஆத்ம நண்பனே,

மேலே ஏற ஏற
நீ பொழிந்த வெளிச்ச வெள்ளத்தில்
உன் வடிவம் கரைந்து
எனக்குள்ளும் கொஞ்சம் திரவமாய்க் கசியும்.
பூமணலில் எடையற்ற நண்டுகள்
வளை தோண்டும் வேளையில்
உன்னை சாட்சி வைத்து
நானும் தோண்டுவேன்
ஆழமாய் என்னுள்.
தோண்டி எடுப்பேன்
உன்னை என்னுள்ளிருந்து.

~

பதிலான கேள்விகள்

உன்னைப் பாடுவதற்காய்
தேடியலைந்து
நான் தேர்ந்தெடுத்த சொற்கள்
கை நிறைய கூழாங்கற்கள்.
தனிமை இருட்டில்
உன் விழிகளின் வெளிச்சத்தில்
நீ சிந்திய மௌனங்கள் எல்லாம்
என் நெஞ்சில்
பனி தோய்ந்த பாடல்கள்.
உன்னிடம் கேட்ட கேள்விகள்
பதிலேதும் பெறாவிடினும்
உன்னிடம் கேட்டதினாலேயே
பதில்கள் ஆயின.

~

மானுட ரயில்

முலைக்குக் கீழே இருக்கும் சூட்டில்
உதடுகள் பொரிந்து சாம்பலாகும்.
விதைகள் தெளித்து நரம்புகள் பழுத்து
அழுகிய செடியாய் மண்ணில் மடிந்து
பச்சென மீண்டும் பிறந்து சிரித்து
மீண்டும் விதைகள் தெளிக்கும்
மானுடச் செடிக்கு உரமாகும் சாம்பல்.

மேலும் கீழுமாய்
கீழும் மேலுமாய்
இருவரும் வியர்த்துச் சுகிக்க
குருதித் தண்டவாளத்தில்
மானுட ரயில் முடிவற்று நீண்டு ஓடிடும்.

வேண்டாமெனத் தடுக்கும்
மதங்களின் முகத்தில் புகையினை ஊதி
போதும் எனப் புலம்பும்
அரசாங்கத்தின் கண்ணில்
கரிதூவி
நீதிநூல்களின் பக்கங்களைக்
காற்றில் பறக்க விட்டு
வேகமாய்ச் சீறி ஓடிடும்
மானுட ரயில்
தன் அமரத்துவம் தேடி.

~

வானத்தின் கீழே

தென்னங்கீற்றுக்கும்
வேப்பிலைக் கூட்டத்துக்கும் இடையில்
துண்டு வானம்.
சிறகசையாப் பருந்தொன்றின் மிதப்பிற்காய்
வடித்த கஞ்சியாய்
வானம் முழுவதும் வெளிச்ச வெள்ளம்.
கீழேயோ
வேப்பிலை அடர்த்தியில்
தென்னங் குருத்து நெருக்கத்தில்
அடை அடையாய் இருள்.
இருளூடே
நீர்த்துளியாய்த் தொங்கும்
வேப்பம் பழத்தின்மேல்
சிறிது சூரியன்.
இருள் வேண்டுவோர்க்கு இருளும்
ஒளி தேடுவோர்க்கு ஒளியுமோ?

~

ஓட்டைப் படகு

ஒளிவதற்கு வளையிருக்கும்
தைரியத்தில்
ஓடி விளையாடும் நண்டுகள்.
பறப்பதற்குச் சிறகிருக்கும் கர்வத்தில்
அலை ஓரம் நடை பழகும்
காகங்கள்.
இவை இரண்டும் இல்லாத சோகத்தில்
கால் செருப்பைக் கையிலேந்தி
காற்சட்டை முழங்கால் மேல்
கச்சிதமாய் மடித்து வைத்து
கரையோர ஓட்டைப் படகாய்
கரை மணலிலேயே தங்கிப் போகும்
நான்.

~

மறதி

ஆமாம்
வெட்கமற்றுத்தான் போனேன் நான்.
என் பயணத்தின் வசதிக்காய்
பார்த்துப் பார்த்துச் சேர்த்தவையெல்லாம்
என் முதுகு கொள்ளாத சுமையாய்ப் போக
என்றன் பயணம்
நின்றே போனது.

சுமையுடன் சேர்த்து
என்னையும் சுமக்க
ஜாதிக் குதிரை ஒன்றை வாங்கினேன்.
குதிரைக்கு நன்கு தண்ணீர் காட்டி
உடம்பை மினுமினுக்கக் கழுவி எடுத்து
கால்களில் எல்லாம் லாடம் அடித்துச்
சேணம் பூட்டும் நேரத்தில்
என் குதிரைக்கு அங்குள்ள
புற்களை மிகவும் பிடித்துப் போனது.

அக்கரைப் பச்சையை அதற்குக் காட்டி
சம்மதிக்க வைப்பதற்குள்
என் பாதங்களிலிருந்து
வேர்கள் கிளம்பி மண்ணுக்குள்ளே
வேகமாய் இறங்கி ஆழமாய்ப் பதிந்தன.

இன்று நான் காத்திருக்கிறேன்
ஒருவன் வந்து
நான் ஒரு நாடோடி என்பதை
எனக்கு
ஞாபகப்படுத்துவான் என்று.

~

டோய்

கடலோர நடைப் பயிற்சி
களிப்பூட்டும் என்பதினால்
கையில்
நாயொன்றை
இறுகப் பற்றி
கான்வாஸ் ஷூ சகிதம்
காலை நடை பயின்றேன்.
கடற்கரையின் சாலையிலே
நாய் காட்டி
என் பெருமை உலகிற்குப் பறை சாற்றி
"ஹாய்"என அதட்டி
நடக்கையில்
நாய் மலங்கழிக்க
நான் நின்று காத்திருக்கையில்
சிறுவன் ஒருவன் கத்தினான்

"நாய்க்கு
வேலைக்காரன்
டோய்."

~

முள்முடி

எச்சில் இலை பொறுக்கும்
இந்தியாவின் இளைய தலைமுறையே,
கவலைப் படாதே, நீ இளவரசன்.
இன்னும் கொஞ்ச நாளில்
ஓட்டுரிமை முள்முடியைத்
தலையில் சூட்டி விடுவார்கள்.
ஓட்டொன்றுக்கு ஐந்து ரூபாய் நிச்சயம் உண்டு.
கள்ள ஓட்டுக்கும் காசுகள் உண்டு.
கோஷம் போட்டாலோ கொஞ்சம் அதிகம்.
கொடி தூக்கினாலோ கொள்கை வீரர்.
கொள்கைக்கெல்லாம் கூலி உண்டிங்கே.
கவலையை விடுவாய்
கண்மணியே நீ.

~

கவிதை நோயாளி

மீண்டும் மீண்டும் நான்
கவிதை நோயினால் அவதிப்படுகிறேன்.
உடம்பு முழுவதும் சில்லிட்டுப் போக
உள்ளே இதயம் அடிக்குது சாக.
கவிதைக் கிருமிகள் காற்றில் பறக்க
கதிரவன் இன்னமும் உதிக்கவே செய்கிறான்.
வானில் நீந்தும் முலாம் பழ முழுநிலா
நெஞ்சுக்குள்ளே சளி வைக்கிறது.
அழகின் மூலமாய்த் தொற்றிக் கொள்ளும்
அபூர்வ நோய்தான் இதுவென அனைவரும் உரைத்தனர்.
விழிகளை மூடி உறங்கிடப் பார்த்தேன்.
கனவுக் கப்பலில் கிருமிகள் வந்தன.
கம்பன், கீட்ஸ், ரசூல், ஹ்யூக்ஸ்
அனைவரும் தங்களின் நோய் தரும் சொற்களால்
என்னை நோய்க்கு இரையாக்கினர்.
எனவே
மீண்டும் மீண்டும் நான்
கவிதை நோயினால் அவதிப் படுகிறேன்.

~

சவ ஊர்வலம்

சங்கு விம்ம
திருவாசகம் முழங்க
சமுதாய விரோத சக்திகள் செடிகூத்தாட
சவம் வருகிறது -
சாகடிக்கப்பட்ட சமுதாயம் எனும் சவம்.
நால்வகைச் சாதிகள் நான்கு பக்கமும் தோள் கொடுக்க
ஊழல் எனும் மூத்த மகன் நெருப்புச் சட்டி தூக்க
பூச்சி அரித்த சாத்திர உடையலங்காரத்தோடு
சவ ஊர்வலம் வருகிறது.
அலுவலகம் செல்ல 9.17 ரயிலைப் பிடிக்க
ஓடுபவர்களே
ஒருநிமிடம் நின்று
மௌனம் அனுஷ்டியுங்களேன்.

~

குருதிச் சங்கிலி

ஆண் பெண்ணின்
அரவணைப்பில்
மானுடத்தின் ஆயுள் நீள்கிறது.
காதலியே
என்னருகில் வா.
அபிப்ராயங்களைப் பற்றி அக்கறைப்படத்
தேவையில்லை.
மானுடத் தேரின் வடம் பற்றி
இன்றுவரை இழுத்து வந்தவர்கள் எல்லாம்
செத்துப் போனார்கள்.
நூற்றாண்டுகளின் தூசு படிந்த கால வீதியில்
அறுந்துபடாத இரத்தச் சுவட்டை
இழுத்து வந்திருக்கும் தேரின் வடம்
இன்று நம் கையில்.
சேர்ந்திழுப்போம் வா.

~

நீச்சல்

கடிகாரத்தைத் தூக்கிப் போடு.
காலச் சூரியனின்
உஷ்ணத்தில் உருகும்
பனிக்கட்டி கடிகாரம்.

கடலின் கரையோர மணல் வெளியில்
மரங்களின் நிழல்கள்
நீள்வதைப் பார்த்துக் கொண்டு
இன்னும் எத்தனை நாள்
வீணடிப்பாய்?

குதி கடலில்
நீந்தி, முக்குளித்து
கம்பள மடிப்பாய் எழும் அலைகளில்
மிதந்து
ஆனந்தப்படு.

மணிக்கூண்டில் நழுவிச் சரியும்
கடிகார முட்களைக் கணக்கெடுத்துக் கொண்டே
நீந்தியது போதும்
மூழ்கு கடலில்.

கண்கள் சிவக்க
நாவில்
கடலின் உப்பு கரிக்க
நீந்து
நீ கரை சேர்க்கப்படும் வரையிலும்.

~

நிழல்கள் - 1

வானில் பறக்கும் சூரியப் பறவை
மண்ணில் இட்ட எச்சங்கள்
நிழல்கள்.
இருள் மரம்
பூமியில் பதிக்கும் இளம் விழுதுகள்.
ஒவ்வொரு இடத்திலும் ஒவ்வொரு விதமாய்
நடந்து கொள்ளும் மனிதரைப் போல
நிற்கும் இடத்துக்கு ஏற்ப மாறும்
எத்துப் பேர்வழிகள்.
காலையில் நமக்குப் பின்னால்
கைகட்டி வாய் புதைத்து நடந்த
அதே நிழல்
மாலையில் நம்மையும் மீறி
முன்னால் செல்லும்.
அதட்டி வைத்தாலும் அடங்கி வராது.

~

நிழல்கள் - 2

நகரச் சந்தையில்
நாளும் அலைந்ததில்
முக அடையாளங்களை இழந்து
"நான்" எனும் முகவரியையும் இழந்து
ஒரு நிழலாகிப் போனேன்.
இழந்த அடையாளங்களை மீட்பதுதான் எங்கனம்?
ஒழுங்கு செய்யப்படாத நிழல்களை
முகத்தில் பூசிக் கொண்டு
படித்துப் படித்துத் தடித்த கண்ணாடியோடு
எவ்வளவுதான் சிந்தித்தாலும்
இறுதியில் கையில் எஞ்சுவதெல்லாம்
நிழல்கள், நிழல்கள், நிழல்கள்.

~

நிழல்கள் - 3

நிழல்கள் பொல்லாதவை.
(காலன் வந்து நம் கண்களை மூடி
நம்மைத் தூங்க வைக்கும் முன்னரே)
நம் கண் முன்னாலேயே
நம்மை வீழ்த்திக் காட்டி
நாளை அரங்கேறப் போகும் நாடகத்திற்கு
இன்றே
ஒத்திகைப் பார்க்கும்
நிழல்கள்.

~

நிழல்கள் - 4

எனக்கொரு ஆசையுண்டு
நான் நிழலற்றுப் போக வேண்டுமென்று.
நிழலற்றுப் போக வேண்டுமாயின்
உடலற்றுப் போக வேண்டுமோ?
தேவையில்லை.
என் சூரியன்
என் தலைமேலேயே உச்சியில் பிரகாசிப்பானானால்
என் நிழல் என் மேலேயே விழுந்து
நானும் நிழலும் ஒன்றாகிப் போவோம்.
அப்போது நான் நிஜமா? என் நிழல் நிஜமா?
என்கிற விசாரம் தீர்ந்து போய்விடும்...

~

நிம்மதி

மேற்கே மறையும்
சூரியக் கதிர்களை
என் விழிச் சிறகுகள் வெட்டிப் பிரித்தபோது
என் இமையில்தான்
எத்தனை வானவில்கள்?
இனி நான்
வானவில்களை
வானத்தில் தேட வேண்டியதில்லை.

~

சொற்கள்

தனிமை
வெற்றுடம்பில் ஒரு பட்டுச் சட்டையாய்
சில்லென்று என் தோளைத் தழுவிக் கொண்டிருக்கையில்
பேனாவும் கையுமாய்
நான் அமர்ந்திருக்கும் வேளையில்
சொற்கள்
கா... கா... கா வென
ஒரு கவளம் சோற்றுக்குப் பறந்து வந்து
கூடும் காக்கைக் கூட்டமாய்
என்னைச் சுற்றி வந்து கூடும்.
"சூ"என்று விரட்டினாலும்
பறப்பதுபோல் பாவனை காட்டி
மீண்டும் வந்து அமர்ந்து தொலைவிலிருந்தே
ஒரு பக்கமாய்த் தலை சாய்த்துப் பார்த்து
அலகை நீட்டும்
தொல்லை பொறுக்க மாட்டாமல் எழுந்து போய்
விரட்டி விட்டு வந்தமர்ந்தால்
ஒரு கவளம் சோறு
உன்பாரற்றுச் சில்லிட்டுப் போகும்.

~

எச்சரிக்கை

கடவுளுக்கும் கம்ப்யூட்டருக்கும்
நடந்த போரில்
நேற்று
கடவுள் செத்துப் போயாச்சு.
இன்று
அவரைப் புதைத்த இடத்தில்
புல் முளைத்துப் பூவும் பூத்தாச்சு.
அந்தப் பூவின் அழகை
ரசிக்க மறந்தால்
மனிதனே
நாளை நீயும் மரணப் படுக்கையில்.

~

மீன் முள்

நானும் தமிழ் பேசி
நீயும் தமிழ் பேசி
இருவரும் ஒருவரை ஒருவர்
தவறாய்ப் புரிந்து கொண்டோமென்று
பிரிந்து சென்ற பிறகு
அவரவர் மனசைப் பேச வைக்காமல்
தமிழ் மட்டும் பேசிய தவறு
நாவில்
மீன் முள்ளாய்த்
தைக்கும்.

~

முகமூடிகள்

பிராட்வேயின் பிளாட்பாரத்துக்
கடைகளில்
புதுப்புது முகமூடிகள் தேடி
அலுத்துப் போனேன்.
இரத்தக் கொதிப்பையும்
வயிற்றுப் புண்ணையும்
விலையாய்க் கொடுத்து
இன்னும் எத்தனை முகமூடிகள்
வாங்கித் தொலைப்பது?
எல்லாம் ஒரு நாள் நெருப்பில் போட்டு
நிம்மதியாய்ப் பார்க்கையில்
காணவில்லை
என்
சொந்த முகம்.

~

வீடுபேறு

மின்சார ரயிலின்
கூட்ட நெரிசலில்
வீடு திரும்பிக் கொண்டிருந்த
என்னைக்
கூப்பிட்டது வானத்து நிலா.

பக்கத்துத் தண்டவாளத்தில்
விழுந்து புரண்ட
நிழல்களுக்காய் வருந்திக் கொண்டிருந்த
என்னை அழைத்தது
சரிகைக் கழுத்துப்பட்டை அணிந்த
கருஞ்சட்டை மேகம்.

வானத்திலிருந்து
எரிந்து வீழ்ந்து கொண்டிருந்த நட்சத்திரம்
"வீழ்வதற்குள் ஜ்வலித்து விடும்"
ரகசியத்தைக்
காதில் சொன்னது.

ரயிலடிக் கும்பலில் நீந்திக்
கரையேறிய நான்
இன்றைய நிகழ்கால நிமிஷத்தில்
முழுமையாய் வாழ்ந்து விடும்
முடிவுடன்
வீடு திரும்பினேன்.

~

தொலைந்து போ

அடிக்கடி
நான் என் பாதையைத் தவற விடுகிறேன்
தடம் மாறித் தொலைந்து போவதற்காக.
தொலைந்து போய்
புதிய திசைகளைக் கண்டு வியப்பதற்காக
அடிக்கடி நான்...

~

உனக்கு மட்டும்

சிலந்தி வலைக்குள் சூரியன் புகுந்ததால்
ஒட்டடை
சரிகையாச்சு.
இலைமேல் உருளும்
பனித்துளியோ
சூரியனால்
பாதரச மணியாச்சு.
மனிதன்
உனக்கு மட்டும்
தூக்கத்தைக் கலைக்கின்ற
சனியனாய்த் தெரிவதென்ன?

~

கடல்: நான்கு காட்சிகள்

1

இருட்டைக் கம்பளமாய்
மடித்துப் போட்டது போலக் கடல்.
காக்கைகள் இன்னமும் விழித்துக் கொள்ளாத
அதிகாலையில்
கட்டுமரங்கள் இன்னமும் கரையோரத்தில்
தூங்கும்.
இருட்டைத் துடைக்க முயற்சித்து
ஏமாறும் கலங்கரை விளக்கம்.
இதற்கிடையில்
விடியல் வந்தே தீரும்
எனும் நம்பிக்கையில்
பிளாட்பாரத்து பெஞ்சில் நான்.

~

2

தகத்தகயாம் பண்ணத்
தயாராகும் வானம்.
உருகிய உலோகமாய்க்
கனத்துப் போகும் கடல் நீர்.
கல்தூணில்
தொப்பைக்கடியில் கத்தி செருகி
சிலையாய்க் கைகூப்பி நின்று
இன்றைய அரசியல்வாதிகளுடன்
போட்டியிடும்
நேற்றைய அரசியல்வாதி.
கடலோர சிலைக்குப் போட்ட
டியூப் லைட் வெளிச்சத்தில்
வார்த்தைகளோடு
போராடும் நான்.

~

3

அடிவானத்தில்
செந்தூரப் பொட்டாய்
ஜ்வலிக்கும் சூரியன்.
சரிகை நெசவுக்காய்க்
வந்து காத்திருக்கும்
கரும்பஞ்சு மேகங்கள்.
மலம் கழிக்க
உடல் இளைக்க
மீன் பிடிக்க
மனம் வளர்க்க
வெறுமனே வேடிக்கை பார்க்க
வந்து சேரும்
மனிதர்கள் மத்தியில்
நான்.

~

4

வாங்கிய சுதந்திரத்தின்
அர்த்தமின்மையை
கைமாற்று வாங்கிய ஆங்கிலத்தில்
சபிக்கும்
மத்தியதரவர்க்க அறிவுஜீவியாய்
உடலில் தாக்கும்
வெயிலின் "சுரீர்" தாங்க முடியாமல்
கடற்கரை விட்டு அகலும்
நான்.

~

அணில்

இன்ஷூரன்ஸ்
உயிலென்று
கவலைகள் ஏதுமின்றி
முருங்கைப் பூங்கிளையின்
நுனி தொட்டுப் பூ தின்று
ஊஞ்சலாடும்
அணில்.
அடையாளம் காண்கின்ற
ஆசைகள் ஏதுமின்றி
கிணற்றுக்குள் தெரியும்
பிம்பம் புறக்கணித்துப்
பூச்சிதறக்
கிளைதாவிக்
குதூகலிக்கும்.

~

என் நண்பா

உதயநட்சத்திரம்
வெளிறிப்போகும்
அதிகாலையைக் கொண்டாடுகின்றன
பறவைகள்.
வாழ்வதற்கு ஒருநாள் முழுசாய்க் கிடைத்ததென
குதூகலிக்கின்றன.
பல் துலக்க
பற்பசை தீர்ந்ததை எண்ணியே
படுக்கை விட்டெழுந்தால்
என் நண்பா
இன்னும் ஒருநாள்
பாரமாய்க் கனக்காதோ
உன் முதுகில்?

~

பாண்டிச்சேரி கடற்கரை

சாம்பல் நிறக்கடலில்
அலைகள்
ஆகாயத்தை அதிர வைக்கும்
விமான இரைச்சலுடன்
அணி அணியாய்ப் புரவிகள் போல்
எழுந்து வரும்.
எவ்வளவுதான் இரைச்சலிட்டாலும்
இறுதியில் எல்லாம்
மணல் மெத்தையில்
கோடுகள் போட்டு மறையும்
கதையைச் சொல்லிச் சொல்லி மீளும்.

ஈயகுண்டுத் தூண்டில்களை
தலைமீது சுழற்றி
கடலில் வீசும் மீன்பிடியாளர்கள்
மீன்களிடம் இரையிழந்து
மீளும் தூண்டில்களுடன்
வீடு திரும்பும் ஆறு மணி காலை.

நண்டுகளும், காக்கைகளும்,
மனிதர்களும், நாய்களுமாய்க்
கடல் மணலில் விட்டுச் சென்ற
என்னற்ற காலடிச் சுவடுகள்.

பாவம்
தங்களுக்குச் சொந்தமென்று
யாரையும் சொல்ல முடியாத அநாதைகள்.
நடப்பதாக பாவனை செய்துகொண்டு
கருப்புச் சிலையாய்
மகாத்மா காந்தி
கடற்கரை ஓரத்தில்.
இடுப்பில் தொங்கும்
எப்போதோ நின்றுபோன கடிகாரம்
இன்று
கடற்கரையின் உப்புக் காற்றில்
கரைந்து கொண்டிருந்தாலும்,
அதிகம் குடித்த வெளியூர்க் குடிகாரர்கள்
தன் காலடியில் உருண்டு கொண்டிருந்தாலும்
ஹரிஜனச் சேரிகளை
நெருப்பிலிட்ட செய்திகளைச்
சுடச்சுடத்தரும் செய்தித்தாள்களை
தன் பீடத்தருகே
வினியோகத்திறகாகப் பிரிக்கும்
ஏழைப் பையன்களை,
சாத்வீகமாய்ப் பார்த்துக்கொண்டு
புன்னகைக்குமாறு
சிற்பியினால் கட்டாயப்படுத்தப்பட்ட
காந்தி.

சுற்றியுள்ள சிற்பத்தூண்களில்
நேரம் காலமின்றி
சல்லாபிக்கும் சாமிகள்.

தனக்குச் சம்பந்தமில்லாத
போரில்
அந்நியன் வீசும்
ஃஃபிரேஞ்சு ஃஃப்ராங்க்குகளுக்காய்
வேற்று மண்ணில் உயிர்துறந்த
பாண்டிச்சேரி 'சொல்தா'க்களை
நினைத்து
ஒரு போர்வீரன்
வெண்கலச் சிலையாய்
துப்பாக்கியைத் தலைகீழாய் ஊன்றி
மௌனம் அனுஷ்டிப்பான்.

ஓரடுக்கு இதழ்களுடன்
சிவப்பாய் மஞ்சளாய்ச் சிரிக்கும்
காசித்தும்பைப் பூக்களின் மத்தியில்
பெரிதாய் மலர்ந்திருக்கும்
கான்கிரீட் பூக்கள்
நிழற்குடை என்ற பெயரால்.

காற்று நிரம்பிய
தன் கனமான சிறகை
கடற்கரை பாறைகளில் உராய்ந்து
ஓய்வெடுக்கும் கம்பீரப் பருந்தொன்று
மஞ்சள் வெயிலில்
நெஞ்சு சிலிர்க்கும்.

இவை எவற்றுடனும்
தனக்கு ஏதும் சம்பந்தமின்றி
தன் சின்ன வாழ்க்கையில்
கவலைகளுக்கும், முணுமுணுப்புக்கும்
இடமே இல்லை என்பதை அறிந்து
ஈரமணலில் பள்ளம் தோண்டியும்
கோலங்களிட்டு ஓடித்தொட்டும்
கொஞ்சும் அலைகளில் நீந்தியும்
விளையாடி மகிழும்
சின்னச் சின்ன
நண்டுகள்.

~

வெளிப்பாடு

சவரக் கத்தி
தவறாய் என்றன்
கன்னத்தில் பட்டதால்
இதுவரை வானத்தில் மட்டுமே கண்டு வந்த
வண்ணம் ஒன்று
என் முகத்திலும்
ஊற்றெடுத்தது.

~

காந்தி வீதியில்

பூமிக்குப் புதிதாய் வந்த பூரிப்புடன்
கருப்பு நாய்க்குட்டி
தாய்மடியில் சுரக்கும் அன்பை
உடம்பில் மினுமினுப்பாய்ப் பூசிக் கொண்டு
எச்சில் இலைப் போராட்டத்தில் இன்னமும் கலக்காமல்
காந்தி வீதியில் திரிந்தது
காயங்கள் ஏதுமின்றி.
உள்ளூர்ச் "சரக்கை" உச்சத்தில் ஏற்றி
வேகமாய் மேலூருக்கு விரைந்த
"பாண்டியன்" டிரைவர்
தன் பிள்ளைகளைத் தெருவில் ஆட வேண்டாமென்று
சொல்லாமல் வந்து விட்டதை எண்ணி
வாகனத்தை விரைவாக்க
காந்தி வீதியில் தெறித்தது
இரத்தம்.

~

சங்கிலி

கரணம் அடித்து
காற்றை வெட்டி
காலடியில் வந்து விழுந்த
பளபளப்பு மாறாத பழுப்பு இலை
புதிய தளிருக்குக்
கிளையில் இடம் கொடுத்த
பெருமையுடன்
என்னைப் பார்த்துச் சிரித்தது.

~

கடலுக்கு அழைக்கும் மந்திரங்கள்

சூரியனுக்கு முன்னால்
சோர்ந்து போய்விடும்
கலங்கரை விளக்கமாய்
கடலே
உன் முன்னிலையில்
நான் என்னை மறைக்க
பாஷை என்ற ஆடையின்றி
நிர்வாணியாகிறேன்.

நான் கடற்பருந்து இல்லைதான்
ஆனாலும்
நகரத் தோட்டியாய்
நாளெல்லாம் உழைத்த பின்
அதிகாலை வேளையில்
உன் அலைகளுடன் விளையாட
அன்றாடம் வரும்
கடலோரக் காக்கை.

நீர் கழுவும் பளிங்கு மணலில்
என் நிழல் தெரிய
தாழப் பறந்து
தூய இரை தேடும்
என் காதில்
நான் வேண்டாமலேயே நீ ஓதும்
மந்திரங்கள்
என்னை அன்றாடம்
கடற்கரைக்கு அழைக்கும்.

~

முப்பட்டை நகரம்

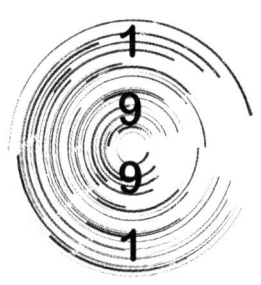

நகரம் எனது சூழல்

எனது சம்மதம் / சம்மதமின்மையுடன் அது தன் ரேகைகளை என் மீது பதித்திருக்கிறது. உள்முகமாக அது என்னைத் தொட்ட சுவடுகள் அழியவில்லை இன்னும்.

அண்மையில் என்னால் பதிவு செய்யப்பட்டவற்றில் பெரும்பான்மையும் நகரத்தில் என்னைச் சுற்றி இயங்கும் வாழ்க்கை பற்றிய சில வாக்கியங்களும், சில கோடுகளும் மட்டுமே.

வேறென்ன சொல்ல?

ஆமாம், நன்றி சொல்லியே தீரவேண்டும்.

ஞானக்கூத்தன், இன்குலாப், சுகுமாரன், கிள்ளிவளவன், பழநிபாரதி.

தார்ப் பாம்பு

மூன்று பார்வைகள்

ஞானக்கூத்தன்
இன்குலாப்
சுகுமாரன்

தார்ப் பாம்பு

முக்கண்ணன்
சிவனைப்போல்
பச்சை
சிவப்பு
ஆரஞ்சு கண்களுடன்
ஓய்வின்றி ஓடுகிறது
தார்ச் சாலை
தாகம் தணிப்பதற்காய்
அவ்வப்போது
ரத்தம் குடித்தபடி

கருத்த தோலுக்குக் கீழே
சாக்கடை நதிகள்
மின்சார பாம்புகள்
மேலே
மரங்கள்
இருக்கத்தான் வேண்டுமென
கட்டாயமில்லை
குருவிகள் சல்லாபிக்க
கம்பங்களில்
கிளைவிட்டு நீளும்
மின்சாரக் கம்பிகள் மிகவுண்டு

தெரியாமல்
பல்லவன் பேருந்தில் நுழைந்துவிட்டு
வெளியேற வேண்டி
ஓட்டுனரின் முன்னிருக்கும்
கண்ணாடியில்
முட்டி முட்டிவிழும்
வால் விறைத்த தும்பி ஒன்று
கண்ணாடிச் சிறகை
உடையாமல் ஏந்த
காற்றுவெளி
மட்டும் போதும்
தார்ச் சாலை
பயனில்லை
தும்பிக்கு
விமானத்துக்கு
வானத்தில் பறந்தாலும்
தரையில் ஓட
தார்ச் சாலை தயவு வேண்டும்

என்றும் சலியாமல்
ஓடிக்கொண்டேயிருக்கும்
நகரத்து கங்கை
இந்த தார்ச் சாலை
பிணங்கள் மிதக்குமெனினும்
பயிர் வளர்க்கும். தொலைதூர
உறவுகளின் ஏக்கம் முறிக்கும்

உடம்பின் மேல்
அங்கங்கே
விபூதி பட்டைகள்
பாதசாரிகளின் பத்திரம் கருதி
பாலமாய்
கடக்க
அசரீரிகள்
போதிக்கும் சாலை நீதிகளை
புறக்கணிப்போரின்
மண்டையோடுகளை
அணிந்து கொள்ளும்

ஆதியும்
அந்தமுமற்று
எட்டுத் திசையெங்கும்
முட்டி மோதி
போக்கும் வரவுமுள்ள
புண்ணியனாய்
காவல் துறை பூதகணங்கள்
சேவை செய்ய
ஓடும் நெடுக
முடிவற்று
தேடும்
இன்னும் தூரங்களை

~

பார்வை - 1

ஞானக்கூத்தன்

கவிதை காலத்துக்குக் காலம் புதுமைக் கோலம் கொள்கிறது. கவிதை புதுமையைத் தழுவாதபோது ஜடமாகிவிடும். கவிதை ஏற்றுக் கொள்வதற்குப் புதுமை பஞ்சமாகி விடவில்லை. புதுமையைத் தழுவும்போதே கவிதையில் பழமையின் கூறும் நீடித்து வருகிறது. பழமையும் புதுமையும் ஒன்றை ஒன்று அறிய வருகிறது; எதிரும் புதிருமான காலமும் வெளியும் சந்திக்கின்றன; அறிவும் அறியாமையும் நேருக்கு நேர் பார்க்கின்றன. கவிதையின் இத்தன்மையின் காரணமாக விமரிசனமும் இரண்டுலகப் பயிற்சியுடையதாகிறது. இந்திரனின் 'தார்ப் பாம்பு கவிதையில் இவ் விநோத சங்கமம் நிகழ்கிறது. கவிதையின் தலைப்பு தார்ப் பாம்பு.' கவிதையின் முதல் இரண்டு வரிகளிலேயே கவிதை நெடுகக் காண இருக்கும் பிரதிமையின் வேர் கனக்கிறது.

"முக்கண்ணன்
சிவனைப் போல்..."

சிவனுடைய மூன்று கண்கள் பச்சை, சிவப்பு, ஆரஞ்சு நிறத்தில் வைக்கப்படுவதால் சிவனுடைய தோற்றம் விபரீதமான முறையில் உயிர்ப்படைகிறது.

"பச்சை
சிவப்பு ஆரஞ்சுக் கண்களுடன்
ஓய்வின்றி ஓடுகிறது"

சிவனைக் குறிப்பிட்டாலே அவருடைய சங்கார லீலையும் நினைவுக்கு வருகிறது.

"தாகம் தணிப்பதற்காய்
அவ்வப்போது
ரத்தம் குடித்தபடி"

அகநானூறுக்குப் பாரதம் பாடிய பெருந்தேவனார் கடவுள் வாழ்த்துப் பாடியிருக்கிறார். சிவனை வாழ்த்திய அந்த அழகான பாட்டில்

"செவ்வான் அன்ன மேனி அவ்வான்
இலங்குபிறை அன்ன விலங்கு வால் வை எயிற்று"

என்று வருகிறது. சிவனுடைய பற்கள் பிறைச் சந்திரன் போல் இருக்குமாம். அதாவது அசுரர்களோடு இணைத்துப் பார்க்கப்படும் வளைவான பற்களாம் அவை. நாம் சரியாகத் தெரிந்து கொள்ளத் தவறிவிடுவோமோ என்று கருதினாற் போலப் பெருந்தேவனார் 'இலங்கு பிறை' என்று தெளிவாக்கினார். பிறை எயிற்றுச் சிவனுடைய தோற்றம் திடுக்கிடச் செய்யும் தோற்றம். இந்தத் திடுக்கிடவைக்கும் சிவனையே இந்திரனின் தார்ப் பாம்பு' என்ற தொடர் கவிதையின் முதற் பகுதியில் பார்க்கிறோம்.

சுடுகாட்டை உறைவிடமாகக் கொண்ட கடவுளின் புனிதம் எம்மாதிரியானதாக இருக்கும்; தோற்றத்துக்குள்ள புனித இயல்பு மறைவுக்கும் உண்டு. இத் தொடர் கவிதையில் சிவபரமான பிரதிமைகள் வெளிப்படையாகவும் மறைவாகவும் செயல்படுகின்றன. 'பாம்புகள்', 'கருத்த தோல்', 'கிளை விட்ட கம்பம்', 'பிணங்கள்', விபூதிப் பட்டைகள்', 'மண்டையோடுகள்', 'கங்கை' இப்படி சில சொற்கள் திகில் காட்டுகின்றன. பெரு நகரத்தின் தார்ச் சாலை பற்றிய கவிதையில் இந்தத் திகிலும் செம்மையான வாழ்க்கையில் தவிர்க்க முடியாத ஒரு கூறாகவே அமைந்திருக்கிறது.

"முடிவற்று
தேடும்
இன்னும் தூரங்களை"

என்னும் கவிதையின் 'பரத வாக்கியம்' திகிலைக் கடந்து வாழ்க்கையை விரும்புகிறது. கவிதை தான் தோற்றுவித்த திகிலை தானே தணிக்கிறது.

"தொலை தூர
உறவுகளின் ஏக்கம் முறிக்கும்"

நகரங்களின் வடிகால் அமைப்பைத் தற்செயலாக இக்கவிதை பதிவு செய்கிறது. முட்டி மோதி என்பது வலுவாக இல்லை. போக்கும் வரவுமுள்ள புண்ணியன் என்பது முறுவல் தருகிறது.

சமயப்பிரதிமை இத் தொடர் கவிதையில் காணப்பட்டாலும் இது மரபுக் கவிதை அல்ல. புதுக் கவிதை. மேலும் முக்கண்ணனுக்குத் தார் அடிக்கப்பட்டிருக்கிறது.

பார்வை - 2
இன்குலாப்

நகர வாழ்க்கையைத் தார்ச் சாலையின் மூலம் நமக்குக் கவிஞர் அடையாளப்படுத்துகிறார். நீண்டு செல்லும் இத் தார்ப் பாம்பின் ஓட்டத்தில் மனித வாழ்க்கை அடையாளம் இழந்து போவதையும் காட்டுகிறார். நகர வாழ்க்கையின் அவசரத்தை, அக்கறையின்மையை நினைத்தவுடன் நம் கண்முன் நீள்வது இந்தச் சாலைகள் தானே. இந்திரனுக்கும் அப்படித்தான். இந்தத் தார்ப் பாம்பின் நீட்சியில், மனித வாழ்க்கை அலைக்கழிக்கப்படுவதை நம் கண்முன் நிறுத்துகிறார்.

கிராமப்புறத்துக்கு வந்த மின்கம்பங்களைப் பற்றிக் கிராமச் சிறுவர்கள் பாடிய ஒரு விடுகதைப் பாடல் நினைவுக்கு வருகிறது.

"ஓகோ மரமே
உயர்ந்த மரமோ
ஒரு பிடி இலைக்கும்
விதியத்த மரமே!"

என்று பசுமையின் நிழலில் வளர்ந்த சிறுவர்கள் மின் கம்பத்தின் வெறுமையைக் குறித்துக் கேலி செய்தார்கள். இயற்கையை விட்டு நழுவிச் செல்லும் நகர்ப்புறத்தை, அதன் சாலைகளில் இயக்கிப் பார்க்கும் இந்திரனும் கூறுகிறார்.

"மேலே
மரங்கள்
இருக்கத்தான் வேண்டுமெனக்
கட்டாயமில்லை
குருவிகள் சல்லாபிக்க
கம்பங்களில்

கிளைவிட்டு நீளும்
மின்சாரக் கம்பிகள் மிகவுண்டு."

ஒருபிடி இலைக்கும், ஒரு துண்டுக் கிளைக்கும் விதியற்றுப் போன மின்கம்பங்கள், இருந்தும் இயற்கையின் இருப்பு அங்கும். பசிய மரங்களை மறந்தாலும் குருவிகள் காதலை மறக்கவில்லை. தப்பியோடும் இயற்கை வாழ்க்கை ஒரு சோகத்துடன் இந்த வரிகளில் மிச்சப் படுத்தப்படுகிறது. அதுபோலவே பல்லவன் பேருந்தில் நுழைந்து கண்ணாடியில் முட்டி முட்டி விழும் வால் விறைத்த தும்பியும்.

"தார்ச் சாலை பயனில்லை தும்பிக்கு
விமானத்துக்கு
வானத்தில் பறந்தாலும்
தரையில் ஓட
தார்ச் சாலை தயவு வேண்டும்."

இங்கு பறக்கும் இருபொருட்களைக் கவிஞர் நம் கண்முன் நிறுத்துகிறார். ஒன்று இயற்கையின் மிகச் சிறிய வடிவம் — தும்பி; மற்றொன்று செயற்கையின் பெரிய வடிவம் — விமானம். ஆயினும் இயற்கையின் பறக்கும் துணுக்கு ஒன்றுக்கு இந்தத் தார்ச் சாலையும், அதன் வாகனங்களும் எப்படி அந்நியமாகின்றன என்பதை இரு முரண்பட்ட குறியீடுகள் மூலமாகக் கவிஞர் உணர்த்துகிறார்.

நகரின் அசுர வேகத்தில் கண்ணாடிச் சிறகு உடையாமல் காக்கப் போராடும் தும்பியாக மனித வாழ்வு அல்லல் உறுவதை என்னால் காண இயல்கிறது. இப்படி அந்நியமாகிக் கொண்டிருக்கும் வாழ்க்கை இன்னும் முழுமையாகத் துண்டிக்கப்பட்டுத் தூரப் போய் விழுந்து விடவில்லை என்ற நம்பிக்கையை,

"நகரத்துகங்கை
இந்தத் தார்ச் சாலை
பிணங்கள் மிதக்குமெனினும்
பயிர்வளர்க்கும்; தொலை தூர
உறவுகளின் ஏக்கம் முறிக்கும்"

என்ற வரிகளில் நிறுத்துகிறார்.

ஒரு கவிதையின் தேர்ந்த சொற்கள், படிமம், குறியீடு போன்ற உத்திகளை விளக்குவதில் எனக்குப் பயிற்சி இல்லை. ஒரு கவிதையைப் படிக்கும் பொழுதும், படைக்கும் பொழுதும் இவற்றையெல்லாம் கவனத்தில் கொள்வதுமில்லை. இந்த வித உத்திகளின் புரிதல்களுக்கு அப்பால் கவிதைகளை அடையாளம் காண என்னால் முடியும். அதில் மனிதம் இருப்பதொன்றே எனக்குப் போதுமானது; குருவிகளும், தும்பிகளும் எனக்கு மனிதந்தான். அவற்றின் காதலும், போராட்டமும் இதில் இருக்கின்றன. அந்நியமாகிப் போகும் வாழ்க்கையை இது எனக்கு நெருக்கத்தில் கொண்டு வந்து நிறுத்துகிறது. அதனால் இந்த வரிகள் என் நெஞ்சை நெருடுகின்றன.

●

பார்வை - 3

சுகுமாரன்

கவிதையின் மொழி பிரத்தியேகமானது, புறமொன்று வைத்து, உள்ளொன்று பேசுவது, தனது இருப்பைக் கடந்த வேறு ஒன்றைச் சுட்டியே அது பெரும்பாலும் இயங்குகிறது.

நகரத்தின் தார்ச் சாலையைப் பற்றிய விவரங்களைக் கொண்டிருக்கிற இந்த கவிதை, மறைமுகமாக வேறு சில அம்சங்களைத்தானே சொல்ல வருகிறது? 'தார்ப் பாம்பு' என்ற சொற்சேர்க்கையே உயிர்ப்பும் ஜடத்தன்மையும் இயைந்த நகர வாழ்க்கையின் சலனத்தைப் பற்றியதல்லவா?

சொற்சிக்கனத்தைப் பொருட்டாகக் கொள்ளாமல் தளர்வாகவும், எளிமையான காட்சி விவரிப்பாகவும் எழுதப்பட்ட இந்தக் கவிதையில் மூன்று சித்திரங்கள் புலப்படுகின்றன.

ஒன்று:

நகரத்தின் சாலைகள் விதிகளை போதித்து அச்சுறுத்துபவை, அழித்தலின் கடவுள் போல தாட்சண்யம் இல்லாதவை. அவை ஓய்வின்றி ஓடுகின்றன. தாகம் தணிய அவ்வப்போது இரத்தம் குடிக்கின்றன. பிணங்களை மிதக்க விடுகின்றன. மண்டையோடுகளைச் சூடிக்கொள்கின்றன. நகரம் 'மசானம்தான்.' இல்லை, 'மகா மசானம்.'

இரண்டு:

அழிவின் ஆர்ப்பாட்டமான மௌனத்துக்கு நடுவிலும், இங்கே உயிர்ப்பின் துள்ளலும், தவிப்பும் சிறகடிக்கின்றன. கருத்த தோலுக்கடியில் சாக்கடை நாளங்கள் மின் நரம்புகள். தோலுக்கு வெளியிலும் மரங்களில்லை. ஆனாலும் என்ன? மின்சாரக் கிளைகளில் குருவிகள் சல்லாபிக்கின்றன. நகர்ப்

பேருந்தின் முன் கண்ணாடியில் தும்பி முட்டி மோதி விழுகிறது. இயற்கையின் பரிவை மூர்க்கமாக மறுத்து ஓடுகிற நகரத்தின் ஜீவனில் இன்னும் உயிர்ப்பின் சங்கீதம் இருக்கிறது. வேகத்தில் மூச்சுத் திணறினாலும் வாழ்க்கையின் இயக்கம் துடிக்கிறது.

மூன்று:

இரக்கமின்மையின் ஜடத்தன்மை, உயிர்வாழ்வின் ஆவேசம் — இரண்டாலும் பின்னிய சரடு நகரத்தின் சாலை. தூரங்களுக்கு விரிந்து இடங்களை அருகாக்கிக் கொள்ள இன்னும் ஓடுகிறது.

காட்சி விவரணைக்கு மறுபுறம் கவிதையின் அர்த்தமாகத் தோன்றுபவை இவை. இந்தச் சித்திரங்கள் கவிஞர் நம்மிடம் தீட்டிக் காட்டியவையல்ல, கவிதையின் உள்ளடக்கத்திலிருந்து நாமாக உருவிக் கொண்டவை. இப்படிச் சொல்லும் போதே, வார்த்தையின் முனையில் அதிருப்தியின் சிறு முடிச்சும் கனக்கிறது. இந்தச் சித்திரம் சற்றுக் கவனம் கொண்டிருந்தால் இன்னும் துல்லியமாக அமைந்திருக்க முடியுமே!

இப்போது ஓர் உருவப்படம் தெரிகிறது. ஆனால் முகத்துக்குப் பொருந்தாத மூக்கு வரையப்பட்ட உருவப்படம்.

உள்ளிருந்து சில வார்த்தைகள்...

கவிதை செய்ய முனைகிறபோதெல்லாம் சொற்களின் பலகீனத்தையும், அவற்றின் நம்பகமற்ற தன்மையையும் மென்மேலும் புரிந்துகொள்ள வாய்ப்பு ஏற்படுகிறது.

இருபக்கமும் கூர்மையான ஒரு கத்தியாய் இருக்கிறது மொழி. ஒன்றை மற்றவர்க்குத் தெளிவாக்கப் பயன்படும் அதே மொழிதான் தெளிவான ஒன்றை மூடுபனி போன்று மூடிமறைத்து குழப்பவும் பயன் படுகிறது.

அதிலும் பேச்சு மொழியைக் காட்டிலும் அச்சடிக்கப்பட்ட மொழி மேலும் இறுகிப்போய் கிடக்கிறது. "நட்சத்திரங்களை விட நிறையவே பேசுவது அவற்றிற்கிடையேயுள்ள இருள்" என்று குறிப்பிடுவார் பிருமிள். பேச்சு மொழியில் வார்த்தைகளின் இடையில் வந்து அமையும் மௌனத்தைக் கூட பேச வைக்க முடியும். இந்த வசதி அச்சுமொழிக்கு இல்லை.

கருத்துப் பரிமாற்றம் செய்யத் துடித்த மனிதனுக்கு முதலில் முன்வந்தது அவனது உடம்புதான். மனித உடலின் ஒரு பகுதியான தொண்டை, நாவு ஆகியவற்றிலிருந்து பிறந்து வந்த மொழி, நாளடைவில் உடம்பின் ஒரு செயல்பாடு எனும் நிலையிலிருந்தே மாறிவிட்டது; அச்சு யந்திரம் அச்சடித்துத் துப்பும் ஒரு 'பொருள்' என்ற அளவுக்கு இறுகிப் போய்விட்டது.

இது போதாதென்று, மிக நல்ல சொற்களெல்லாம் இன்றைய விளம்பரம், அரசியல், திரைப்படம் போன்றவற்றின் தவறான பயன்படுத்தலினால் தேய்ந்து போய்விட்டன. உள்ளே காற்றில்லாமல் பயன்படுத்தப் படும் டயர் வீணாகிப் போகிறது. இவ்வாறு உண்மையின் உள்ளீடு இன்றி பயன்படுத்தப்படும் சொற்களும் சிதைந்துவிடுகின்றன. இத்தகைய மொழி தான்

கவிஞனின் வெளிப்பாட்டுச் சாதனமாக இருக்கிறது. என்ன செய்வது?

மொழியின் நம்பகமற்ற தன்மை என்னை என்றும் வெகுவாகத் துன்புறுத்தி வந்திருக்கிறது. சுமார் எட்டு ஆண்டுகளுக்கு முன்பு வெளிவந்த எனது அந்நியனில் "வர வர வார்த்தைகளின் மீதே எனக்கு நம்பிக்கை அற்றுப்போச்சு" என்ற கவிதையை எழுதினேன்.

எனவே 'தார்ப் பாம்பு' கவிதையை நான் எழுதியபோது, தார்ச் சாலையை சாட்சி வைத்து, நகரத்து வாழ்க்கையை அப்படியே புரியவைத்து விடமுடியும் என்ற நம்பிக்கை எனக்கு இல்லை. மாறாக, நகரவாழ்க்கையின் சாரத்தை வாசகன் புரிந்து கொள்வதற்கு ஏற்ற வகையில் ஒரு தளம் அமைத்துக் கொடுத்தால் அதுவே பெரிய காரியம் என்று தோன்றியது. எனவே காட்சிகளின் துண்டுகளைச் சேகரித்து விவரிக்க முனைந்தேன். இதுவரை காணக்கிடைத்திராத புதிய காட்சிகளை உருவாக்க நினைத்தேன்,

ஒருநாள் மாலை அண்ணாசாலையில் சிக்னலுக்காகக் காத்திருந்த வேளையில் 'தார்ப் பாம்பு'க்கான நிழலாட்டம் எனக்குள் நிகழ்ந்தது. முதல் வரிக்கான சொற்கள் உதட்டு நுனியில் நகரத்தொடங்கின. உள்ளிருந்து வந்த சொற்களை உதட்டு நுனியிலேயே உருட்டி உருட்டி இடம் மாற்றி அமைத்தேன். பிறகு அந்த வரியின் சரடைப் பற்றிக்கொண்டு ஏறத் தொடங்கினேன்.

நம்மைச் சுற்றிலும் காலாவதியாகிப் போன உவமைகள் ஏராளம் மிக உன்னதமான உவமைகள் நம்முடன் பழகியதின் காரணமாக அவற்றின் புதுமைப்பண்பை இழந்திருக்கின்றன. உதாரணமாக, 'நாற்காலியின் கால்' என்பதை எடுத்துக் கொண்டால், எவ்வளவு நல்ல விவரிப்பு அது!

நாற்காலி நிற்க உதவும் நான்கு மரத்துண்டுகளை, மனிதன் நிற்க உதவும் கால்களுடன் ஒப்பிட்டு 'நாற்காலி கால்' என்ற பதச்சேர்க்கை தோன்றியது. இதே போன்றுதான் 'தார்', 'பாம்பு' எனும் இரண்டு சொற்களை இணைத்து 'தார்ப் பாம்பு' எனும் பதச்சேர்க்கையை உண்டாக்கினேன். ஆனால் பார்வை — 3ல்

சுகுமாரன் புரிந்துகொண்டது போன்று ஜடமும், உயிர்த்தன்மையும் சேர்ந்த ஒன்று என்ற பொருளும் அதில் கிடக்கிறது என்று நான் நினனத்துக்கூட பார்க்கவில்லை. சுகுமாரனின் புரிதலின் ஆழ அகலங்களுக்கேற்ப இந்த குறியீட்டின் அர்த்தம் செழிக்கிறது. இதுவே மொழியின் பலம். பல்வேறு அர்த்த பாவங்களுக்கு இடம் கொடுக்குமாறு மொழியைத் திறந்து வைத்தால் இது நிகழும். ஆனால் இதுவேதான் மொழியின் பலவீனமும் ஆகும். கவிஞன் தன் மனதில் நினைத்திராத ஒன்றை மொழி சுட்டுகிறது என்பது மொழியின் நம்பகமற்ற தன்மையின் அடையாளம். எனவேதான் சொற்கள் பயன்படுத்தப் பெறும் இடங்களுக்கேற்ப பெறும் தொனிப் பொருள் பற்றியும், எந்தெந்தவிதமான வாசகனிடம் எந்தெந்தவிதமான அதிர்வுகளை ஏற்படுத்தும் என்பது பற்றியும் கவிஞன் கவலைப்பட வேண்டியிருக்கிறது.

புராணிகத் தன்மையை என் கவிதையில் நுழைப்பதின் மூலம் சிலவற்றைச் சாதிக்கமுடியும் என்று நினைத்தேன். மூவண்ண சிக்னலையும், சிவனையும் இணைத்தேன். புராணிகத் தன்மை என்ற உடனேயே ஃபீனிக்ஸ் பறவைகளையும், ப்ராமிதியஸ்களையும் தேடி ஓட விரும்பாததால் சும்மா இருந்த சிவனை வம்புக்கு இழுத்தேன்.

வெவ்வேறு பின்புலங்களைக் கொண்ட வாசகர்களுக்கு வெவ்வேறு விதமான எதிர்வினைகளை ஏற்படுத்தியிருக்கிறது இது. ஞானக்கூத்தனைப் பொறுத்த மட்டில் சிவனைப் பற்றிய குறிப்பு நான் நினைத்ததைக் காட்டிலும் ஏராளமான எண்ண அதிர்வுகளை ஏற்படுத்தி இருக்கிறது. சங்க இலக்கியத்தில் ஊடுருவும் அளவுக்கு அது சென்று இருக்கிறது.

ஆனால் புரட்சிகர பின்னணி கொண்ட இன்குலாப்பிற்கு எந்த விதமான அதிர்வுகளையும் அது ஏற்படுத்தவில்லை. மாறாக மின்கம்பம் குறித்த வர்ணனை கிராமிய அனுபவங்களுக்கு அவரை அழைத்துச் சென்றிருக்கிறது.

கவிதையை அடர்த்தியாகக் கையாண்டு வெற்றி கண்ட சுகுமார னுக்கோ தார்ப் பாம்பு தளர்வாகத் தெரிகிறது.

என்னைப் பொறுத்த மட்டிலும், கவிதையை 'அடர்த்தியான பேச்சு' என்று வரையறுக்க மாட்டேன். கவிதையின் மொழி

பிரத்யேகமானதும் அல்ல. அது அடர்த்தியானதும், தளர்வானதும் ஆகும். அது முடி இருப்பது. அதேபோல் திறந்தும் இருப்பது.

இறுதியாக ஒரு சொல்; எந்தக் கவிதையையும் நான் முழுமையாக எழுதி முடித்துவிட்ட நிம்மதி எனக்குக் கிடைத்ததில்லை. எல்லாக் கவிதைகளும், எல்லா சித்திரங்களும் பாதியலேயே விடப்பட்டவையாகத்தான் எனக்குத் தோன்றுகின்றன. அச்சேறிய பிறகு படிக்கிறபோதுகூட இப்படிச் செய்திருக்கலாம், அப்படி மாற்றியிருக்கலாம் என்ற எண்ணம் என்னை தாக்கியே வந்திருக்கிறது. தார்ப் பாம்பும்' அதற்கு விதிவிலக்கல்ல.

"படைப்பு வாசகருக்குள் நுழைந்து அவனது அனுபவப் பாங்கைச் சீண்டிக் கிளர்வித்து அவனது சாரமும் கலந்து முன்பில்லாத புதியதொரு தோற்றம் கொள்கிறது" என்று குறிப்பிடுவார் அபி.

இதை விளக்கும் ஒரு விளையாட்டாகத்தான் ஞானக்கூத்தன், இன்குலாப், சுகுமாரன் ஆகியோரை அணுகினேன். அவர்களும் ஆட்டத்திற்கு வந்தார்கள். இந்த ஆட்டத்தில் இந்த மூவர் தவிர பிற வாசகர்களும் சேரவில்லை என்று சொல்ல முடியுமா என்ன?

●

சிட்டுக்குருவியின் மரணம்

காலையின் குரல்களில் ஒன்றை
நேற்றைய நடு இரவில் கொன்றேன்
கவிதைகள் கிறுக்கிவைத்த
கனமான நோட்டுப்புத்தகத்தை
ஆயுதமாக்கி நான் தாக்க
அது
மனிதனின் குரலில் அலறி
முணுக்கென ஓய்ந்தது
இருட்டில்
படபடவென சிறகை அடித்து
கம்பிக் கால்களால் என்னைக் கீறி
போர்த்தித் தூங்கும் குழந்தைகளைக் கீறி
முளைக்காத சிறகால்
பறக்க யத்தனிக்க
இருட்டில் தடவி
ஓங்கி அடித்தேன்
இன்றைய காலையோ
தனது கூட்டிசையில்
ஓர் இசைக்கருவி இன்றி
தவித்தது

~

செயற்கை நேரம்

நேரத்தைத் துண்டு போட முயன்றதில்லை
காக்கைகள்

ஆனால் அதில் குளிப்பதுண்டு
மணிக்கூண்டுகள்
கர்வமாய் ஒலியெழுப்பி
ஓடும் நதியில் அணைபோட முயன்று
அன்றாடம் தோற்கும்

மணல் கடிகாரங்களோ
சப்தித்ததில்லை

தொழிற்புரட்சி
நேரத்தை முணுமுணுக்கச் செய்துவிட்டது

தங்கள் நேரத்தை
யார் யாருக்கோ விற்று விடுபவர்களின்
கைகளிலோ
கைக்கடிகாரங்கள்
விடுமுறைகூட எடுக்க முடியாதவர்களின்
வீடுகளில்
ஏனோ தொங்குகின்றன
நாள்காட்டிகள்

"மணி என்ன சார்"
என்று கேட்கும் அவனுக்கு
நேரம் கூடச் சொந்தமில்லை
... ...
காக்கைக்கு?

~

மலையின் முகஜாடை

குழந்தைகள் வரையும்
படங்களில் இருப்பது போல்
இல்லை இந்த மலை
இதன் பாதியை
வெடிமருந்துகள் தின்றுவிட்டன
உட்குவிந்து உடைந்திருந்த பாறைகளில்
வெடிவைத்துத் தகர்த்தவனின்
முகஜாடை

ஆண்டாண்டுக் காலமாய்
சூரியனை
நிலவின் பாலை
காற்றை நிறையப்பருகி
இறுகி இருக்கும் இதன்
சில இடங்களில்
ஏதோ கண்ணீர் வடிப்பதுபோல்
நீர்க்கசிவின் கோடுகள்

குகை போன்ற பகுதியில்
ஆதிகால சுவர்ச் சித்திரங்கள்
இருப்பதாகக் கூறினார்கள்
அகழ்வாராய்ச்சி நிலைய அறிவிப்புப்பலகை
ஒன்று சரிந்த நிலையிலும்
இதனை அறிவித்துக்கொண்டிருக்கிறது

ஆனாலும் அதன் மடியில்
மலையின் துகள்களை
நிரப்பிக் கொண்டிருக்கின்றன
லாரிகள்

~

நகரத்தில் இரவு

அடுக்கு மாடிகளில் வாழ்பவர்கள்
சூரியனை
கான்கிரீட்டில் புதைத்தாயிற்று

சேரிக்குடிசைகளுக்குப் பக்கத்தில்
சாக்கடை நீரில்
விழுந்தது நிலா

சோடியம் விளக்குகளின்
மஞ்சளில் நனைந்த மனிதர்கள்
தொலைக்காட்சிப் பெட்டி முன்னால்
மரத்துப் போனார்கள்

நடைபாதைவாசிகளின்
அடுப்பு நெருப்பு
கொதிக்கும் மீன் குழம்பை ருசிபார்க்க
தீ நாக்குகளைச்
சட்டிக்குள் நுழைக்க முயலும்

கழிவுநாறும் பாதாள சாக்கடைகள் மேல்
அகண்ட பிளாட்பாரங்கள்
பாதசாரிகளை
நடமாட அழைக்கும்

கருப்புப்பண உபயத்தில்
கும்பாபிஷேகம் கண்ட கோபுரத்து
நியான் விளக்கு முணுமுணுக்கும்
"சிவசிவ"

மலைக்குப் போகும்
'சாமி'களுக்கென்று
தனியாக குவளைகளும் உண்டு
மலிவுவிலை சாராயக்கடைகளில்

பின்னலிட்டு பூச்சரம் சுற்றி
அழுக்குப் புடவையில்
வாடிக்கையாளர் வரவு பார்த்திருக்கும்
பாதையோரத்து உல்லாசம்

சாக்கடை நீரிலிருந்து
நிலா மறைகிறபோது
தோட்டி வேலைக்குத்
தயாராய் விரையும் அந்த முதல் காக்கை

~

மணலுக்குக் கீழும் நதிகள்

நேற்று வரையிலும் தெரியாது
வெள்ளைப் புறாக்கள் எல்லாமே
அமைதியின் அடையாளம் அல்ல என்று

நீலவெளியில் அமைதியின் பெயரை
சிறகுகளால் எழுதும் என
அண்ணாந்து பார்த்து காத்திருந்தேன்

வட்டமிட்டன தீவை

பசிமிகுந்த பற்களுடன் கூடிய அலகுகளில்
விடுதலையின்
கலைக்கப்பட்ட பிண்டங்களைக் கவ்வியபடி

மகளிரின் கூந்தல்
அவற்றின் வாயிடுக்கில்
எரிக்கப்பட்ட நூலகங்களின் சாம்பலை
கழுத்தில் பூசி இருந்தன

பாதங்களின் நகங்களில்
நோயாளிகளின் நாசிகளிலிருந்து
பலவந்தமாகப் பிடுங்கப்பட்ட
பிராணவாயுக் குழல்கள்

வெள்ளைச் சிறகுகளின் மேல்
பெரிய மனிதர்களின்
ரத்தக் கையெழுத்துக்கள்

அவை
அலகில் கவ்வி வந்த சதைகள்
என்னுடன்
என் மொழியில் பேசக் கண்டு பதைத்தேன்

"யாசித்துப் பெறுவதல்ல விடுதலை
நாங்கள் அதை நேசிக்கிறோம்"

ஆனால் எல்லாமே
முன்னரே முடிவு செய்யப்பட்டிருந்தன
காகிதங்களும், கையெழுத்துக்களும்
மனித உயிர்களைக் காட்டிலும்
அதி உன்னதமானவை என்று

நதி
பாலை மணல்
வெளியில் வற்றி உலரலாம்தான்

மணல் அடியில்
பல நதிகள் பாய்ந்து கொண்டிருப்பதை
அறியுமோ புறாக்கள்

~

எலிப்பந்தயம்

கண்டேன் எலியை
அரசாங்க அலுவலகத்தின்
ஆறாவது மாடியில்

அவசரம் பொறித்த ஃபைல் கட்டுகளுக்குள்
பழுத்த தாள்களைக்
கொரித்தபடி இருந்தது

வயல் வரப்புகளில் பார்த்திருக்கிறேன்
மகிழ்ச்சியான எலிகளை

ரயில் நிலையங்களின்
தண்டவாளங்களுக்கிடையில் கூட
ஆரோக்கியமான எலிகள்
இருக்கவே செய்கின்றன

ஆனால்
நான் பணிபுரியும் இந்த அலுவலகத்தில்
என்னுடன்
இந்த எலியின் சோகத்தைப் பார்க்கையில்
நானும் ஓர்
எலியாகிப் போனேன்

பொத்தான் காதுகளை விறைத்து
மீசை விடைக்க
ரப்பர் வாலை தரையில்
இப்படியும் அப்படியும் வீசி
முக்கைத் தூக்கி
நானும் நாற்புறமும்
பார்க்கத் தொடங்கிவிட்டேன்

சுற்றிலும்
தட்டச்சுப் பொறி
கூட்டல் யந்திரம்
கணிப்பான் என்று
அனைத்தின் முன்னாலும்
ஒரு எலி இருந்தது

~

நீதியின் வீடு

சிதையாமல்
சிவப்பாய் உயர்ந்து நிற்கும்
பிரிட்டீஷ் கட்டடக் கலையின்
நிழலில்
இன்றைய நீதி

ஆண்டாண்டுக் கால
அநீதியான தீர்ப்புகளுக்கு
மௌனசாட்சியாய்
தொன்மையான தூங்குமூஞ்சி மரங்கள்

நியாயங்களை
வாதத் திறமைகளால்
கழுவிலேற்றும்
கோபுரங்களின் கூரிய முனைகள்

பக்கத்து பிளாட்பாரத்துக் கடைகளில்
கொடுக்கும் விலைக்கேற்ப
ரகவாரியாக
அடுக்கி வைக்கப்பட்டிருக்கும்
தீர்ப்புகள்

பிரதான சாலையில்
லாரி ஏறி
பாதியுடல் சிதைந்து துடிக்கும்
எலியின் கதறல்
நீதிபதியின் தலைக்கு மேல் சுழலும்
மின் விசிறிகளின் சத்தத்தில்
சென்று கலந்து
காற்றில் கரையும்

~

களிமண் சித்திரம்

பானை: கைநாட்டு விரல்கள்
களிமண்ணில் மீட்டிய சங்கீதம்
ஒவ்வொரு தொடுதலிலும்
ஸ்வரம்
சக்கரம்
தீவிர சுழற்சியில்
களிமண் பூ மெல்ல நிமிர்ந்து
இருள் தேங்கிய வயிறு
அவிழும் கருப்பு உதடுகள்
உச்சரிக்கும் மௌனத்தை
பசி
காலியான செம்மண் குடிசைகள்
கதவற்றவை
நிழல்கள் ஊர்ந்து செல்லும் உள்ளே
யார் அனுமதியுமின்றி
வெளியே குயப்பெண்கள்
கால்களைக் கைகளால் கட்டியபடி
நெற்றியில் பொட்டில்லை
கவலை ரேகைகள்
எங்கோ படித்ததாக ஞாபகம்
சட்டியின் கழுத்தைச் சுற்றி

துடைப்பக் குச்சியால்
சித்திரவரிகள்
எழுந்து நின்று
கொம்பை ஊன்றி
அழுத்திச் சுற்றப் படுகிறது
சக்கரம்
மிதித்துப் பிசைந்த
களிமண்ணாய் இருக்கிறது
வாழ்க்கை

~

சிமெண்டு பிரேதங்கள்

காலக் கடலில்
வரலாற்றை நங்கூரமிடச் செய்வதற்காய்
பாறை
செம்பு
சிமெண்டென
பொருள்களின் தயவை
நாடும் பொழுது இது

புழுக்கள் ஜீரணித்த
பலகோடி பிரேதங்களில்
சிலவற்றை மட்டும்
உளிகளால் மறு உயிர்ப்பு செய்தனர்
சிற்பிகள்
(நல்லதொகை பெற்றுக் கொண்டு)

மண்ணுக்குள் நிம்மதியாய்
தூங்குவதை விட்டு விட்டு
முச்சந்தி, பூங்கா
பல்கலைக்கழகம்
நாடாளுமன்றம்
தனிமையாக எதிரொலிக்கும்
மியூசிய மூலைகள் -
அனைத்திலும் இவர்கள்...

குதிரை, சிலம்பு
தடி, மணிமுடி
சால்வை, புத்தகம்
இத்யாதியோடு இயங்கிக் கொண்டிருப்பதாய்
இன்னும் எத்தனை நாள் பாவனை

பயனில்லை
என்றும் சொல்ல முடியாது
அடையாளம் சொல்லி வழிகாட்ட
இவற்றாலும் பயனுண்டு

முச்சந்திகளில் நிற்கும்
இந்த
'உன்னத' மனிதர்கள் மேல்
எச்சமிட்டுச் சென்றது
இடம் மாறும் பறவைகளில்
எந்த ஊர் பறவையாயிருக்கும்?

உள்ளூர் எச்சமெனில்
உவப்பில்லை

வெளியூர் எச்சமெனில்
விசேஷந்தான் இல்லையா

~

பொய்கூறும் பெட்டி

நாக்கில் நரம்பின்றி
தினந்தோறும் பொய் கூறும்
தொலைக்காட்சிப்பெட்டி
என் வீட்டின்
வரவேற்பறையில்

கழுத்தைப் பிடித்து
வெளியே தள்ளலாமென்றால்
அது என் குடும்பத்தின்
அங்கத்தினனாகிப் போய்
நாளாகி விட்டது

காலையும் மாலையும்
கண்ணுக்கு அழகாய் வந்து
அது கூறும் பொய்கள்
அதன் மீதுள்ள
பூஜாடியின் பிளாஸ்டிக் பூக்களையும்
வாட வைக்கிறது

காதுகளிரண்டிலும்
பஞ்சடைத்துக் கொண்டாலோ
செவிடர்கள் மொழியிலும்
சொல்கிறது பொய்கள்

குழந்தைக்குச் சோறூட்டுகையில்
மனைவி சொன்ன பொய்கள் போதாதென்று
இதுவேறு அன்றாடம்
பாட்டோடு பொய் சொல்லி
பலவிற்கப் பார்க்கிறது

வீட்டிற்குள் இருக்க சலித்து
வெளியே வந்தேன்
வெயிலுடன்
உண்மையும் என்னைச் சுட்டது

~

ஒற்றைப் புள்ளிக்குள்

காகிதத்தில்
நான் வைத்த ஒற்றைப் புள்ளி
இயக்க அலைகளை
எல்லாத் திசைகளிலும் எழுப்பும்

நட்சத்திரப் புள்ளிகளின்
தொகுப்பில் வழிகிறது பால்வீதி

கோடு
புள்ளிகளின் தொகுப்பன்றி
வேறென்ன

புள்ளியில் தொடங்கும் பயணம்
கடல்தேடி புறப்பட்ட நதியாகிறது

வெள்ளைக் காகிதத்தின்
வெறுமைக்குள் புதைந்திருக்கும்
சித்திரத்தைத் தேடி
ஓடுகிறது கோடு
தேடி அலுத்த பின்னால் தெரிகிறது:

சித்திரம் காகிதத்தில் இல்லை
கண்ணுக்குள் இருக்கிறதோ

இல்லை அங்கேயும்
கண்டவனின் / காண்பவனின்
மனசுக்குள்
ஆழத்தில்
கிணற்றுக்குள் வீழ்ந்துவிட்ட பூனையாய்
ஓயாது ஒலியெழுப்பி
காத்திருக்கும்
ஒற்றைப்புள்ளிக்குள்
ஒளிந்திருக்கும்
ஓராயிரம் சித்திரங்கள்

~

முதுமக்கள் தாழிகளில் எதிர்காலம்

பசியிலிருந்து தப்பிக்க
தூக்கம்
மிக உசிதம்
மியூசியம் படிகளில்
தூங்குவதென்றால் இன்னும் உன்னதம்

புராதனமானது
பசியைக்காட்டிலும் வேறென்ன

மஞ்சள் பூத்துப்போன
எலும்புக் கூடுகளோடும்
துருப்பிடித்த பீரங்கிகளோடும்
தூங்குகையில்
இறந்தகாலத்தின் உள் புதைந்த
மரண அமைதியுடன்
இன்றைய உலகின்
உயிர்த்துடிப்புள்ள ஒருபகுதி
கலந்து விடுகிறது

வெளியே
தளிர்கோதும் மைனாக்கள்
சதா ஒலியெழுப்புகின்றன

உள்ளே
நூற்றாண்டுகளுக்கு முன்னரே
வெடிக்க மறந்துபோன துப்பாக்கிகளுக்கு
எண்ணெய் பூசிக் கொண்டிருக்கிறார்கள்
முதுமக்கள் தாழிகள்
நொறுங்கிய
தங்கள் வயிறுகளுக்குள்
எதிர்காலத்தை
ஏப்பம் விடுமோ என்கிற
அச்சம் ஏதுமின்றி

ஒளிக்கற்றைகளுடன்
ஓடிப்பிடித்து விளையாடும்
உதிர்ந்த சருகுகளை
ஊதிப்பறக்க விடுகிறது
காற்று

குளிர்ந்த காற்று
உறங்குவதற்கா
விழிப்பதற்கா

~

தொலையும் கைக்குட்டை

கடற்கரையில் தொலைத்தேன்
கைக்குட்டையை

கடுகளவும் வருத்தமின்றி
தொலைப்பதற்குத்தான் எத்துணை வசதியானது
கைக்குட்டை

காலைச் சூரியனைக்
கண்ணெடுத்துப் பார்த்ததினால்
'அச்சு' எனத் தும்மலிட்டு
அனிச்சையாய் கை
பாக்கெட்டைத் துழாவுகையில்
திடீரென
கைக்குட்டையின் பிரிவு
பாக்கெட்டின் வெறுமையிலே உறைக்கும்

அலையை உருட்டி வந்து
பாறையில் அறைந்தது கடல்

"நண்பா,
நீ இன்னும்
நாகரிகத்தில் நனி சிறப்பாயானால்
தொலைப்பதற்கு
கைக்குட்டைகளைக் காட்டிலும்
உயிர் நண்பர்களே என அறிவாய்"

மணலில் எழுதிப்
பின் வாங்கியது அலை

~

நேர்முகத் தேர்வு

உன் பெயரென்ன?

காலமும் வெளியும் நுரைத்துப் பாய்கிறது
குமிழ்கள் உடைந்து வெறுமையை உச்சரிக்கின்றன

முகவரி சொல்?

சுரங்கப்பாதையின் இருட்டில்
தீப்பந்தம் இல்லை கையில்

வயது?

ரயிலின் வேகத்தில்
தந்திக் கம்பங்கள் ஓடுகின்றன எதிர்த்திசையில்

எதுவரை படித்திருக்கிறாய்?

அழுக்கிலும் மொய்க்கும்
நகரத்து பட்டாம்பூச்சிகள்

சாதி என்ன?

விளக்கேற்றப்படாத அறைகளின்
உள்ளிருந்து வந்தேன்
'வெளி'யின்
விசுவரூப தரிசனம்

~

புரிந்து கொண்டவை பறவைகளே

எந்த புதியதின் மீதும்
பழைமையின் தூசு

வரலாறுகளை அரித்துத்தின்று
மரத்தூளாய்த் துப்பிவிட
துடிக்கிறது காலம்

ரத்தபந்தங்களின் கயிறுகள்
வெறும் சிலந்திவலை நூற்புகளே
என்று நேற்று தெரிந்தது

உனக்காக சிந்துவதற்கென்று
இரண்டு சொட்டுக் கண்ணீரை
உன் சகோதரன் வைத்திருக்கிறானா
சந்தோஷப்படு

ஆனால்
பொய் முகமூடி அணியாதவர்களை
தாய்கூட மதிக்க மாட்டாள்

வயோதிகம்
எல்லோருக்கும் கற்றுக் கொடுப்பது
ஒட்டுண்ணியாய் மாறிவிடும்
தந்திரம் மட்டுமே

போய்த்தொலைந்த ஆண்டு
வரப்போகும் எல்லா ஆண்டுகளுமே
கற்றுக்கொடுப்பது ஒன்றேதான்

அன்பைக் கொடு
தாராளமாக

பதிலாக உனக்குக் கிடைக்கப் போவது
முட்கள் நிரம்பியகள்ளி

இருந்தாலும்
கொடுத்து ரத்தம் கசிவதில்
ஒரு சுகம் இருப்பதாகத் தெரிகிறதா
அப்படியானால் கொடு

மனைவியும் குழந்தைகளும்
பறவைகள்

சருகுகளை உதிர்த்துவிட்ட
மொட்டைமரம்
பறவைகளுக்கு
நம்பிக்கையின் குறியீடு

புதிய தளிருக்கு இடம் கொடுத்து
பழைய சருகுகளை உதிர்த்தது மரம்
என்று புரிந்து கொண்டவை
பறவைகள் மட்டுமே

~

சொல் வேண்டும்

சொற்கள்
எனக்கு மட்டுமே சொந்தமில்லை

அவன் மென்று
அவள் மென்று
வேறெவரெவரோ மென்று துப்பிய
எச்சில் சொற்கள் தான்
எஞ்சி இருப்பவை

நாளை
அவரவரும் ஒரு சொல்லை
அவரவருடையதென
எடுத்துச் சென்றுவிடில்
என்னாகும் என் கவிதை

போதும்
தெருத்தெருவாய் கைநீட்டி
தின்று மிஞ்சிய எச்சில் சொற்களுக்காய்
பிச்சையெடுத்தது

இனி எனக்கு வேண்டும்
யார் நாவும் பட்டிராத
புதியதொரு
சொல்

~

குடுகுடுப்பைக்காரன்

தொலைவில் கேட்கும் கீதம் போல்
குடுகுடுப்பைக்காரனின்
உடுக்கை ஒலி

பின்னிரவில்
நாய்களின்
குரைப்பொலி - விதவிதமாய்

குலுங்கி விரையும் பாரலாரிகளின்
சத்தத்தில்
நொறுங்கி முன்னேறும் அவன் குரல்

கை கண் உதடு
உடம்பின் எல்லாப் பகுதிகளிலிருந்தும்
உடுக்கை ஒலித் துகள்கள் சிதற

நம்பிக்கையை
ஓசை உலகில் விதைத்தபடி
விடியலின் இருளில்
கசிகிறது அவன் குரல்

தாளலயம் தப்பிய உலகில்
துவாரம் தேடி நுழைய முயலும்
சன்னமான
உடுக்கை ஒலி
இருந்தாலும்
காண்பதில்லை இப்போதெல்லாம்
குடுகுடுப்பைக்காரனை

~

மூன்றாவது குரல்

அவள் அறிவாள்
கணவனின் வசைபாடும் குரலை

விரட்டும் மகனின் குரலில்
கம்பீரமாய்
படிப்பின் பளபளப்பு படிந்திருப்பது பற்றி
அவள்
பெருமைப்பட்டதுண்டு

ஆனால்
அடுப்பின் முன் நிற்கையில்
குளிருட்டிய அறையில்
தட்டச்சுப்பொறி முன்னால் அமர்கையிலெல்லாம்
பேருந்து நெரிசலுக்கிடையில்
விநோத தனிமை கிடைக்கிறபோதெல்லாம்
பேசத் தொடங்கி விடுகிறது
மூன்றாவது குரலொன்று

உள்ளிருந்து
பலிகேட்டு பயமுறுத்தும்
இந்தக் குரல் யாருடையது

சமையல் அறை மூலையில்
'சொச்' கொட்டும் பல்லியிடம்
கேட்டிருக்கிறாள் பலமுறை
பதில் சொல்ல மறுக்கிறது
பல்லி

~

தொடர்வண்டி

தினந்தோறும்
சுடுகாட்டைக் கடந்து போகும்
மின்சார ரயில்

படியில் தொங்கி பயணிப்போரின்
உதடுகள் பிரிந்து
வெட்ட வெளியின்
அந்தரங்கத்தில் பேசும்
நிராசைகளை

முகத்திலறையும் காற்றில்
பாட்டியைப் புதைத்த இடத்தில் முளைத்த
வேப்பமரத்தின் வாசனை

தண்டவாளத்துக்கிடையில்
புல்லின் நுனியில் கடுகாய்ப் பூத்த
மஞ்சள் பூவிலும்
ஒரு வண்ணத்துப் பூச்சி

அடர்த்தியாய் நுரைத்து
மெதுவாய் நகரும்
அழுக்கு ஆற்றில்
கரைந்து கொண்டிருக்கும்
பக்கத்துச் சுடுகாட்டின் மனிதச் சாம்பல்

இருந்தாலும்
நில்லாது
தினந்தோறும்
தினந்தோறும் சுடுகாட்டைக்
கடந்துபோகும் மின்சார ரயில்

~

ஆடுகள்

"காகிதம் தின்னும்
நகரத்து ஆடுகளின்
கறியைத் தின்பதில்லை"

சொன்னான்
கிராமத்தில் வாழும் என்
ஓவிய நண்பன்

ஆடுகளுக்குத் தெரியும்
காகிதத்துக்குள்
காடுகளின் பச்சை வாசனை

வெட்டிப் போட்ட மரத்துண்டில்
இயந்திரம் கடைந்த மரக்கூழில்
இளவேனிலின் வாசனை
இன்னும் இருப்பதை
காகிதத்தில் ருசிக்கும்
ஆடுகள்

ஓவியனுக்கு என்ன தெரியும்

தைல வண்ணம்
அல்லது
நீர்வண்ணம்

~

விரோதி

சுவர் கடிகாரத்தின்
உலோக முட்கள்
இரக்கமின்றி நகர்ந்து நகர்ந்து
வாழ்வின் நிமிஷங்களை
என் கையிலிருந்து பிடுங்கும்

நான்
மனசுக்குள் முட்டிய
வெறுமை கணப்பில்
குளிர் காய்ந்து கொண்டிருக்கையில்
என் கையிலிருந்த
பரிசுகள் அனைத்தும்
காணாமல் போகும்

எனக்கு யார்தான்
எதிரி என்றறிய
மூளையின் ஒவ்வொரு சந்திலும்
ஓடித்தேடி
தொலைவில் ஓடும்
அவனைத் துரத்தி சட்டையைப் பற்றி
இழுத்து நிறுத்தி
யாரென்றறிய
முகத்தைத் திருப்பினால்
நான்தான் என்று சொல்லும்
புருவம் உயர்த்தி
உதடுகள் துடிக்கும்
என்
சொந்த முகம்

~

வினாக்களின்றி வாழ்க்கை

காலை நேரத்து
டி. வி. ஆன்டனாவில்
கூட்டிசை பயிலும் குருவிகளுக்குத்
தெரிந்தது எத்தனை ராகம்

இரை எடுத்தது போக
எஞ்சியதை
இசைபாடுவதில் கழித்து
வாலாட்டிக் களிக்கும்
இவற்றின் வாழ்க்கைக் குறிக்கோள் தான் என்ன

வினாக்களேதும் எழுப்பாமல்
வாழந்து விட்டு போ

~

இரண்டு கவிதைகள்

I

புதையுண்டவர்கள்
வேர்களுடன்
வாழ்க்கையை
விவாதித்துக் கொண்டிருக்கையில்
மண்மேட்டில் பூக்கும்
புது மலர்களுக்கு
போதிக்கும் சூரியன்
"மானுடம் வாழும்"

II

பிணத்தைப் புதைக்க
சுடுகாட்டுக்கு வந்த கூட்டத்தில்
ஒருவர் கேட்டார்
"இந்த பக்கமெல்லாம்
நெலம் என்ன வெலைக்கு
போகுதுங்க?"

~

துணைக்கு முட்கள்

அறைக்குள் இருக்கும்
கள்ளிச்செடி
என் துணைக்கு
மலர்கள் இல்லை
பசுமையான முட்களின்
அலங்கார வரிசை
கையில் குத்தி ரத்தம் கசியாதவரையிலும்
நேசிக்கலாம் மிகவும்
விஷக் கருவிகளையும்
அணு ஆயுதங்களையும்
நேசிப்பதுபோல்
ஊசிபோல் முட்களின்
கைகோர்த்தலில்
தன்மேல் வண்ணங்களின் சங்கமம் ஏதுமில்லை
என்பது பற்றி
வருத்தங்கள் ஏதுமின்றி
பெருமையுடன் வீற்றிருக்கிறது
என் மேசை மேல்
பூவேலைப்பாடுள்ள பீங்கான் தொட்டியில்
மின்விசிறியின் காற்றை
அனுபவித்துக் கொண்டு

~

பிரிவு

அவுரங்காபாத்தின்
அந்நியமான விடுதியின்
அழுக்கு நாறும் மெத்தையில்
மேலும் புதையும் உடம்பு

குப்பிக்குள் மேகமாய் உறைந்துபோகும்
தேங்காய் எண்ணெய்

அடர்த்தி கூடிவிட்ட
பிரிவு
நட்சத்திர ஓட்டல்கள் முன்
கார்களின் வழுவழு உடம்பில்
பனித்துளி பல்புகள்

உள்ளே
அஜந்தா கனவுகளுடன் உறங்கும்
அயல்நாட்டுப் பயணிகள்
சாவின் தனிமையை வெள்ளைக்கல்லில்
உரத்து உச்சரிக்கும்

நிலவின் குளிரில்
பிரேதமாய்ச் சில்லிட்டுப் போகும்
'பீபீ கா மக்பாரா'
மராட்டிய வெள்ளைக் குல்லாய்க்குக் கீழே
புகையிலை மென்ற
கரும்பற்கள்

நினைவுகள்
நிறம்மாறும் எனக்குள்
~

பீபீ கா மக்பார - ஔரங்கசீப் தன் மனைவியின் நினைவாகக் கட்டிய தாஜ்மகால் போன்ற கட்டடம்

எழுதாமல் இருந்தாலென்ன?

கவிதை எழுதி ரொம்பதான் நாளாச்சு
மழித்த கன்னத்தில்
குறுமயிர்வேர்கள் சிலிர்க்க
குத்திட்ட கண்கள்
கபாலத்தின் உள்புறமாய்ப் பிதுங்க
வெறித்துக் கோணலாகும் உதடுகளுடன்
கவிதை எழுதி

நிசப்த கிணற்றுக்குள்
'டப்' பென்று
காக்கை இட்ட எச்சம்போல்
நெஞ்சுக்குள்
கவிதையின் விதை ஏதும்
விழவில்லையோ இது நாளும்

இல்லையேல்
நடைபாதை பழம் விற்கும் கிழவியிடம்
குறுந்தடியின் வலிமை காட்டி
பழம் பறிக்கும் போலீஸ்காரனைத்
தட்டிக் கேட்கமுடியாத
கையாலாகாத்தனம்
கவிதை எழுதினால்
அதிகமாகுமென்று
புரிஞ்சு போச்சோ மனசுக்கு

நகரத்து நாடகத்தில்
நாளெல்லாம் நடிப்பதற்காய்
முகத்திலிட்ட
ஒப்பனைச் சாயங்கள்
தின்று மீந்த
என்றன் முகம்
கவிதைக் கண்ணாடியில்
காணச் சகியாதென்ற
பயமேதான் காரணமோ

ஒருவேளை
அழவும் சிரிக்கவும் மறந்து போன
ஆய்வாளர் எவரேனும்
'கவிதை இன்று செத்ததென்று'
கட்டிவிட்ட கதையை
நானும்
நம்பித்தான் விட்டேனோ

போய்த்தொலையட்டுமே
கவிதை
எழுதாமல் போனால்தான் என்ன

அந்த
குறத்தி இடுப்புக் குழந்தை
இன்னமும்
என்னைப் பார்த்துச்
சிரிக்கவே செய்கிறது

~

பாண்டிச்சேரி கடல்

I

அதிகாலை: 3-00 மணி

கடல் என்னிடம் எதையும் சொல்வதில்லை
இருக்கிறது
இருளின் அபூரிதக் கரைசலில்
கனத்துப் போன கடல் நீர்
நிலவுக்குக் கீமே

இறக்கும் முன்னர்
கருத்த உடம்பை முறுக்கிக்கொள்ளும்
ஒரு மாபெரும் விலங்கைப்போல்
உயிரோடு புரள்கிறது

தொண்டைக்குள் குமுறுகின்ற
புறாக்களைப் போல்
வலியில் சதா முனகுகிறது

உடலிளைக்க ஓடுவோரும்
நாயோடு நடப்போரும்
இதை அறியாமல்
இன்னும் போர்வைக்குள்

இருளின் அடர்த்தியில்
வானோடு கலந்துவிட்டது
கடல்

~

II

காலை: 5-30 மணி

இருளின் தோல் மெல்லமெல்ல
உரிகையில்
கடலின் குமுறலுக்கு எதிராக
காபிக்கடை ஸ்டவுகளின்
எரியோசை

தொலைதூரப் புள்ளிகள்
கட்டுமரங்களாய் மலரும்
சிவப்புக் காகித விளக்காய்த் தோன்றி
நெருப்புப் பிடித்து எரியத் தொடங்கும்
அடிவானில்

மனிதர்கள் இப்போது
இருள் பூசிய அரூபநிலை தவிர்த்து
அடையாளங்களுடன் வருவர்

கடற்கரையின்
சிமெண்டு தரையில்
சிறுமியைப்போல் தத்தித்தத்தி நடக்கிறது
காகம்
நடப்பதின் சுகம் தேடி

~

III

பகல்: 11-00 மணி

சளைக்காமல்
முதுகுக்குப் பின்னால்
சீறும் மனிதர்களைப்போல்
என் முதுகின் பின்
அலையெற்றி சீறும்
காலை 7 மணி கடல்

தனக்கு
என்
முகம்காட்டாமல்
முதுகு காட்டிய கோபத்தில்
சூரியன்
பிடரியில் சுரீரென அடித்து
நடைபாதையில் என்னை
நிழலாய்த் தள்ளும்

~

IV

மாலை: 6-00 மணி

நேற்றைக்குப் பார்த்ததுபோல் இல்லை
இன்றைய கடல்

ஆயிரம் தலைப் பாம்பாய்ப் படமெடுத்துப்
பாயவில்லை
நடைபழகும் குழந்தையின்
தளர் நடையைக் கற்கிறது
அலை

வெளிர்நீலவானில்
வெண்மை பூக்காத பிறை
சாலை விளக்குகள் எரியத்தொடங்கிவிட்டதை
அண்ணாந்து பார்த்தால் மட்டுமே அறியலாம்
மக்கள் மாலை என்று
அழைக்கிறார்கள் இதை

பாறைகள் கூட
வேறு மாதிரியாகத்தான் தெரிகின்றன
தாக்கும் அலைகளின் எதிர்நின்று
போராடி

நகரத்தைக்
காக்கும் சிப்பாய்கள் போல்
தோன்றிய பாறைகள்
இன்று ஏதோ
காற்று வாங்குவதற்கென்று
வந்து
கடற்கரையில் அமர்ந்தாற்போல்

~

V

இரவு: 10-00 மணி

காதில் சதா
கடல் புரளும் ஓசை

பிறந்த நகரத்தின்
அமைதி துயிலும் தெருக்கள்
அழைக்கின்றன அடிக்கடி

அன்று
மணலில் பதித்த
என் சுவடுகளையெல்லாம்
தின்றுவிட்டன அலைகள்

இன்றைக்கும் சுவடுபதிக்க
இடம் கொடுக்கிறது
கடற்கரை

ரத்தம்
கடல் நீரைவிட
அடர்த்தியானது அல்ல
இடம் பொருள் ஏவல் கருதி
மாறும்
ரத்தத்தின் அடர்த்தி

தெரியும் கடலுக்கு
திரண்டு புரண்டு
ஓசையுடன் கிளர்ந்தெழும் அலைகள்
இறுதியில் வெறும்
உப்புநீர்க் குமிழிகள் என்று

~

நட்சத்திர இரவு

நம்
சூரியக் குடும்பத்தைச் சேர்ந்ததல்ல
அந்த நட்சத்திரம்
பாவம்
அது ஒரு அகதி

நாற்பத்தெட்டுக் கோடி ஆண்டுகள்
'வெளி'யில் பயணித்து வந்து
இன்று என்னைப் பார்த்து
சிரிக்கிறது அதன் வெளிச்சம்

மொட்டைமாடி இருட்டில்
வாழ்ந்தேன் நான்
48 கோடி ஆண்டுகளை
மொத்தமாய்
ஒரே கணத்தில்

~

பூனை

சாப்பாட்டு மேசைக்குக் கீழிருந்து
மெல்லிய பெண் குரலில்
யாசிக்கும்
பூனை

மீன் முள்ளை
அல்லது
கொஞ்சம் பாலை

வாலை குழந்தை போல் கிடத்தி
தலைதூக்கிப் பார்க்கும் அதன்
சாம்பல் விழிகளின் நடுவே
கோடாய்க் கீறிய கருமையில்
கானகத்துப் பசித்த சிறுத்தைகளின்
உறுமலொலி
கெஞ்சுவதுபோல் இல்லை அதன் பார்வை
வெறும் மிரட்டல்

போவென விரட்டுகையில்
மெத்தென்ற பாதங்களிலிருந்து
குத்துவாள்களாய் நகங்கள் உருவி
கன்னத்தில் அறைவேனெனச்
சொல்கிறதோ

பூவுடலும்
வெல்வெட் தோலுக்குள் அசைகின்ற எலும்புகளும்
சொல்லும்
அது வீட்டின் பூனை என்று

~

அந்தரங்க வளையம்

லி·ஃப்டிற்குள்
நெரிசலிலும்
எப்படியோ ஒரு தனிமை
எல்லோரின்
அந்தரங்க வளையங்களையும் கடந்து
உள் பிரவேசித்த
உடல்களின் அருகாமை
பிரித்து விடுகிறது
மனிதர்களை

எல்லோரும்
ஒருவரை ஒருவர்
நேரில் கூடப் பார்த்துக்கொள்ளாமல்
ஓடிக்கொண்டிருக்கும்
மாடிகளின்
சிவப்பு எண்களைக்
கவனித்தபடி

~

அழுகிப்போன கையெழுத்துப் பிரதி

அச்சுக் கோர்க்கப்படும்
ஈய எழுத்துகளில்
நான் உயிர்த்தெழுகிறேன்

வார்த்தைகளற்ற உலகிலிருந்து
தடபுடல் ஓசையுடன் அச்சு யந்திரம்
காகிதத்தில் பதிவு செய்கிறது
என் கனவுகளின்
எலும்புக் கூடுகளை

அவசரமான இந்த நகரத்தின்
தொழிற்சாலைகளும்
ஊர்திகளும்
எச்சிற்படுத்திய இந்தக் காற்று
சுவாசத்தில் பரவி
ரத்தசோகை பிடித்த
ஒரு நிழலாக்கிவிட்டது
என்னை

என் ஒரே நம்பிக்கை
இந்த அச்சுயந்திரம்
உரமேறிய இதன்
உலோகக்கரங்கள்

சுழன்று சுழன்று
பளபளப்பேறிய இதன்
சிறிதும் பெரிதுமான
சக்கரங்கள்

தினந்தோறும்
மின்சாரம் பருகி
பதிவு செய்கின்றன
என்னை
மீண்டும் தோண்டி எடுக்க
தொல்பழங்கால
தாவரங்களின் பதிவுகளை
அகழ்வாராய்ச்சியாளர்கள்
தோண்டி எடுப்பதுபோல்

~

ப்ரெய்ல்

ரயில் நிலையப் படிக்கட்டின்
அவசரத்தில்
பரிசுச்சீட்டு விற்கும்
குருட்டுத் தம்பதியருக்கு
அந்தகாரம் வழங்கிய
அந்தரங்கம்

தொடுதலின் அனுபவத்தில்
காதலின் குருட்டு எழுத்துகள்
வாக்கியங்களாக மலரும்

கைத்தடியில் பொருந்திய
சைக்கிள் மணியோசை
இருள் பாறைகளை விலக்கி
வழி கொடுக்கும்

சூரியனும் சந்திரனும் அற்ற
சுதந்திர உலகையும்
தன் ஆட்சி அதிகாரத்தில் வைக்கும்
கடிகாரம்

~

எழுதப்பட்டுவரும் அகாவியத்திலிருந்து சில

சாம்பல் வார்த்தைகள்

நெடுங்கவிதை

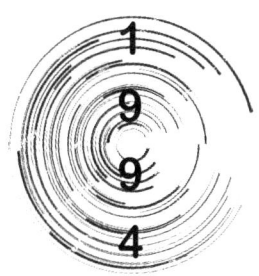

என் எழுத்துக்களின் முதல் வாசகிகளான
வாணி, கவிதா, கீதாஞ்சலிக்கு...

முன்னுரை

செத்த குழந்தையாய் கையில் கனக்கிறது மொழி. மரத்துப்போன படிமங்கள். கோஷப் பொய்கள். கைப்பிடி தளர்ந்து போன வாள்களாய் வார்த்தைகள். சுடச்சுட பரிமாறப்பட்டிருக்கிறது வாழ்க்கை என்னுடைய உள்ளங் கையில். கவிதை எழுதுவதற்கான நேரமில்லை இது.

என்னைச் சுற்றிலும் 80 சதவீத மக்கள் எழுதப் படிக்கத் தெரியாதவர்கள். தற்குறிகளால் நிரம்பி இருக்கிற மூன்றாம் உலகில் கவிதை எழுத முனைவது பற்றி என்ன சொல்ல? மொரொக்கோ நாட்டு எழுத்தாளர் டஹர் பென் ஜெல்லோன் (TAHAR BEN JELLOUN) சொல்கிறார்: "படிக்காதவர்கள் நிறைந்திருக்கிற ஒரு கண்டத்தில்தான் எழுத்தாளர்களுக்கான மிகப் பெரிய தேவை இருக்கிறது. இங்கே எழுதுவது என்பது தோல்வியை ஒப்புக் கொள்ள மறுப்பது ஆகும்" தமிழ் மொழியின் மீதான எனது உரிமையைப் பயன்படுத்தி சூதாடிப் பார்த்துவிட முடிவெடுக்கிறேன். எதிர்காலத்தில் என் குழந்தைகள் எழுந்து வந்து எழுதப் படிக்கத் தெரிந்த எங்களுக்காக என்ன வைத்திருக்கிறாய் என்று கேட்கிறபோது நான் மௌனமாய்த் தலைகுனிய முடியாது. எரியும் பிரச்சினைகள் ஏதுமற்ற நாடுகளில் ஒரு எழுத்தாளன் என்பதன் பொருள் வேறு. அங்கே அவனது பண்பாட்டைச் செழுமைப்படுத்தக் கூடிய கலை நேர்த்திமிக்க ஒரு படைப்பை வழங்கினால் மட்டுமே போதுமானது. இந்தியாவைப் போன்ற மூன்றாம் உலக நாடுகளில் அப்படி இல்லை. ஒரு கவிஞன் என்பவன் சமூக விமர்சகன் என்கிற கடமையையும் கூடுதலாகத் தோளில் சுமக்கிறான். அதே

நேரத்தில் கலையை காயப்படுத்தும் முயற்சிகளை எதிர்த்தும் அவன் போராட வேண்டி இருக்கிறது.

20 ஆண்டுகளாக வார்த்தைகளைத் திறந்து பார்க்க முயன்று வந்திருக்கிறேன். இன்று எனக்குப் புரிகிறது: வார்த்தைகள் காலி பெட்டிகள். நாம் எதைப் போட்டு மூடி இருந்தோமோ — எதைப் போட்டு மூடுகிறோமோ — அதையே உள்ளடக்கி இருக்கிற ஒரு கண்ணாடிப் பெட்டி அது என்று புரிகிறது.

நிதர்சனத்தின் குறியீட்டு வடிவம் மொழி என்ற பெயரில் தலை தூக்குகிறது. இது உருமாற்றங்களின் காலம். வெளி உலகைப் பார்வை ரீதியாக உள்வாங்குதல் பிரக்ஞையாகிறது. பிரக்ஞை மொழியாகிறது. மொழி காட்சிகளை எல்லோர் கண் முன்னாலும் விரித்துக் காட்டுகிறது.

நானும், என் சக மனிதர்களும் ஒரு குளத்திலேயே நீர் அருந்துகிறோம். இருப்பினும் என் உலகத்தை நீங்கள் நிராகரிக்காமல் ஏற்றுக் கொள்வீர்கள் என்பது நிச்சய மல்ல. அப்படியும் என் உலகத்தை நான் உங்கள் முன் படைக்கிறேன். உங்கள் அங்கீகாரத்துக்காக அல்ல. இப்படி ஒரு உலகம் இருக்க முடியாது என்று நம்பிக்கொண்டிருக்கிற உங்களது முட்டை ஓடுகளை நொறுக்குவதற்காக. யதார்த்தமான உலகை யதார்த்தமான முறையிலேயே சித்திக்க முயன்றிருக்கலாமே என்று கேட்கிறீர்கள். உண்மைதான். ஆனால், இருத்தல் குறித்த மிக நுட்பமான வினாக்களை யதார்த்தம் கீழே போட்டு உடைத்து விடுமோ என்று அஞ்சுகிறேன்.

காற்றில் மிதக்கையில் தன் உருவத்தை மாற்றிக்கொண்டே போகிற மேகத்தைப் போன்ற ஒரு வடிவத்தைத் தேர்ந்தெடுத்திருக்கிறேன். இதற்குள் ஒரு அபத்தமான தர்க்க நியாயம் இருக்கிறது. கனவில் உருவங்கள் ஒழுங்கற்றுப் புரள்வது போன்று என்னைச் சுற்றிய இன்றைய உலகின் நிஜமான நிகழ்வுகளையும், மனிதர்களையும் பற்றிய பதிவுகைள ஏற்படுத்தி இருக்கிறேன்.

இன்றைய உலகைப் பற்றிய என் குறைகளையும், கோபங்களையும் இலக்கியமாக மாற்றும் மன ஆரோக்கியத்திற்கான ஒரு செயல்பாடுதான் இது. அந்தரங்கமான தனிப்பட்ட இந்த பயிற்சியை உங்களுடன் பகிர்ந்து கொள்வதில் தயக்கமேதும் இல்லை எனக்கு. உங்களுக்கு?

நான் சோகத்தில் மூழ்குகிறேன். எனக்குள் வலி தெறிக்கிறது. எனது வலியை ஒரு திட வடிவச் சிற்பமாக உங்கள் முன் வைப்பதற்கு கனவுகளையும், கற்பனைகளையும் ஊடகமாகப் பற்றிக் கொள்கிறேன். எனக்கு இந்த உலகம் எப்படி அளிக்கப்பட்டிருக்கிறதோ அப்படியே (அதன் மூடுபனியோடு) எந்தவித பயமோ, வெட்கமோ அற்ற நிலையில் உங்கள் முன் படைக்கிறேன். அனுபவத்தை இலக்கியமாக்கும் முயற்சியில், உங்களுக்கும், எனக்கும் இடைத்தொடர்பாக இருக்கும் சில சிலந்தி வலை இழைகளை அறுத்துவிட்டு இருப்பேனோ என்று கூடத் தோன்றுகிறது.

எனது மொழி வாழ்க்கையின் ஆழ அகலங்களைக் கண்ட பழமை யான மொழி. யாருமே இதுவரை புதைக்கப்படாத கன்னி பூமியில் சாகும் உல்லாசம் எனக்கில்லை. நான் இரக்கத்தை யாசிக்கிறேன் — யாரிடமிருந்து என்று தெரியவில்லை. இனிய இரக்கம் மிகுந்த வார்த்தைகளுக்குள் குத்துவாள்கள் மறைத்து வைக்கப்பட்டுள்ளன. இந்த நிலையில் என் கண்ணில் புலப்படாத நம்பிக்கையை உங்கள் முன் ஜோடிக்க எனக்கு விருப்பமில்லை.

நான் நம்பிக்கை இழந்திருக்கிறேன். வாழ்க்கைக் கடலில் சீறி விழுந்து புரண்டு தாக்கும் அலைகள் நம்பிக்கையின் கரைகளை அரித்துத் தின்றிருக்கின்றன. முழுக்க முழுக்க கற்பனை பிசைந்து செய்யப்பட்ட இக்கவிதையில் யதார்த்தத்தின் முடிச்சுகள் உருள்கின்றன.

நெரிசல் மிகுந்த மின்சார ரயிலில் குருடனின் புல்லாங் குழலிசை எதையோ சொல்ல முயல்வதும் அதை எதுவாகவோ புரிந்து கொள்வதுமான ஒரு பரிவர்த்தனை நமக்குள் நிறைவேறுகிறது.

இந்திரன்

நாம்
சாம்பல் நிறமான அனைத்தையும் நேசிப்போம்
சாம்பல் நிறமேடை, சாம்பல் நிற கத்தி
சாம்பல் நிறமான ஒரு தூக்கம், வடிவம்
சாம்பல் நிற காட்சிகள்

      - **வோல்லே சொயின்கா**

உடலை
உள்மேலாய்த் திருப்பி
அணிந்து கொள்கிறேன்

ஒட்டைகளுடன்
வீங்கிய இதயம்
இப்போது
எல்லோர் கண்களுக்கும்

பாதாளச் சாக்கடைகள்
வழியெங்கும்
வாய்பிளந்து

நானோ
வலையில் மாட்டி
மூழ்கிக் கொண்டிருக்கிறேன்

மொழியின் அடி ஆழத்தில்
திமிங்கிலங்கள்
வால்களினால் விளாசுகின்றன

குரல் எழுப்பி
கத்த முனைகையில்
ஏராளமாய் அர்த்தங்களைக் குடித்து
வயிறு ஊதிவிட்டது

க ட ப
ச த ற
ய ர ல வ
ழ ள

மொழியின் நீர்ச்சுழலில்
மாட்டியிருக்கிறேன்

நான்
விடாமல் கத்துகிறேன்
கடவுளின் பெயரைச் சொல்லி

அவனோ
ரயில் நிலையப் படிக்கட்டில்

அழுக்கு நாற அமர்ந்துகொண்டு
தனக்குத்தானே பேசிக்கொண்டிருக்கும்
பைத்தியக் குள்ளனைவிடக்
கேவலமாய்

பயணிகள் போட்ட
பிச்சைக்காசுகளை
மீண்டும்
படிகளில் இறைத்தபடி
நான் மூழ்கிக் கொண்டிருக்கிறேன்

யதார்த்தத்தின் குறியீடு
மெல்ல மேலெழும்பி மிதக்கிறது
கழுத்தில் கபால மாலையுடன்
சிவன் சொல்கிறான்:
"உன்னையே நீ விழுங்கு"
கால்களிலிருந்து தொடங்கி
இடை
மார்பு
கழுத்து
தலையை விழுங்க முடியாமல்
தவிக்கிறேன்

இடி
மின்னல்
திராவகமழை மேகம் கூடியிருக்கிறது.

காளி
உக்கிரத்தில்
காலை தலைவரை தூக்கி ஆடுகிறாள்
காவல் நிலையங்களில்
கைத்தடிகள்
பாம்புகளாய் மாறி
சாத்தானின் ஆப்பிளைச் சுற்றி
ஊர்ந்து செல்கின்றன.

பாம்புகளின் புராதனப்பசிக்கு
பலியாகின்றனர்
பத்மினிகளும் சாவித்திரிகளும்
நர்சரிப் பள்ளிகளில் குழந்தைகள் பாடுகிறார்கள்
ஆங்கிலத்தில் கடவுள் வாழ்த்து
"எல்லாம் உலகில் சரியாய் இருக்கிறது
கடவுள் சொர்க்கத்தில் இருக்கிறார்"

சிலுவையில் அறையப்பட்ட மநு
மூன்றாம் நாளே
உயிர்த்தெழுந்து விட்டான்
திறந்த வெளியில்
தெற்கு மூலையில்
பெண்ணையும் பறையனையும்
பலிவைத்து படையலிட்டு
பூதவேள்வி நடத்துகிறான்

தீப்பற்றி எரியும் கூந்தலுடன்
பெண்கள்
மஞ்சள் குங்குமத்தோடு
வெள்ளிக்கிழமை விரதமிருக்கிறார்கள்

எள் அரிசி பழம் உளுந்து சாராயம்
தொங்கும் காதுகள் நீரில்பட நீர்குடிக்கும் வெள்ளாட்டின்
அழுகாத மாமிசம்
திவசச்சோறு உண்டு மகிழும்
மநுவுக்கு
மென்மேலும்
பிறவிகள்

திரவ கிரகத்தில்
நீர்மூழ்கிக் கப்பல்கள்
எழுத்தாணிப் பூச்சிகளாய்
தண்ணீரில் வரையும்
எல்லைக் கோடுகள்
அறுவடை வயல்கள்
தீயில் எரிகையில்
அகதிகள் மரணத்தின் மூச்சுக்காற்றைப்
பிடரியில் உணர்ந்தபடி ஓடுகிறார்கள்

இரக்கத்தைச் சுவாசிக்கவேண்டி
பிளந்த வாய்களுடன்
சூரியன்
ஏளனமாய்ச் சிரிக்கிறான்
வானம் தலைக்குமேல்
எல்லையற்று விரிகிறது
பருவத்துக்குப் பருவம் பறவைகள்
சுதந்திரமாய்
உலகம் முழுவதும் சுற்றுகின்றன

140 லட்சம் மனித உடல்கள்
உயிருடன்
தலைகளற்று உலாவுகின்றன

கண்ணைக்கூச வைக்கும்
வீடியோ வெளிச்சத்தில்
நகம் முளைத்த நாவுகளோடு
பெரிய மனிதர்கள்
பசித்த மனிதனுக்கு
வார்த்தைகளை
உண்ணக் கொடுக்கிறார்கள்

விளம்பரங்களின் இசைவார்த்தைகளில் (இந்தி உச்சரிப்போடு)
பொய் சொல்கிறது
என் தமிழ்

சலவைத் தூள்களும்
நுரை கொழிக்கும் சோப்புகளும்
வெள்ளைச் சட்டைகளின்
ரத்தக் கறைகளை
வெளுத்தெடுக்க முடியுமென்று

நான் மூழ்கிக் கொண்டிருக்கிறேன்
நெத்திலி மீன்கள்
கூட்டம் கூட்டமாய் வந்து
என்னை மொய்த்தபடி
பிடுங்கித் தின்கின்றன
கடல் தாவரங்களின் பசுமை மட்டுமே
எனக்கு ஆதரவாய்

பழங்களைத் தேடுகிறேன்
எனக்குக் கிடைக்கும் பழங்களில்
விதைகள் இல்லை
நான் மென்று விழுங்கிய
பழமே உலகின்
கடை...சி பழம்

இந்திரன் கவிதைகள் ✦ 153

பிரும்மா நீரில் விதைத்த
ஆதிவிதையையும்
சமைத்தாகிவிட்டது

நான் மேலேற
படிகளைத் தேடுகிறேன்

மூத்திரம் நாறும் படிகள்
ஒன்றோடொன்று
தொடர்பறுந்து தொங்குகின்றன
கால் வைத்ததும் பறக்கத் தொடங்கிவிடுகின்றன

இந்த நகரத்தின்
மேலேறி நிற்கிறேன்

வானம் முழுவதும் வெள்ளை மேகங்கள்
சூரியனைப் பருகி பளிச்சிடுகின்றன

நகரத்தின் சாக்கடை
கடலில் கலக்கும் இடத்தில்
சிறுவர்கள்
மீன்பிடித்து விளையாடுகிறார்கள்

மீனவர்கள்
நண்டு கடித்த வலைகளை
நைலான் கயிறுகளால்
தைத்துக் கொண்டிருக்கும்
கடலோர குப்பத்தின்
தெருக்களில்
நாய்கள் குரைத்தபடி
என் பின்னால்

கடலின் இரைச்சலையும் மீறி
குரைப்பொலி
என்னைக் குற்றம் சாட்டுகிறது
அந்நியன் என்று

நான் அந்நியனா
கணிப்பொறி
பச்சை வெளிச்ச மொழியில் சொல்கிறது
இரண்டு விடைகளை
பொத்தான் 'ஏ' - ஆம்
பொத்தான் 'பி' - இல்லை
எதையும் தேர்ந்தெடுக்க
இயலவில்லை என்னால்

முகம் காட்டும் கண்ணாடியை
முழுதும் நம்ப முடியவில்லை
இடது வலது என்று
ஏமாற்றுகிறது என்னை

கையில்
தொட்டு எடுக்க முடியாத
பாதரச திவலையாய்
உருள்கிறது அனுபவம்

வாழ்தலின் கசப்பு
தொண்டையில்
நாவில்
வார்த்தைகளாய்த்
திரளாமல்
எச்சிலில்
கைநழுவுகிறது

மூழ்குதலைத் தவிர்க்க முடியவில்லை.

உடைந்த பாலத்தின்
இரும்பைத் தின்றது போல்
தின்றுவிட்டது என் இதயத்தின் வால்வுகளை
இந்தக் கடல்

அடிவானுக்கு அப்பால்
எனக்கான நம்பிக்கை
அரூபமாய்க் காத்திருப்பதாய் உணர்கிறேன்

கணவாய்களின் உள்ளேயோ
அடை அடையாய் இருள்

உள்ளே தண்டவாளங்களைச் சரிசெய்யும்
தூசி மனிதர்கள்

எதிரொலி செய்து
ரயில் பாய்ந்து வருகையில்
விலகி ஓடி
சுவரோடு சுவராய்
பூர்வீகக் குகைச் சித்திரங்களாய்
பதுங்குவர்

என் தோளில்
வயோதிக முகம் கொண்ட
மலைப்பாம்பாய்
வாழ்க்கை

இரண்டாகப் பிரிந்த
கம்பி நாக்கைத் துழாவித்துழாவி
பேச முயலும் என்னிடம்

மெல்ல என் மீதான அதன்
ஊர்தலை உணர்கிறேன்
எனினும்
உரையாடும் மொழியறியேன்

வெப்பமாகிவிட்ட குளிர்சாதனப் பெட்டியில்
நம்பிக்கையின்
எல்லா நீரும் வடிந்து விட்டது

ஆபத்தில் மூச்சுத்திணறி
மூழ்குதலைத் தவிர வேறு வழியில்லை

உலகின்
மகிழ்ச்சியைத் திறப்பதற்கான
சாவியை
வயிற்றில் மறைத்திருக்கும் கிளி

ஏழுமலை தாண்டி
ஏழுகடல் தாண்டி
ஒற்றைக்கண் ராட்சதன் கோட்டையின்
கூண்டைத் திறந்து கொண்டு
பறந்து போய்
நாளாகிவிட்டது

~

மின்துகள் பரப்பு

நவீன கவிதைகள்

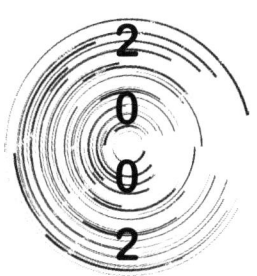

நல்ல கலையுணர்வின்
மரணம்

நான் யார்?

ф
என்பது தெரியவில்லை ஏன்?
☋ உனது முன்னிலையில் கண்டெடுத்தேன் என் பெயரை

தண்டவாளத்தைக் ♋♌♍♎♏♐
→♀♇♅♆☿♍ ♑ கடக்கையில் ♒ ♓ er
கண்டேன் ♑♒♓er♑♒♓er ஒரு ♒♓er
பெயர் தெரியாத பூ.→♀♇♅♆☿♍♑♒♓er
அதற்கொரு ♉♊♋♌♎♏♐♃♄♂℞ பெயர் சூட்டி
♓er♑♒ உலகத்து மொழிகள் ♓er♑♒
அத்தனையிலும் ♓ er ♑ ♒ உச்சரிக்க
விரும்பினேன்.

♓er♑♒ரயில் கடக்க→♀♇♅♆☿♍♑♒♓er
தண்டவாளத்தில் ♓ er இறங்கித்
தேடினேன்.♑♒♓er♑♒♓erகாணவில்லை
♉♊♋♌♎♏♐♃♄♂℞♑♒♓er♑♉♊♋♌♎♏♐♃♄♂℞♒♓er
சின்னஞ்சிறு பூ.

எந்திரக் காதல்

என் உடம்பை நேசிப்பது போல்
எந்திரங்களின்
ஒவ்வொரு பகுதியையும்
நேசிக்கிறேன்

சக்கரத்தைக் காட்டிலும்
உன்னதமான ஒரு பூவை
நான் இது வரையிலும் பார்த்ததில்லை

சைக்கிளைத் தள்ளிக் கொண்டு
நான் நடந்து செல்கையில்
ஒரு குதிரையை
நீரருந்த அழைத்துச் செல்வது போல்
உணர்கிறேன்.

தோலால் செய்த அதன் இருக்கை
தாயின் மடியைக் காட்டிலும்
ஆதரவானது.

திரவமாய் உருகி ஓடும் என் கனவின்
ஒரு உலோகச் சிற்பமாய்
சைக்கிள்.

~

தீவு மனிதன்

				என் பெயரில் சம்ஸ்கிருதம்		
			நாவில் ஆங்கிலம்		மனசில் தமிழ்	
வழிபடும் இஷ்ட தேவதை		என் மதத்தைச் சேர்ந்ததல்ல				
			நண்பர்கள் என் முன்னால்	என் சாதியின் பெயர் சொல்லி		
				மற்றவர்களைத் திட்டுகிறார்கள்		
	சட்டையைப் பிடித்துலுக்க	வலுவில்லை கைகளுக்கு				
		எனது மேலதிகாரி	எனக்குப் பிடிக்காத	அநியாய அரசியலை		
				ஆதரித்துப் பேசுகிறார்		
	மறுத்துப் பேச					
		திராணி இல்லை				
				என் பதவிக்கு		

அதிகம் போனால் என்ன செய்ய முடியும்?
'தீவு மனிதன்' என்ற பெயரில் ஒரு கவிதை எழுதலாம்.

கவிதை என்பது ஒரு புதிய புரிதல் முறை

தற்கால வாழ்க்கை — வாகன நெரிசல், கணிப்பொறி, மின் துகள் பரப்பு, விமானத்தின் வேகம், தார் உருக்கும் இயந்திரத்தின் அழகு, சின்னத்திரை பிம்பங்கள், வெள்ளித்திரை வேடிக்கைகள் — தனக்கான புதிய கவிஞனை எதிர்பார்த்து நிற்கிறது. கம்பனுக்கும் பாரதிக்கும் கிடைத்திராத அதிர்ச்சியூட்டும் காட்சி அனுபவங்களைக் கையில் கொண்டு புதிய நறுமணங்களையும், வெறுக்கும் புதிய துர்நாற்றங்களையும் ஒவ்வொன்றாய் கையில் எடுத்து இன்றைய கவிதைக்கான கருவாய் வழங்குகிறது. அதிர்ச்சியூட்டும் வகையில் சிந்தனைகளின் சேர்க்கைகளையும், வரை கோட்டுக் கவிதை வடிவங்களையும், கவிதையின் நிர்ணயிக்கப்படாத — வடிவமற்ற — வடிவங்களையும் தேடும்படி நிர்பந்திக்கிறது இந்த யுகம்.

எழுத்து, சொல், மொழி, கவிதை குறித்த மானிடவியல் ரீதியான, உளவியல் ரீதியான, மொழியியல் ரீதியான, குறியீட்டியல் ரீதியான புதிய கண்டுபிடிப்புகள் இன்றைய கவிதையின் முக ஜாடையையே ஒரு ப்ளாஸ்டிக் சர்ஜரிக்கு உட்படுத்த முனைந்து நிற்கின்றன. கவிதை என்பது கட்டுமானம் செய்யாதிருக்கிற ஒரு வடிவமாக, வெட்டி ஒட்டும் ஒரு கலையாக, ஏற்கனவே இருக்கும் ஒரு பிரதியிலிருந்து கண்டெடுக்கும் கலையாக இறுதியில் "தான்" என்பதை மறு கட்டமைப்பு செய்கிற ஒரு செயலாகவும் புதிய பரிமாணம் கொள்கிறது.

மொத்த பிரபஞ்சத்தில் நமது இருப்பை ஸ்தாபித்துக் கொள்ள நம்மைச் சுற்றி இருக்கும் யதார்த்தங்களை தனக்கே இருக்கும் தனிப் பார்வையுடன் கட்டி எழுப்புகிறது.

அதிரடிப் பார்வைப் பண்பாடு ஒன்றோடொன்று கலந்த மொழி வெளிப்பாடாக இக்கவிதைகள் கலப்பின மரபு ஒன்றை ஸ்தாபிக்க முயல்கின்றன. கணிப்பொறிகளின் சுரங்க அறைகளில் வார்த்தைகளும், பிம்பங்களும் ஒன்று என்பது பத்தாக, பத்து என்பது கோடியாக பெருகிப் பிரவாகம் எடுக்கின்றன. இந்த பிரவாகத்தில் கவிதைக்கென்று புதிய அர்த்த செதில்கள் தோன்றி தற்கால வாழ்பனுபவத்தை ஆழப்படுத்துகின்றன.

மழை

மழையில் நனைகிறது நகரம்

இருட்டு வானில்
சுவர்க் கடிகாரமாய் நிலவு
சோடியம் விளக்குகளின்
மஞ்சளில் தெரியும் மழையின் அடர்த்தி

பூக்காரியின்
வாங்குவாரற்ற மல்லிகை
கூடைக்குள்ளேயே பூக்கும்.

ஜன்னல்கள் தோறும்
வாயில் கவ்விய குட்டியுடன்
வந்து நிற்கும் தாய்ப் பூனையை விரட்டி
கதவைத் தாளிடுகிறோம் நாம்

மழைக்கும் சேர்த்து.

~

அவள்

குளிரூட்டப்பட்ட அறையில்
கூந்தல் மணம்

மின்துகள் பரப்பில்
அவள் பெயர்.

கணிப்பொறி நோக்கி
நடக்கையில்
பெண்மையின்
நிழல்
என்மீது படிந்து நகரும்.

வெளியே
நகரம்
நடனமாடும்
இரவில்
நட்சத்திரம் ஏதேனும்
எரிந்து விழுந்திருக்குமோ?

நான் திரும்ப
அவளும் திரும்ப
மைதீட்டிய விழிகளைப்
பெரிதாக்கிக் காட்டும்
சோடாபுட்டிக் கண்ணாடியில்
பிம்பமாய்ப் படியும் நான்.

இதுவரை கண்டுபிடிக்கப்படாத
ஏதோ ஒரு கிரகத்தில்
பொத்தெனப் போய் விழுந்தேன்.

அவள் பெயரில்
புதிதாக
ஒரு கோப்பு திறக்கப்பட்டது.
சிவப்புத் தொலைபேசி
எனக்காக ஒலிக்க
எழுந்து சென்று
செவியில் பொருத்தினேன்

தொடர்பு துண்டிக்கப்பட்டிருந்தது.
இருப்பினும்
ஒவ்வொருமுறை மணி
ஒலிக்கிறபோதும்
நான் எழுந்து செல்கிறேன்...

~

இன்று

மழையில் பளபளக்கும்
தேசிய நெடுஞ்சாலையில்
செத்துக்கிடக்கிறது நாய்.

அழுகி, நாற்றமடித்து
திரவமாய் மாறிப்போன
நாயின் மிச்சம்
தெறித்துச் சிதறும்
என்
கார் கண்ணாடி மீது.

ஊர்திக்குள் இருப்பவர்கள்
விடாமல்
பேசுகிறார்கள்
இனிமையான
நிலவொளி பற்றியும்
பகிர்ந்து கொண்ட
அன்பைப் பற்றியும்
திறமையுடன் பேசி முடிக்கப்பட்ட
வியாபார உடன்படிக்கை பற்றியும்.

சாலையை அகலப்படுத்துவதற்காக
இடிக்கப்பட்ட வீடுகள்
இருளில் மூழ்கும்
இருமருங்கும்

காருக்குள்
பேசிக்கொள்கிறார்கள்.
தலிபான் வன்முறைபற்றியும்
அமெரிக்கா சாகடித்த
அப்பாவிகள் பற்றியும்.

தண்ணீரைப் பீய்ச்சி அடித்து
கண்ணாடி துடைப்பானை
ஓட விட்டேன்

ஆனாலும் தொடர்கிறது
என் பின்னால்
செத்துப்போன
நாயின் குரைப்பொலி...

~

பதிலி

சிரிக்கையில் ✾●✹❁✾●✹❁ சிறப்பாய்
♑♒♓er♑ இருப்பதற்கென்று ♅♆☿♍♑♒
♓er◆◆❖◆☒♑ பொய்ப் பல்லோடு பல நாளாய்
➔♀♀♅♆☿♍♑ ♒♓er வாழ்ந்தாயிற்று.

♅♆☿♍♑♒♓er விபத்தில் இழந்த ♅♆♑♒♓er
இடது கண்ணில் ➔♀♀♅♆☿♍♑
போலிக் கண் ♑♒ அணிந்து ♓er உலகை
➔♀♀♅♆☿♍♑♑♒♓er ஏமாற்றியாயிற்று.

அறுவை சிகிச்சையில் ➔♀♀♅♆☿♍♑ பொருத்திய
மரக்காலோடு ⌘♒♓er♑♒♓er
☝♒♓er♑♒♓er பளபளக்கும் ➔♀♀♅♆☿ காலணி
அணிந்து ➔♀♀♅♆☿♑♒♓er♑♒ விறைப்பாய்
☝♓er நடந்தாயிற்று.

♓er♑ ஆனால் ➔♀♀♅♆☿♍♑♑♒♓er
உள்ளுக்குள் ⌘♒♓er சுரக்கும் ♑♒♓er ரத்தம்
♑♒♓er ஊரலெடுக்கிறது. ●

170 ✦ பிரம்மைகளின் மாளிகை

கவிதையிடம் ஒரு பிரார்த்தனை

விடுகதைகள் நிரம்பிய செவ்வகமாய்
வடிவெடுத்து விடுகிறது
உன்னைப் பற்றிய வரைப்படம்.

புதிர் நிரம்பிய படிக்கட்டுகளின் மாளிகையில்
எந்த அறையில்
உனக்கான இறுதிப்படுக்கை
தயார் செய்யப்பட்டுள்ளது?

மனதில் உருளும் வார்த்தைகள்
காகிதத்தில் பாசியாய் வந்துப் படிகையில்
வெட்ட வெளிச்சமாகி விடுகிறது
குதிரை கழுதையாய் மாறிய கதை.

நான் என்ற அகங்காரத்துடன்
உன்னைத் தொடுபவர்கள்
உன் குரல்வளையைப் பிடித்து விடுவார்களோ
என்று அஞ்சுகிறேன்.

உன்னிடம்
என் சிறு பிரார்த்தனையை
முன்வைக்கிறேன்.

இருளும் மர்மமும் நிறைந்த
மாளிகையை விட்டு வெளியேறு.

காற்றும் வெளிச்சமும்
உனக்கு வசப்படும்.

~

உருத்திரிபுகள்

நிகழ்ந்தன வண்ணமே உள்ளன
உருத்திரிபுகள்

குறிப்பாக மீன்கள்

நீரில் மிதக்கும் மீன்கள்
இலைகளாய் மாறி
வீசும் காற்றிலேறி
வானில் மிதந்து
கொஞ்ச நாளில்
நட்சத்திரங்களாகி
விடுகின்றன.

நான்
மீன்களைப் பேசுவதற்குப் பதிலாக
தண்ணீரைப் பேசிவிட
முடிவெடுக்கிறேன்

தண்ணீரைப் பேசுவதற்குப்
பதிலாக
தாகத்தை.

தாகத்தைப் பேசுவதற்கு
பதிலாக
கோடையை.

குளத்தில் நீந்தும் மீன்கள்
கண்களாய் மாறி
கனவுகளைக் காணத் தொடங்கிவிடுகின்றன.

கனவுகளின் படித்துறைகளில்
இறங்கி
பாசியை விலக்கினால்
மீண்டும் மீன்கள்.

மூடமுடியாத
வட்டக் கண்களோடு
கனவுகாண முடியாமல்
போய்விட்ட மீன்கள்.

இலைகளாய் மாறி
வீசும் காற்றிலேறி வானில் மிதந்தன.

நான் குனிந்து
என்னை நானே பார்த்துக் கொண்டேன்.
எனது வெள்ளை அங்கி
கருப்பாய் மாறி இருந்தது.

~

(சஜிட் சான்ட்டோசோவுக்கு)

சுவரொட்டிகள்

எங்களுக்குக்
கண்கள் மட்டுமே உண்டு.

சுவரொட்டிகளைப்
பருகிக் கொண்டு நடக்கிறோம்.

சிலவேளை
நின்று எழுத்துக் கூட்டியும்
படிக்கிறோம்.

கொளுத்தும் வெயிலில்
தார்ச் சாலைகளில்
அலைபாயும்
கானல் நீர்ப் பிம்பங்களை
விரட்டிக் கொண்டு ஓடுகிறோம்.

இங்கே
தேவதைகளின் சிறகுகள் பூட்டிய
சாத்தான்கள்.

புலிகள் புல்லைத் தின்கின்றன.

கோட்டான்கள்
குயில்கள் போல் பாடுகின்றன.

நடுத்தெருவில்
காதல் செய்கின்றன நட்சத்திரங்கள்.

எல்லா நல்ல சொற்களும்
சுவரொட்டிப் பிரவாகத்தில்
மிதக்கின்றன.

நாங்கள்
வார்த்தைகளை
மென்று விழுங்கிக்கொண்டு
கைகளை
இறுகக் கட்டிக்கொண்டுதான்
நடக்கிறோம்.

ஆனாலும்
அவ்வப்போது
சிறுநீர் கழிக்கிறோம்
சுவரொட்டிகளின் மேல்.

என்ன செய்ய?

~

நெருப்பு - நீர்

அப்பாவைக் காட்டிலும்
அம்மாவை எனக்குப் பிடிக்கும்

நினைவுப் பாதையில்
வழிமறிப்பதென்னவோ அப்பாதான்

அந்தரங்கமான அறையில்
கனமான கல்தூக்கி
அம்மாவை அவர் உதைத்த உதைகளைத்
தெரியும் எனக்கு

அம்மா பெரிதாக என்ன செய்து விட்டாள்
நினைவில் நிற்கிற மாதிரி
வலியோடு முனகி
தரையில் சாய்ந்தது தவிர.

எண்ணெய் தடவி
தலையை வாரிச் சீவிவிட
அப்பாவின் கை
கன்னத்தை அழுத்திப் பிடிக்கையில்
தாடை எலும்புகள் நொறுங்கும்

தலையை முத்தங்களால் ஈரப்படுத்தவும்
தவறு செய்து விட்டாலோ
கன்னத்தை வீங்க வைக்கவும்
அப்பாவால்தான் முடியும்

அம்மாவின் அதிகபட்ச கொஞ்சல்
முகத்தில் லேசான முகர்தல்

அவர் நெருப்பு
அவள் நீர்

அப்பாவைக் காட்டிலும்
அம்மாவை எனக்குப் பிடிக்கும்...

~

பழைய எலும்புத் துண்டுகள்
இன்றைய கவிஞனுக்கு
போதுமானவை
அல்ல

~

மருந்து வாசனை வீசும்
ஆஸ்பத்திரி அறையின்

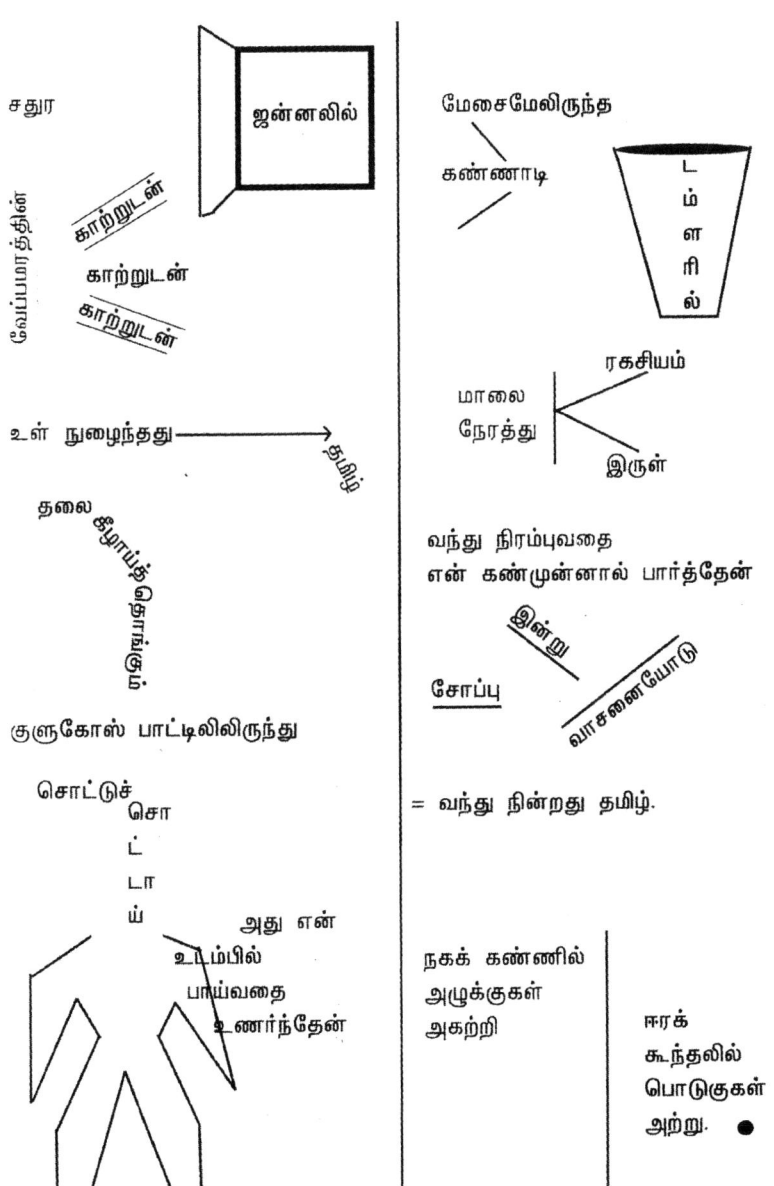

சதுர

வேப்பமரத்தின்

காற்றுடன்
காற்றுடன்
காற்றுடன்

உள் நுழைந்தது ⟶ தமிழ்

தலை
கீழாய்த்
தொங்கி

குளுகோஸ் பாட்டிலிலிருந்து

சொட்டுச்
சொ
ட்
டா
ய்

அது என்
உடம்பில்
பாய்வதை
உணர்ந்தேன்

மேசைமேலிருந்த

கண்ணாடி

மாலை
நேரத்து
ரகசியம்
இருள்

வந்து நிரம்புவதை
என் கண்முன்னால் பார்த்தேன்

சோப்பு
இன்று
வாசனையோடு

= வந்து நின்றது தமிழ்.

நகக் கண்ணில்
அழுக்குகள்
அகற்றி

ஈரக்
கூந்தலில்
பொடுகுகள்
அற்று. ●

எரியும் சேரிகளின் நகரம்

அடிவயிற்றில்
கொழுந்து விட்டு எரிகிறது
அடிக்கடி
என் சேரிகளின் நகரம்.

உறக்க நடைபயிலும் நோயாளியைப்போல்
திரியும் இரவின் விடியலில்
தெருநாய்கள் சிறுநீர்கழிக்கும்
சாம்பல் மேடாய் மாறிவிடுகின்றன
சேரிகள்.

இழப்பதற்கென்று
உயிரை மட்டுமே வைத்திருப்பவர்களின்
நிழல்களிலிருந்தும்
பாதி எரிந்த உடல்களிலிருந்தும்
காற்று தேடுகிறது
எல்லா வாசல்களையும் மூடியிருக்கும்
ரகசியத்தை.

மறுநாள் காலையில்
சுடச்சுட காபியுடன் காத்திருப்போருக்காக
சாவின் செய்தியை
தூக்கக் கலக்கத்தோடு
விடிய விடிய அச்சிடுகிறது
அச்சு யந்திரம்.

தீயணைப்புப் படையின் நீரில் நனைந்த
சேரிகளின் தீக்கங்குகளை
அணையாமல் ஊதி ஊதி காப்பாற்றுகிறது
காற்று

சேரி மக்களே
ஒரு நெருப்பாய் பற்றி எரியும் வரை...
~

இன்றைய எழுத்து
ஒரு வரைபடம்

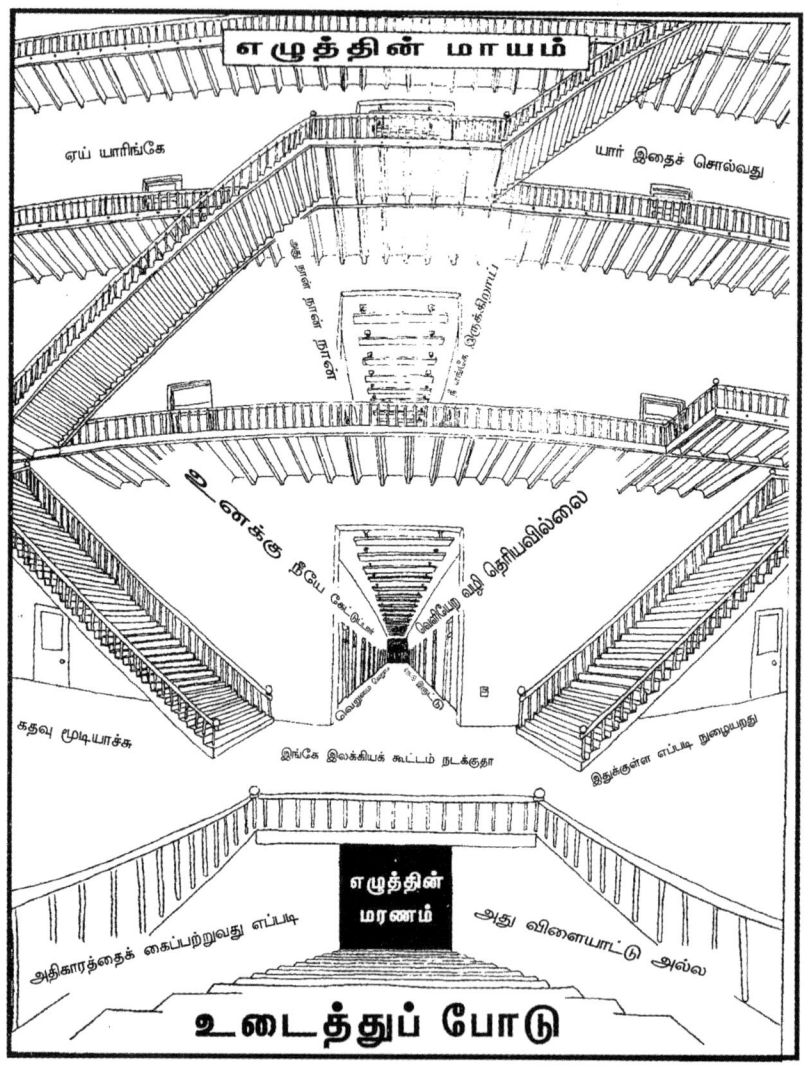

பிரபஞ்சத்தில் ஒரு மூலை

பிரபஞ்சத்தின் ரத்த ஓட்டம்
எனக்குள்ளும்.

தொப்புள் கொடியை
அறுத்தது யாரென
அறியேன்.

இரவு வானில்
அதிர்வலைகள் எதிரொலிக்க

மின்னி மின்னி
மூக்குத்தியாய்ப் பறக்கும்
விமானம் சொல்லும்

பிரபஞ்சத்தில்
எனக்கென ஒரு மூலை
இருக்கத்தான் செய்கிறதென்று.

~

நதி

கூவமும் நதிதான்

சாக்கடைகளின்
மஹா சங்கமம்

தூக்கி எறியப்பட்ட வண்ணங்களை வைத்து
நகரம் தீட்டிய நீர்வண்ண ஓவியம்.

கோடையிலும்
மணல் காட்டியது இல்லை அது.
ஜீவநதி.

அன்றாடம் தன் மேல் படியும்
குடிசை ரகசியங்களைப் பாதுகாத்தபடி
கம்பீரமாய் நகர்கிறது.

விளிம்புநிலை மனிதர்களின்
நாகரிகங்கள் நிர்மாணிக்கப்படுவது
இந்த நதிக்கரையில்தான்.

எரிக்கும் கோடையின்
துர்மணம் வீசும் குளிர்ந்த விரல்களால்
அது என் வியர்வை துடைக்கையில்

உணர்ந்தேன்
அதன் மனிதாபிமானத்தை...

~

பிரிவு

தொலைபேசிக் கம்பங்கள்
அருகருகே
ஆனால்
பேச்சற்று.

கரிந்துபோய்க் கிடக்கின்றன
எங்களுக்குள் மோதி
தீப்பற்றிய
விமானங்கள்

கருப்புப் பெட்டியைத்
திறந்து பார்த்திடிலோ
எல்லாம்
சரியாகவே
உள்ளன.

பின் ஏன்
உதடுகள்
பிரிந்தன?

வார்த்தைகளை எரித்த சாம்பலை
நெற்றியில் பூசிக்கொண்டு

மௌனத்தின்

   ட் ர
அ ச ங்
  க   ளை

தேடிக்கொண்டிருக்கிறேன்
யாருக்காக?

~

ஐந்து வார்த்தைகள் / குறுக்கெழுத்துப் புதிர்

1. வார்த்தை
2. பேசுவதில்லை
3. வாழ்க்கை
4. என்னிடம்
5. பேசுகிறது.

வார்த்தை பேசுவதில்லை
வாழ்க்கை பேசுகிறது என்னிடம்

என்னிடம் வார்த்தை
என்னிடம் வாழ்க்கை

அனுமார் வேஷத்தில்
வாகன நெரிசல் மிக்க தெருவில்
பிச்சை எடுக்கும் சிறுவனைப்போல்

வார்த்தைகளை
யாசித்து
நடுத்தெருவில் நிற்கிறேன்
கவிஞனின் வேஷத்தில்

வார்த்தை வாழ்க்கை
வாழ்க்கை வார்த்தை

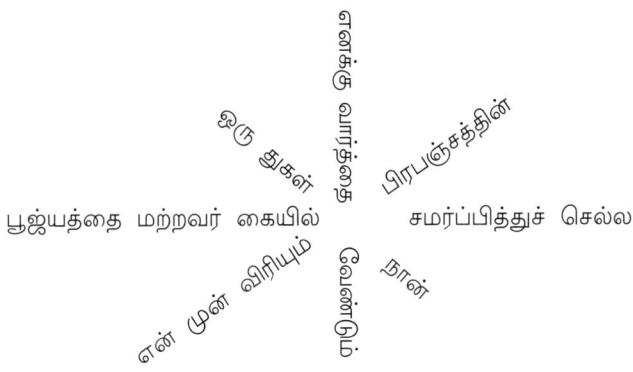

எனக்கு வார்த்தை வேண்டும்

ஒரு துகள் நான்

பிரபஞ்சத்தின்

பூஜ்யத்தை மற்றவர் கையில் சமர்ப்பித்துச் செல்ல

என் முன் விரியும்

புகைப்படங்களில் நிலையாக இருக்கும்
புன்னகையைப் போல
அர்த்தங்கள் உறைந்துபோன வார்த்தைகளை
நான் வெறுக்கிறேன்

மற்றவர்களைச் சிரிக்க வைத்துப் பார்ப்பதில்
மகிழ்ச்சி இருக்கிறது.
என்னை நானே பார்த்துச் சிரித்துக்கொள்வது
பிடித்தமான விளையாட்டு
என்னை நானே பார்த்துச் சிரித்துக்கொள்ளாவிட்டால்
எனக்குள் ஏதோ பிரச்சனை என்று தோன்றுகிறது.

மனிதனால் உருவாக்கப்பட்ட
ஒரு நிலக்காட்சியை
நம்முன் பரப்புகின்றன நகரங்கள்
அசிங்கமாய்க் கால்பரப்பி அமர்ந்திருக்கும்
ஒரு மனிதனைப்போல்.
கட்டடங்கள் இயற்கையை பகடி பண்ணுகின்றன.

நான் வெறுக்கிறேன் நகரங்களை
நான் நேசிக்கிறேன் நகரங்களை
ஏனெனில் நகரங்களை நான் புரிந்துகொண்டிருக்கிறேன்.

தற்கால உலகத்தைப் பார்ப்பதற்கு
நமக்குக் கிடைத்திருக்கும்
புதிய ஒரு ஜோடி கண்களைப்
பயன்படுத்துங்களேன்
தயவு செய்து.

சதா உருமாறிக்கொண்டிருக்கும்
மேகங்களைப் போல
வார்த்தைகள் வேண்டும்
எனக்கு

~

வேகம் / 1

அலுமினியப் பறவையின்
சிறகுகளில்
சொதசொதத்து ஊறிப்போன
வானம்.

விமானத்துக்குள்
தொண்டையில் திகட்டும்
பணிப்பெண்களின் புன்னகை.

இரவு வானில்
மேகங்களுக்கிடையே பறக்கையில்
கீழே
வெளிச்சத் துகள்களாய்
சிதறிக்கிடக்கும்
அந்நிய நகரம்.

செவிக்குள் இருக்கும்
திரவப் பொய்கையில்
அலைகள் எழுப்பிக்
கரையும்
விமானத்தின் வேகம்...

~

வேகம் / 2

நிலவொளியில்
இரவு ரயில்

தண்டவாளம் தின்று
முன்னேறிப் பாயும்

காலமும் தூரமும்
ஒன்றை ஒன்று விழுங்கும் பாம்புகள்

ஜன்னலில்
என்னோடு ஓடிவரும்
நிலவு
சிறகுகள்
சிலவற்றை
சுழன்றோடும்
வயல்கள் மேல்
இறைத்தபடி

நீ, நான்
அவள், அவன்
எல்லோரும் இன்று
ரயிலின்
தாளலயத்திற்குத்
தலையாட்டும் பயணிகள்.

~

வேகம் / 3

ஓய்வெடுக்க வருகிறது
இரவு தோறும்
என் 40 அடி தெருவுக்கு
தார் உருக்கும் இயந்திரம்

சூரியனில் உழைத்து
தார் உருக்கி உருக்கி
கருத்த உடம்புடன்

உழைப்புக்கே உரிய
குற்ற உணர்ச்சியற்ற
கம்பீரத்துடன்.

கொழுத்த அதன்
இரும்புத் தசைகள்
நிலவில்
தினந்தோறும் குளிரும்.

நகர்வது அதன் விதி.

ஆனாலும்
முன்னேறிப் பாய்வதில்
இல்லை அதன் வேகம்.

தீயின் உச்ச கதியில்
தாரை உருக்கிச்
சாலையாய் நீட்டுவதில்
தெரியும் எல்லோருக்கும்
அதன் தீவிரம்

~

வேகம் / 4

தொலை தூர மலையொன்று
உயிரோடு உருமாறும்
கண்முன்னால்
பேருந்தின்
வேகத்தில்.

உழுத வயல்களில் நிழல்கள்
கோடு கோடாய்.
ரோமத்தைப் பறிகொடுத்த ஆடுகள்
வெயிலை அசைபோட்டுக்
குளிர் தொலைக்கும்

ஹாரன் ஒலி
மந்தைக்குள்
இடைவெளி தேடி
நுழையும்.

முகத்தில்
அறையும்
காற்றில்
தலை சுருங்கிச்
சிறுத்துப் போகும்.

~

திராவக மழை

வாழை இலை மீது
மழை வலுத்துப் பெய்கிறது.
பாதரச மணிகள்
பக்கமெல்லாம் தெறிக்கிறது.

எதிர்பார்க்கலாம்
தொழில் புரட்சி கண்ட
பிரிட்டனில் பெய்த மழை
இன்னும் சில நாளில் இங்கேயும்...

கிழக்கு ஜெர்மனியில் பெய்த
சல்ஃபர்-டை-ஆக்சைடின் தூறலுக்கு

தென்னை மரங்கள்
இன்றைய மழையில்
தலைதாழ்த்தி
துக்கம் கொண்டாடுகின்றன.

ஏரிகளும் குளங்களும்
விரைவில் நிறைந்துவிடும்
திராவகத்தால்.

~

வேட்டையாடும் விளம்பரங்கள்

விளம்பரங்கள் துரத்துகின்றன
என்னை...

கனவுகளின்
கடைசித் தெருவரையிலும்.

அடிமனங்களின் தெளிந்த
நீரோடையில்
கல்லெறிகின்றன.

பனியன்களில்
கைப்பைகளில்
பேனாக்களில்

வாகனங்களில்
தொலைக்காட்சி
ஜன்னல்களில்
முட்டை ஓடுகளிலும்
வெறிபிடித்து
வேட்டையாடுகின்றன
என்னை

போகுமிடமெங்கும்
எனக்கே தெரியாமல்
நான் சுமந்து செல்லும் விளம்பரங்களின்
சுமையின் கீழ்
தடுக்கி விழுகிறேன் நான்.

விளம்பரங்களை எதிர்த்து
இன்று
சபதங்கள் ஏற்கிறேன்.

வேண்டாம்:
நான் குளிக்கப் போவதில்லை.
அழகாயிருக்கப் போவதில்லை.
உணவுகளின் நறுமணத்தை
நுகரப் போவதில்லை.
தூய வெண்ணிற ஆடைகளை
அணியப்போவதில்லை.
தாகங்களைத்
தணித்துக் கொள்ளப் போவதில்லை.

என்னை விட்டுவிடு.
நான் பழைய
மிருகமாகிவிடுகிறேன்.
விளம்பரம் வேண்டப்படாத
ஆதி மிருகம்.

~

நினைவு

சாமந்திப் பூக்கள் சிதற
பாடை இறங்கியது.
பிணத்தின் மூக்கில் கைவிட்டு
மூக்குத்தியைக் கழற்றினார் அப்பா.
(அழவில்லை நான்)

சவத்தை இறக்குகையில்
குழியில் இறங்கி நின்றேன்.

"நீ சின்னப் பையன்
மேலே ஏறுடா".

முகத்தில் மண் அள்ளிப் போட்டு
மூடியாயிற்று.

பெரியவர்கள் குழந்தைகளைப் போல் அழுதது
வேடிக்கையாய் இருந்தது.

இன்று
மின்சார ரயில்
சுடுகாட்டைக் கடக்கையில்
பாட்டியைப் புதைத்த இடத்தில்
பச்சைப் பசேலென
வேப்பமரம்
என் கண்களில் நீர்.

~

கண்ணாடிச் சிறகு

நிமிடந்தோறும்
செத்துக் கொண்டு போவதை

ஒரு கலையாகப்
பயின்றவர்களுக்குக் கவலையில்லை.

வீழ்வதற்குள் ஜ்வலித்துவிடும்
நட்சத்திரங்களை நான்
வெகு நாட்கள் முன்னரே பார்த்திருக்கிறேன்.

வானவில்களைத்
தங்கள் மேல் தாங்கிய
ஒரு நிமிட நீர்க்குமிழிகளின்
கம்பீரம்
அமரத்துவம் வாய்ந்தது.

இனியும் காலத்தைக் கடத்தாமல்
நொடிதோறும்
உன்னதமாய்ச் சாகும் கடமையை
உற்சாகத்தோடு செய்து வருகையில்

முளைக்கின்றன
இரண்டு
கண்ணாடிச் சிறகுகள்.

~

ஓவியமும் காலமும்

அந்தியில்
என் ஓவிய அறையின்
வாசலுக்கு
வந்தது காலம்
பூனையின்
பாதங்களோடு.

மூன்று முகங்களையும் நீட்டி
வரலாமா?
என்றது.

ஓவியம் தீட்டும் சுவாரசியத்தில்
"ம்"
என்றேன்.

உள் நுழைந்த
காலம்
ஒரு நிமிடம் ஸ்தம்பித்தது.

"கொஞ்சம் அசையாமல் நில்
உன்னை
ஓவியமாய்த்
தீட்டிக் கொள்கிறேன்"

வெளிச்சமும்
நிழலுமாய்
இருகரம் வீசி நடந்தபடியே
புன்னகைத்தது.

உடைந்த பீங்கானில்
வண்ணங்களைக்
குழைத்தபடி
"தாவரங்களின்
மரகதப் பச்சையைக் கொடு"
என்றேன்

வசந்த ருதுவுக்கு மலர்கள் தயாரிக்கும்
மும்முரத்தில்
என் கையில் கொடுத்தது
சருகுகளின் பழுப்பு நிறத்தை

எப்போதும் போலவே
பாதியில் நிறுத்தப்பட்டது
என் ஓவியம்

தூரிகையைத் துடைத்துப் போட்ட
கந்தல் துணிகளில்
வளர்கின்றன
இன்னமும் என் ஓவியங்கள்.

~

நதியின் சிற்பம்

எல்லா உறக்க நடையாளர்களின்
கனவுகளின் அஸ்திகளையும்
பிணங்களையும் மாலைகளையும்
நாகரீகங்களையும்
சுழல்களோடு நகரும் நீரில் இழுத்தபடி
நதி தன் பழமையைச்
சுமந்து நிற்கிறது.

கரையின் வெளியெங்கும்
கடலுக்கு தான் சுமந்து செல்லும் செய்திகளை
பொடிமணலாய் வாரி நிறைத்தபடி
தன் பிடியில் சிக்கியவர்களை
பலவந்தமாய் இழுத்துக்கொண்டு
வேகமாய் நகர்கிறது நதி

மார்கழியின் குளிர் கரையும் நீரில்
குளிக்க வந்தவர்கள் எல்லோரும்
கரையேறிப் போனார்கள் என்றாலும்
பழமையின் அழுக்கைத் தின்னும் மீன்களோடு
ஞாபகங்கள் கூட்டம் கூட்டமாய் நீந்த

நதி நகர்கிறது
தினந்தோறும்.

அறிமுகமற்ற மனிதர்களின்
அந்தரங்க உறுப்புகளையும்
ஆசையோடு அள்ளித் தழுவி
உடம்பில் ஊறிய
முத்தங்களின் ரணங்களைத் தடவி
மகிழ்ச்சியில் மரத்துண்டுகளையும்
சிற்பங்களாய்ச் செதுக்கி

நினைவுகளின் நுரை கொப்பளிக்க
நகர்கிறது நதி

ஒரு காலத்தில்
மலைச்சிகரக் காடுகளில்
இடியோடு பெய்த அடைமழையின்
நினைவுகளின் அலை பரப்பி
கையில் பிடித்தணைக்க முடியாத மேகங்களின்
பிரதிபலிக்கும் பிம்பங்களை
சுழல்களில் சுழற்றி இழுத்தபடி

நகர்கிறது நதி
பழமையைச் சுமந்தபடி...

~

வெளிப்பாடு

நிரந்தரமாய் மரத்துப் போனது
என் முகம்.

புன்னகைத்தால் அறிந்து கொள்கிறார்கள்
நான் நல்லவனென்று.

உணர்ச்சியில் அழுதாலோ
கோழை.

சிரித்தல், அழுதல் வெளியே தெரிதல்
அபாயம்.

கெட்டி தட்டிப் போயின
கன்னத்துச் சதைகள்.

விழிகளை அகலத் திறந்திடிலோ
உணர்ச்சிகள் வழிந்திடக்கூடும்.

சுருங்கிப் போயின கண்கள்.

நகரத்தில் இன்று
எல்லோரும் சொல்கிறார்கள்

என்முகம்
வசீகரமானதென்று.

~

மிருகம்

கண்விழித்தபோது
அந்த மாபெரும் விலங்கு
எனக்கு முன்னால்
படுத்துக் கொண்டிருந்தது.

பெயர் என்னவென்று கேட்டேன்.
"நகரம்" என்றது.

அறுந்து போய்விடுமோ
என்று
அஞ்சுகிற
நூலிழையில்
நாங்கள்
பிணைக்கப்பட்டிருந்தோம்.

நான் அஞ்சினேன்.
அது நேசித்தது.
அதன் ரோமங்களும்
நகக்கீறல்களும்
என்மேல்

நானும் சில நேரங்களில் நேசித்தேன்.
கயிறு முறுக்கி
முறுக்கி
பிரிக்க முடியாத பந்தமாக
இன்று.

~

தோற்றவன் குரல்

நிராயுதபாணியாகப் போர்புரியும் என்னை
நீங்கள்
தோற்கடிக்க முடியாது

ஏனெனில்
நான்
ஏற்கனவே தோற்றவன்.

பல்லாயிரம் ஆண்டுகளுக்கு முன்னரே
என்னை நீங்கள்
தோற்கடித்து விட்டீர்கள்
கடவுளின் பெயரைச் சொல்லி.

பனிக்குடம் உடைந்து
உங்கள் உலகின்
சாதிவிஷம் கலந்த காற்றை
முதல் முறையாகச் சுவாசித்த போதே
அழுதாயிற்று
நான் தோற்கப்போகிறேன் என்று.

இதுவரையிலும்
என் நிழல் கூட
உங்களைத் தீண்டாதவாறு
கவனமாய் இருந்திருக்கிறீர்கள்

ஆனாலும்
ஆண்டாண்டு காலமாய்
என்னை
உட்கொண்டு வந்திருக்கிறீர்கள்

என்
வியர்வையில் விளைந்த
தானியங்களாக
பழங்களாக
என்னை அணிந்து வந்திருக்கிறீர்கள்

வெள்ளை
வெளேரென்று
வெளுக்கப்பட்ட ஆடைகளாக
என்கையில்
கோடரியும் அரிவாளும்
கொடுத்திருக்கிறீர்கள்
விறகு பிளக்க
அறுவடை செய்ய

இப்போதும்
ஓர் ஆயுதத்தைக்
கொடுத்திருக்கிறீர்கள்
ஓட்டுச் சீட்டு

என்
கையில் கொடுக்கப்பட்ட
எல்லா ஆயுதங்களையும்
நான்
உங்களுக்கு எதிராகப்
பயன்படுத்தாததைப் போல்

இதையும்
பயன்படுத்த மாட்டேன்
என்கிற
நம்பிக்கையோடு

~

முரண்டு

என் உடம்பு முழுவதும்
தாறுமாறாய்
கோடுகள்.

வரிகுதிரைகளை
யாரும் வண்டியில் பூட்டியதாக
நினைவில்லை.

பிரதான சாலைகளை
பாதசாரிகள் பத்திரமாய்க் கடக்க
பச்சை விளக்கு எரிகையில்
நான்
சாலையைக் கடப்பதில்லை.

சிவப்பு விளக்கு
சாலையைக் கடக்க
என்னை ஏனோ
உற்சாகப்படுத்துகிறது.

"சாவு கிராக்கி"
என்று ஓட்டுனர்கள்
என்னை ஏசுகையில்
அவர்களை நோக்கி
நான் புன்னகைக்கிறேன்
நகரத்தில் யார்தான்
சாவுகிராக்கி இல்லை?

~

ஆதாம் கடித்த ஆப்பிள்

காதல் ஒரு படிமமல்ல.

ஆதாம் கடித்த ஆப்பிள்
வெறுமனே அங்கே இருந்தது

சருமத்துக்குக் கீழே
வெப்பத்தைப் பரப்பியபடி.

மழை பொழியும் இரவில்
மூடிய
கண்ணாடி ஜன்னல்களுக்குள்
அது வெறுமனே இருந்தது

அந்தரங்கத்தின்
தூரத்துப் புள்ளியில்

ஒரு வயலினாக மாற
முயன்று கொண்டு.

~

இசை மரம்

மரம்
இசையால் நிரம்பியது
அதிகாலையில்

ஈரக்காற்று முழுவதும்
இசைக்குறிப்புகள்

அடிவானத்து மேகங்களில்
இசையின் கசிவு

வானம் முழுவதும்
இசையைப் பூசின
சிறகுகள்

கடற்கரைச் சாலையில்
வாகன நடமாட்டம் தொடங்க
காணாமல் போயிற்று இசைமரம்...

~

கிணற்றில் கல் விழவில்லை

சென்னை எனக்கு ஒரு
விடுகதை
புன்னகை
பெண்.

விடுகதையின் தெருக்களில்
வியர்வை சொட்டச் சொட்ட
அலைந்திருக்கிறேன்.

ஆனாலும்
கிணற்றில் கல் விழுந்ததா
என்று கேட்பவர்களுக்கு
இன்ன மும்
இல்லை என்றுதான்
சொல்லிக் கொண்டிருக்கிறேன்.

சென்னை
எனக்கொரு புன்னகை
பெண்ணின்
விடுகதை போன்ற
புன்னகை...

சென்னை
ஒரு பெண்.
இரவில் திடுமென
கெட்ட சொப்பனம்
கண்டு விழிக்கையில்
அவள் கரம்
என்னைத் தழுவி இருப்பதை
உணர்கிறேன்.

சிலநேரங்களில்
சென்னை ஒரு புன்னகை
பலநேரங்களில்
சென்னை ஒரு புதிர்.

பெண் புன்னகை
புதிர்ப் பெண்.

சிறு வயதிலிருந்து
பழகிப் பழகிப்
பார்க்கிறேன்.
புரிந்து கொள்ள முடியவில்லை.

பெண்
புன்னகை
விடுகதை
சென்னை.

~

ஆறுதல்

எனது மொழியின்
சொற்களைச் சுமந்து வருகிறது காற்று
எல்லாத் திசைகளிலிருந்தும்.

கால்களின் கீழே
கடல்களால் பிரிக்கப்பட்ட நிலம்.

சூரியன் சாய்த்த என் மூதாதையர்களின் நிழல்
தீவுகளைத் தாண்டி மேற்கு நோக்கி நீள்கையில்
காணாமல் போகும் என் சொந்த உடல்.

பனைமரங்களின் சலசலப்பையும் மீறி
உரத்த குரல் கொடுத்துப் பதைக்கும்
உள்ளூர் காக்கைகள் எனக்காக...

அந்நிய நகரங்களின் சில்லிட்ட தெருக்களில்
சாதிபேசும் தமிழ் நாவுகளின் முனையில்
முறிகிறதென் நம்பிக்கை.

என் ஒரே ஆறுதல்
திசைகளின் சிறகுகள் தோறும்
என் மொழியின் மகரந்தம்.

~

மிக அருகில் கடல்

கொதுலுப் தீவுகளில் எழுதிய கவிதைகள்

2014

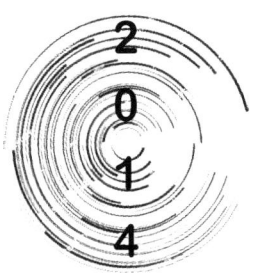

கடலின் பாஷை

கடலுக்கு மிக அருகில்தான் நான் பிறந்தேன்... புதுச்சேரியில் எனது வீட்டில் நான் சிறுவனாக இருந்தபோது நடுநிசியில் கேட்கும் கடல் புரளும் ஓசையை இன்னமும் என்னால் மறக்க முடியவில்லை... என்னுடைய பெரும்பாலான கனவுகள் கடலிடம் யாசித்துப் பெற்றவைதான்... என் உடம்பின் உள்ளே கட்டப் பட்டிருக்கும் எலும்புகள் கடல் உப்பு கொண்டுதான் உருவாக்கப்பட்டவையோ என்று எனக்கு அடிக்கடி சந்தேகம்கூட வருவதுண்டு.

கடலை நான் அறிவேன். அதன் பாஷை எனக்குப் புரியும்... எனக்கு நான்கு மொழிகள் தெரியும்... தமிழ், ஆங்கிலம், இந்தி, கடல் மொழி... நான் வாழ்வதோ இந்தியாவில்... பல்வேறு மொழிகள் பேசும் நகரங்களிலும், சிற்றூர்களிலும், கிராமங்களிலும் நான் வாழ்ந்திருக்கிறேன்... ஆனால் கொதுலோப் எனும் இந்த சின்னஞ் சிறிய தீவுகளின் கடலோரங்களில் நான் திரிகிறபோது கடல் வானத்தின் மொழியையும் கலந்து ஒரு கிரயோல் மொழி பேசுவதாக எனக்குத் தோன்றுகிறது... எரிமலைகள் பசுமை போர்த்தியபடி சிகரங்களில் கனலும் நெருப்பை அடக்கி புகையை மேகங்களுக்குத் தூதனுப்பும் போதுகூட கடல் மொழிதான்... இருளும் ஈரமுமாய் என்னை வரவேற்கும் மழைக்காடுகள், கடலோர தென்னை மரங்கள், கரும்புத் தோட்டங்கள், வாழைத் தோப்புகள், காபி தோட்டங்கள், தானிய வயல்கள் என்று எல்லாமே இங்கு கடலின் பாஷையைத்தான் பேசுகின்றன... பஸ்சே டெர்ரே (BASSE-TERRE), கிராண்ட்—டெர்ரே (GRANDE-TERRE), லா டெசிரேட் (LA DESIRADE), லே செய்ண்ட்டெஸ் (LES SAINTES, மேரி கலண்ட் (MARIE- GALANTE) ஆகிய பெயர்களோடு மிதக்கும் தீவுகளின் மீது பறந்து கொண்டிருக்கும் பறவைகள் கூட கடலின் மொழியைத்தான் பேசுகின்றன... அவ்வளவு

ஏன்? டெர்ரி—டி—ஹாட் (TERRE-DE-HAUT) எனும் ஐந்து சதுர கிலோ மீட்டர் தீவு ஒன்று கடல் மொழியில்தான் கனவு காண்கிறது என்றால் பார்த்துக் கொள்ளுங்களேன்.

நான் இப்போது தினந்தோறும் கடலிடம் மொழி இலக்கணம் கற்றுக் கொள்ளத் தொடங்கி இருக்கிறேன். வார்த்தைகளுக்கும் அனுபவங்களுக்கும் இடையிலிருக்கும் மௌனங்களின் ஆழங்கான முடியாத பள்ளத்தாக்குகளை இப்போது உணரத் தலைப்படுகிறேன்... தன்னைத் தானே பேசிக்கொள்கிற, உள்ளே ஒரு வானத்தை வைத்திருக்கிற, முடிவற்ற பல்வேறு பாதைகளுக்கு வழி திறக்கிற ஒரு மொழியை கடல் எனக்குக் கற்றுக் கொடுக்க சலியாது முயல்கிறது. நான் கொஞ்சம் சோம்பலானவன் என்பதால் கடலின் பாடங்கள் இலேசில் புரிய மாட்டேன் என்கிறது... ஆனால் ஒரே ஒரு சந்தோஷம். இப்போது விருந்துக்குப் போகும் பளபளக்கும் உடையுடனேயே படுக்கைக்குப் போகிற கெட்ட பழக்கத்தைக் கை விட்டு விட்டேன்.

வடிவத்தை ஒரு உடையாக அணிந்து கொள்வதில்லை கடலின் மொழி... அது நிர்வாணத்தையே ஒரு உடையாக அணிந்து கொள்கிறது... கவிதை எழுதுவதற்கு கடல் தனது பாஷையைப் பயன்படுத்திப் பார்க்குமாறு அடிக்கடி என்னிடம் சொல்கிறது. ஆனால் நானோ தளர்வாகக் கட்டப்பட்ட திறந்த ஒரு கட்டுமானத்தை என் தாய் மொழியிலேயே கொண்டு வரவேண்டும் என்று முயன்றபடி இருக்கிறேன்... இதற்காக ஒளி ஊடுருவும் கண்ணாடி போன்ற வார்த்தைகள் எனக்குக் கிடைக்காதா என்று ஒவ்வொரு கணமும் காத்திருக்கிறேன்... கடல் சொல்கிறது: "நீ ஏன் வார்த்தைகளுக்குப் பதிலாக மௌனங்களைப் பயன்படுத்திப் பார்க்கக் கூடாது?"

இந்திரன்

கொதுலுப் தீவு

கரிபீயன் கடலில் மிதக்கும் ஒரு தீவுக்கூட்டம் பிரான்சு நாட்டின் ஒரு மாநிலமாக இன்றைக்கும் திகழ்கிறது. இது 1628 சதுர கி.மீ. பரப்பளவுள்ள ஐந்து தீவுகளின் கூட்டம். இது "பட்டாம்பூச்சி தீவு" என்றும் அழைக்கப்படுகிறது. இந்தியாவில் பாண்டிச்சேரி, காரைக்கால், மாஹே, ஏனாம் போன்ற பகுதிகளில் இருந்து இங்குக் குடியேறிய இந்தியர்கள் தங்கள் மொழிகளை இழந்து பிரெஞ்சு குடிமக்களாகவே வாழ்ந்து வருகிறார்கள். இங்குள்ள "GOPIO" (Global Organisation of People of Indian Origin) என்ற அமைப்பு இந்திய வம்சாவழியினரின் பண்பாட்டு அடையாளங்களை மீட்க உழைத்து வருகிறது.

பறவையும் குழந்தையும்

காலையில் கதவைத் திறந்தால்
பால்கனியில் பறவையைக் காணோம்.
மௌன சாட்சியாய் தரையில்
இலவம் பஞ்சு போல் அதன் ஒற்றை இறகு.
குனிந்து கையில் எடுக்கப் போன என்னைப் பார்த்து
அலறியது குழந்தை...
சிறகுக்கு
தானியமும் தண்ணீரும் வைக்கச் சொன்னது குழந்தை...
மறுநாள் காலையில்
கதவைத் திறந்தால்
சிறகு எங்கோ பறந்து போய் இருந்தது...

~

கரீபியன் சமையல்

நிலத்து நண்டு, வேகவைத்த நத்தை,
புகையில் பொரித்த மீன்
இவற்றோடு
தேங்காய்ப்பால், அன்னாசி, உருளைக் கிழங்கு, மிளகு
இவற்றோடு கொஞ்சம்
கண்ணீர், வியர்வை, நம்பிக்கை, துரோகம்
மூச்சு முட்ட கட்டி அணைக்கும் காதல் என்று
இளஞ்சூட்டில் சமைத்தெடுக்கப்பட்ட உணவு.

உலகெங்கிலும்
வாழ்க்கை ஓர் அசைவ உணவு.
வெறுங்கையில் எடுத்துச் சாப்பிடுவதா
கத்தி முள்ளில் சாப்பிடுவதா சாப்பிடாமல் விரதம் இருப்பதா?
எதுவும் செய்யலாம்.
அல்லது
சாப்பாட்டு மேசைக்குக் கீழே இருந்து கொண்டு
மெலிதாய் குரல் கொடுக்கும்
செல்ல பூனைக்குக் கூடப் பரிமாறி விடலாம்.

ஆனாலும்
நாம் கேட்காமலேயே
நமது அனுமதியின்றியே
நமக்கு பிடித்தோ, பிடிக்காமலேயோ
நமது மேசையின்மீது சுடச் சுடப் பரிமாறப்பட்டிருக்கிறது வாழ்க்கை.
என்ன செய்யப் போகிறோம் இப்போது.?

~

அறைக்குள் கடல்

விளக்கை அணைத்து விட்டு கட்டிலில் படுத்தேன். கரீபியக் கடலின் அலை ஒன்று குழந்தைபோல் தவழ்ந்து வந்து காலைத் தொட்டது அந்நிய நகரத்தின் ஐந்து நட்சத்திர ஓட்டல் அறைக்குள் காற்றில் பேய் போல் தலை விரித்தாடின கடலோர தென்னந் தோப்புகள் குளிரூட்டப்பட்ட அறைக்குள் மணல் பரப்பில் கழற்றி விடப்பட்ட பூட்சுகளைக் கடலுக்குக் கவர்ந்திழுத்துச் சென்றன அலைகள் மறுபடி கரை தொட்ட கண்ணாடி அலைகள் பூட்சுகளைக் கரை சேர்த்தபோது அதற்குள் இரண்டு ஊதா நண்டுகள் வெள்ளை வெளேரென்ற என் படுக்கை விரிப்பைத் தேடி வந்தன இப்போது கடலோரப் பாறைகளை உப்புக் காற்றின் உளி கொண்டு செதுக்கியது கடல் செதுக்கிய சிற்பத்தில் பாண்டிச்சேரியிலிருந்து குவதுலோப்புக்குக் கப்பல் ஏறி வந்த கரும்புத் தோட்டத்து கூலி அடிமையின் முக ஜாடை திடுக்கிட்டு எழுந்து விளக்கைப் பொருத்தினேன் கடல் தன் ஞாபகார்த்தமாக சங்கு ஒன்றை தரை விரிப்பின் மேல் கிடத்தியிருந்தது.

~

வரிப்பூனை

காலை வெயிலில் உடல் சிலிர்த்து
"லே வெலான்" ஓட்டலின்
ரெஸ்டாரண்டில் கழுவி அடுக்கப்படும்
கப் அண்டு சாசர்களின் சத்தம் கேட்டு
அதை நோக்கி நகரும்
கொதிலோப் தீவின் கொழுத்த வரிப்பூனைக்குத் தெரியுமா
நான் எங்கிருந்து வந்திருக்கிறேனென்று?

முத்து முத்தாய்ப் பழுத்துத் தொங்கும்
சிவப்புப் பழங்களுக்குமேல்
உச்சாணிக் குருத்தில் வந்தமரும்

ஊசிவால் குருவி
வெயில் புரளும் காலை நேரத்தை
அனுபவித்து விட வேண்டுமென்ற அவசரத்திலும்
என்னைப் பார்த்துக் கேட்டது
"நீ எத்தனை கடல் தாண்டி வந்தாய்?"

நீலக் கண்ணாடி பரப்பியது போன்ற
நீச்சல் குளத்தின் பக்கம்
அடர்ந்து வளர்ந்த மரங்களின் கூட்டத்திலிருந்து
எனது வேப்ப மரத்தின் தமிழ்க் குரல் கேட்டது:
"யாதும் ஊரே, யாவரும் கேளீர்".

உரோமங்களை நாவால் நக்கிச்
சுத்தம் செய்வதை சற்றே நிறுத்தி
வேப்ப மரத்தை நிமிர்ந்து பார்த்து
என்னையும் திரும்பிப் பார்த்தது வரிப்பூனை.

நான் எங்கிருந்து வந்தேன் என்பதை
ஏதோ கொஞ்சம் புரிந்து கொண்டதாய்
மீண்டும் தன் வாலை
நாவால் சுத்தம் செய்யத் தொடங்கி விட்டது.

~

தேர்ந்தெடுப்பு

கடலோர ரெஸ்டாரண்டில் கூட்டமில்லை.

மேசை இப்போது என் நண்பர்களால் நிறைந்திருக்கிறது.

எங்களைச் சுற்றிலும் கடல் காற்று.
கடலைக் கொண்டாட வேண்டுமென முடிவெடுக்கிறோம்.
எல்லோருக்கும் குவதிலோப் ரம் கொண்டு வருமாறு
பரிசாரகப் பெண்ணிடம் சொல்கிறோம்.

வெளியிலிருந்து விருட்டென்று ஒரு பறவை
ரெஸ்டாரண்டுக்குள் பறந்து வருகிறது.
சுறு சுறுப்பாய்
கொஞ்சம் அங்கும் இங்கும் பறந்து
எதையோ தேடி விட்டு வெளியே பறந்து செல்கிறது.

"சியர்ஸ்" சொல்கிறார்கள்.
கண்ணாடி மதுக் கிண்ணங்கள்
கிளிங்கென உரசிக் கொள்கின்றன.
வாஷிங்டன் நண்பர் ரொட்டியை பிட்டு

தட்டிலிருக்கும் பன்றி வறுவலை துடைத்தெடுக்கிறார்.
அவரைத் தொடர்ந்து
கோழிக் கறியும் கரீபியன் மீன் வருவலும் காலியாகின்றன.

டெல்லி நண்பர்
தனது சைவ உணவு தயாராகி வருவதற்காகக் காத்திருக்கிறார்.

குண்டான உடம்பும் மெலிதான நீண்ட கழுத்தும் கொண்ட
ரம் பாட்டிலை அடிக்கடி கவிழ்க்கிறார்கள்.

இப்போது பறவையின் சத்தம் கேட்டு
நான் நிமிர்ந்து பார்க்கிறேன்.

அதன் தொண்டையில் ஏதோ ஒரு பாடல்
சிக்கிக் கொண்டு வெளிவரக் காத்திருப்பது போலத் தெரிகிறது.

ஆனால் பறவை பாடவில்லை.

அது பாடுவதை யார் தடுக்கிறார்கள்?
யாருமில்லை.

ஆனால் பறவைதான் பாடுவதைத் தேர்ந்தெடுக்கவில்லை.

கடல் வெயிலில் பளபளக்கிறது.
மீனவர்கள் மீன் பிடிக்கிறார்கள்.
வெள்ளி மேகங்கள் உருவங்களை மாற்றிக் கொள்கின்றன.

பாடும் பறவை ஏன் பாடுவதைத் தேர்ந்தெடுக்கவில்லை?
~

மழைக் காடும் ஓவியனும்

மழைக் காடு வெட்கப்பட்டது
ஓவியனின் முன்னால் நிர்வாணமாக நிற்க.

ஈரத்தில் ஊறிய இருள் துணியை
தன் தூரிகையால் போர்த்தினான் ஓவியன்.

மழைக்காடு தன் கூந்தலை மெல்ல வருடியது.

கூரிய அலகுகளின் மீது கொண்டை வளர்த்த
இருவாச்சி பறவைகளின் குரலோடு
மரங்கொத்திப் பறவைகளின் இசையைக்
கொஞ்சம் நீர்வண்ணத்தோடு கலந்தான் ஓவியன்.

மழைக்காடு
வெட்கத்தில் கவிழ்ந்த தன் தலையை சற்றே நிமிர்த்தியது.

வானைத் தொடுவதில் போட்டி நடத்திக் கொண்டிருந்த
மெஹகனி மரங்களையும், செஸ்னட் மரங்களையும் கடந்து
பாதங்களால் போடப்பட்ட பாதையில் நடந்தான் ஓவியன்.

மழைக்காடு
தன் உடம்பிலிருந்து எழுந்த ஈர வாசனையால்
ஓவியனை அழைத்தது.

ஓவியம் எனும் கண்ணாடியில்
தன்னைத் தானே பார்த்துக் கொள்ளும்
ஆசையை வெளியிட்டது.

ஓவியன்
தொடங்கிய தன் ஓவியத்தை முடிக்க முடியாமல் தவித்தான்.

தன் மேல் விழும் வெளிச்சத்தைக்
கணந்தோறும் மாற்றும்
மழைக்காட்டை
ஓவியத்தில் கைப்பற்ற முடியாமல்
தோற்றுப் போய் திரும்பினான் ஓவியன்.

~

கடல் ஆமை

காரில் செல்லும்போது
சாலையில் குறுக்கிட்டது ஒரு கடல் ஆமை.

காரை நிறுத்தினேன்.

காலம் ஸ்தம்பித்தது.
ஆமை நகர்வதை நிறுத்தவே இல்லை.

எனக்கோ போக வேண்டிய அவசரம்
ஆமைக்கு என்ன அவசரம்?

அது ஆயிரம் ஆண்டுகள் கூட உயிர் வாழலாம்.
ஆனாலும் ஆமைக்கு முட்டை இடும் அவசரம்.

தொலை தூரக் கடல் நீந்தி
கொதுலுப் தீவின் கடலோர மணல் வெளிக்கு வந்திருக்கிறது.

முட்டையிட்டு மணல் மூடி
மீண்டும் கடலுக்குச் செல்லும் அவசரம் அதற்குண்டு.

வயிற்றில் தாங்கிய முட்டைகளின் பாரம் தாங்காமல்
தள்ளாடி சாலையை கடக்கிறது ஆமைத்தாய்.

இதற்குள் சாலை வாகனங்கள்
வரிசை கட்டி எனக்குப் பின் நிற்கின்றன.

ஆமை இப்போது சாலையைக் கடந்து விட்டது.

வாகனங்கள் புதிய உற்சாகத்தோடு பறக்கத் தொடங்கி விட்டன.

ஆமைத்தாய் நகரத்தின் வெகு அருகில் இருந்தது.

காரில் எனக்குப் பக்கத்தில் இருந்த என் மனைவி சொன்னாள்:
"இந்நேரம் ஆமை யாருடைய
உணவு மேசை மேல் பரிமாறப்பட்டிருக்கிறதோ?"

~

கருப்பு அழகி

இரவின் நெற்றியில்
என் பெயரை எழுதுகிறாள் அவள்.

பாழடைந்த கோயிலின் இருட்டுச் சுவற்றில்
தீக்குச்சி வெளிச்சத்தில்
எழுத்துக் கூட்டிப் படிக்கிறேன் நான்
அவள் மூதாதையர்களின் ரகசிய வாசனையை.

என் பைத்திய வார்த்தைகளை
மந்திர உச்சாடனங்களாய் மாற்றி
உடுக்கை ஒலியால்
நாலாயிரம் திசைகளையும் நடுங்க வைக்கிறாள் அவள்.

வாழைத் தோப்புக்குள்
திசை மறந்த பச்சோந்தியைப் போல்
கணம் தோறும் நிறம் மாற்றித் திகைக்கிறேன்
அவள் முன்னோர்களின் வழித் தடங்கள் தேடி.

நானும் அவளும்
எதிரெதிரே வைக்கப்பட்ட இரண்டு நிலைக் கண்ணாடிகள்.

பிம்பத்துக்குள் பிம்பமாய் பிரதிபலித்துக் கொண்டு
இரவும் பகலுமாய் நீளும் பயணத்தில்

யார் பிம்பம்? யார் பிரதி பிம்பம்?

~

கதவு

மூடிய கதவுகள் மிகவும் நேர்மையானவை
திறந்த கதவுகளைக் காட்டிலும்.

உள் நுழைய அனுமதி இல்லை என
வெளிப்படையாய்த் தெரிவிக்கின்றன மூடிய கதவுகள்.

திறந்த கதவுகளின் பின்
பல நேரங்களில் காத்திருக்கும் உதாசீனங்களின்
உள் ஒன்று வைத்துப் புறமொன்று பேசுதலின்
முடை நாற்றம் இல்லை மூடிய கதவுகளிடம்.

மூடிய கதவுகள் மிகவும் நேர்மையானவை.
அவை வெளிப்படையாய்ச் சொல்லி விடுகின்றன
அந்தரங்கம் புனிதமானது என்று.
~

டெல்கிரீஸ் கோட்டை

டெல்கிரீசின் தலை மட்டுமே
பச்சைப் பசேலென்ற புல்வெளிச் சரிவில்
புதைந்து நிற்கிறது
ஓர் அற்புத பாறைச் சிற்பமாய்...

ஆளுயரத் தலைக்குப் பக்கத்தில் நின்று
புகைப்படமெடுத்துக் கொள்கிறேன் நான்.

சுற்றிலும் புல்வெளியில்
மொட்டைத் தூண்கள் போல் நிற்கின்றன குத்துக் கற்கள்...

ஒருவேளை அவை
டெல்கிறீசோடு சேர்ந்து தற்கொலை செய்து கொண்ட
படை வீரர்களாக இருக்குமோ?

டெல்கிரீசுக்கு
சுற்றுலாப் பயணிகளைப் பிடிப்பதில்லை போலிருக்கிறது ஏனோ.

உளியால் உடைத்துச் செதுக்கப்பட்ட
தனது பெரிய கண்களால் என்னை
முறைத்துப் பார்க்கிறான் அவன்.

கல் உதடுகளை இலேசாக அசைத்து
என்னிடம் ஏதோ சொல்கிறான் பிரெஞ்சு மொழியில்.

"அடிமையாய் உயிர் வாழ்வதைவிட
செத்துப் போவது ஆயிரம் மடங்கு மேல்".

கோட்டையின்
பீரங்கி வைக்கப்பட்ட சிகரத்திலிருந்து

சரியும் புல் வெளியில்
தோளில் சாய்க்கப்பட்ட துப்பாக்கிகளோடு
ராணுவ முறைப்படி வரிசை கட்டி
கீழ் இறங்குகிறார்கள் நெப்போலியனின் படை வீரர்கள்.

அவர்களின் முகங்களில் அழுந்திய உதடுகளில்
பொறிக்கப் பட்டிருக்கிறது
சுதந்திரத்தை நேசிக்கும் பெருமிதமும்
மரணத்தைக் கண்டு அஞ்சாத வீரமும்.

பெருமழை வரப் போவதை குறிக்கும்
பேய்க் காற்றில் தலை சாய்த்து
வணக்கம் செலுத்துகின்றன பச்சை பசேலென்ற புற்கள்.

அவர்களுக்குத் தெரிகிறது
சாவது என்பது
அவ்வளவு கடினமான காரியம் இல்லை என்று.

ஆனால் சுதந்திரமாக வாழ்வது என்பது
மெத்தக் கடினம் என்பது அவர்களின் முகங்களில் தெரிகிறது.

டெல்கிரீஸ்
உரத்துக் குரலெழுப்பி
கட்டளை இடுகிறான் அவர்களுக்கு.

அனைவரும் கட்டளைக்குக் கீழ்ப்படிந்து
பின்புற கதவு வழியாகக்
கோட்டையை விட்டு வெளியேறுகிறார்கள்.
அடிமை முறைக்கு எதிராக
தங்களைத் தாங்களே சுட்டுக் கொண்டு செத்த
அவர்களின் துப்பாக்கிக் குண்டுச் சத்தம்
கோட்டையின் நாற்புறமும் எதிரொலிக்கிறது.

மாலை ஐந்து மணிக்குக்
கோட்டையின் பிரும்மாண்ட மரக்கதவுகளை
இழுத்து மூடுகிறார்கள் காவலாளிகள்.

அவர்களது வேலை நேரம் முடிந்து விட்டது.
~

பிம்பம் - பிரதி பிம்பம்

உன் கருவிழியில்
என் சுய பிம்பம் பார்த்து ஸ்தம்பித்து நிற்கிறேன்

எனக்குள் மௌனித்துப் போயிருந்த
சின்னஞ் சிறுபாறை ஒன்று இடம் பெயர
குளிர்ந்த மலையூற்று ஒன்று
பொங்கிப் பீரிட்டுப் பிரவாகமெடுத்தது

இதுவரை நம்மீது விழுந்த வெளிச்சங்கள் மாறி
தர்க்கம் குலைந்து
புதிய நிழல் சிற்பங்கள் நிறைந்த கடலோர நகரமொன்றின்
காற்று வீதிகளில் உலா வரத் தொடங்கினோம்

தயக்கங்களுக்கிடையே சிந்திய
உன் ஒவ்வொரு வார்த்தையும்
தொலைபேசிக் கம்பிகளில் மழைநீர்க் குமிழிகளாய்த் தொங்கி
என் செவி வழிச் சேர்கையில்

எனக்குள் இதுவரை புலப்படாமல்
மிதந்து கொண்டிருந்த
தீவுகள் கண்டுபிடிக்கப்பட்டு
புதிதாய்ப் பெயரிடப்பட்டு
என் உலக வரைபடம் மாறிப் போனதை அறிவாயா நீ?

இதுவரை பரிச்சயப் பட்டிராத அந்நிய தீவு ஒன்றில்
சம்பிரதாயமாய் எல்லோரையும் போல்தான்
நாம் சந்தித்துக் கொண்டோம் முதல் முறையாக

உன் புருவ வளைவில்
புன்னகை ஒன்றை
சரேலென என்னிடம் நீட்டியபோது
என்னிடமிருந்த எல்லா திசை காட்டும் கருவிகளும்
வழிகாட்டும் வரைபடங்களும்
ஏனோ திடீரெனத் தொலைந்து போயின.

ஆர்ப்பரிக்கும் அலை கடலில்
தொலைந்து போகிற போதெல்லாம்
உன் மூச்சுக் காற்றையே ஒரு மிதவையாய்ப் பற்றிக் கொண்டு
சளைக்காமல் நீந்துகிறேன்
வானும் கடலும் முத்தமிட்டுக் கொள்ளும் அடிவானம் நோக்கி.

மழை பெய்து ஓய்ந்திருந்த ஓர் பின்னிரவில்
விழியற்றவர்கள் பிரெயில் எழுத்துக்களை வாசிப்பது போல
நான் உன்னை வாசிக்கையிலெல்லாம்
என் பாதங்களுக்குக் கீழே
இதுவரை யாரும் நடந்திராத ஒற்றையடிப் பாதைகள்
வால் நட்சத்திரங்களாய் முளைத்து
முடிவில்லாத் திசைகளில் பாய்வதை அறிவாயா நீ?

உறக்கத்தில் நீ உச்சரிக்கும் முணுமுணுப்புகள் எல்லாம்
என் கனவுகளின் கடைவீதிகளின் பெயர்ப் பலகைகளில்
நியான் விளக்குகளாய் ஒளிர்ந்து கொண்டிருப்பதை
நீ அறிந்திருக்க நியாயமில்லை.

உனக்குள் என்னையும்
எனக்குள் உன்னையும்
சுவரொவியங்களாய்த் தீட்டிக்கொள்வதில்
ஜெயிக்கப் போவது யார்?
நீயா, நானா?
~

காதல்

ஒரு பெண், ஒரு ஆண்
ஒரு ஆப்பிள் பாதியாக மேசை மீது கிடந்தது

ஒரு பூ, ஒரு தேனீ
அதிராமல் மகரந்தங்களைக் கால்களில் பூசியபடி பறந்தது.

ஒரு எரிமலை, ஒரு காற்று
நெருப்பைத் தூண்டி விட்டபடி வீசியது.

ஒரு தீவு, ஒரு கடல்
இரவும் பகலும் அணைத்தபடி கிடந்தது

~

உடன்பிறப்பு

மரணமும் நானும் இரட்டைப் பிள்ளைகள்.

நான் பிறந்தபோதே மரணமும் என் உடன் பிறந்தது.
இன்றைக்கு
அதற்கும் எனக்கும் ஒரே வயது.

நாங்கள் இரட்டைப் பிள்ளைகள்தான் என்ற போதிலும்
ஏனோ தெரியவில்லை
நான் ஆரோக்கியமாக இருக்கும் போதெல்லாம்
அதற்கு நோய் வந்து விடுகிறது.

நான் படுத்த படுக்கையாகி விடும்போதெல்லாம்
மரணம் சுறு சுறுப்பாகி விடுகிறது.

நான் மருந்து சாப்பிட்டால்
மரணம் தன் முகத்தைத் தூக்கி வைத்துக் கொள்கிறது.

இதனாலேயே மரணத்தை
எனக்குக் கொஞ்சம் பிடிப்பதில்லை.

என்ன செய்வது
கூடப் பிறந்து தொலைத்தாயிற்றே?

ஒருநாள் இல்லாவிட்டாலும் ஒருநாள்
ஒரு நல்ல நேரம் பார்த்து
நாங்கள் இருவரும்
கை குலுக்கிக் கொள்ளத்தானே வேண்டும்.

~

பார்வையற்றவர்களுக்கான அருவி

பார்வையற்ற குழந்தைகள்
குருவிகள் போல் கும்மாளமிடுகின்றன
மழையாய்க் கொட்டும் அருவியைச் சுற்றி...

பெயர்ப்பலகையில்
பிரெயில் மொழியில் எழுதி வைக்கப்பட்டிருக்கும்
அருவியின் பெயரை
தங்களின் மிருதுவான விரல்களால் தடவித் தடவி
வாசிக்கின்றன குழந்தைகள்.

சோவென கொட்டும் தனது சொந்த பாஷையில்
அவர்கள் காதில் சொல்கிறது அருவி
தன் பிறப்பின் ரகசியத்தை.

சுழித்து ஓடும் அருவியின் பிரவாகத்தை
கண்களால் ரசிக்க முடியாத
பார்வையற்ற குழந்தைகள் அறிவார்கள்
சிள் வண்டுகள் சொல்லும் கவிதைகளின்
படிமங்களுக்குள் பிரவகிக்கும் அர்த்த விசித்திரங்களை.

பார்வையற்ற குழந்தைகளின்
விழிகளுக்குள் பூத்த இருட்டுப் பூக்களை
வெளிச்ச விதைகளாக மாற்றுகிறது அருவி
தனது ஓசை பாஷையால்.

~

சங்கு

கடற்கரை மணலில் கொளுத்தும் வெயிலில்
சங்குகளை விற்கிறாள் கருப்புப் பெண்.

பகலில் மணல் மெத்தையில் உறங்கி
நிலவொளியில் பவளப் பாறைகளில் ஓய்வெடுத்து வாழ்ந்த சங்கு
இன்றைக்கு
விற்பனைக்காய்க் காத்திருக்கிறது.
தளர்வாய் மூடிய குழந்தையின் உள்ளங்கை போல்
தூய வடிவம் கொண்டு
கடல் மேல் சுழன்றடித்த புயல் காற்றுகளின் சுவடுகளை
உடம்பின் மேல் வரிக் கோடுகளாய்த் தாங்கி
ரோஜா நிறத்தில் சிவந்து மடிந்த உதடுகள் விரித்து
என்னைப் பார்த்துச் சிரித்தது சங்கு.

அதனை கரத்தில் எடுத்து செவியில் பொருத்தினேன்
காதில் கேட்டது கடல் புரளும் ஓசை.

~

நன்றி நவிலல்

நடு இரவில் தூக்கம் கலைகையில்
அதிகாலையில் படுக்கை விட்டெழுகையில்
பகலில் உணவகத்தில்
அலுவலகத்தில் வேலைகளுக்கு நடுவில்
கணிணியை அடிக்கடி திறந்து பார்க்கும் பழக்கம் தொற்றிக்கொண்டது
எனக்கு.

பிளாட்பாரம் கிடைக்காமல்
வெளியே நிற்கும் ரயில்கள் போல்
திறந்து வாசிக்கப்படாத உனது ஈமெயில்கள்
எங்கே காத்திருக்க நேருமோ என
கணந்தோறும் அஞ்சுகிறேன்.

உனது வார்த்தைகள் முடியுமிடத்தில்
எனது வார்த்தைகள் தொடங்குகின்றன.

உனது உதடுகளை எனது நாவினால் தடவி ஈரப்படுத்தி
நான் என்னைப் பேசிக் கொள்ள முயல்கிறேன்.

பிறை நிலவு கிழக்கு நோக்கிப் பயணிக்கும் பின்னிரவில்
நீ சொன்ன மந்திரச் சொற்களில்
கனன்று கொண்டிருக்கும் நெருப்பில்
எனது சிகரெட்டுகளைப் பற்ற வைத்துக் கொள்கிறேன்.

நமக்கிடையே உள்ள தூரங்களில் கவிந்திருக்கும்
மூடு பனியிலிருந்து நூல் நூற்று
எனது வார்த்தைகளை நெய்தெடுக்கிறேன்.

எனது விழித்திரையில் உனது பிரதிகள் தீட்டும்
திரை ஓவியங்களில் மறைந்திருக்கும் ரகசிய குறிப்புகளில்
எனது மூதாதையர்கள் விட்டுச் சென்ற
புதையல் பெட்டியின்
தொலைந்து போன சாவியைக் கண்டெடுக்கிறேன்.

எண்ணெயிட்ட அகல் விளக்கைக் கையில் ஏந்தியபடி
இருளில் தவித்துக் கொண்டிருந்தபோது
நீ கொடுத்த ஒரே ஒரு தீக்குச்சியை வைத்து
நான் வளர்த்திய யாக நெருப்புகள்
உனக்கு நன்றி தெரிவிக்க இயலாமல் தோற்றுப் போகின்றன.

வெற்றிலைக் கொடிகள் ஊடுபயிரைத் தழுவி வளர்வதுபோல்
உன்னைச் சுற்றி
சதா துளிர்விட்டுக் கொண்டே இருக்கும் வார்த்தைகள்
செய்வதறியாது கைபிசைந்து நிற்கின்றன
உனக்கு நன்றி தெரிவிக்கும் தருணத்தில் மட்டும்.

மழையில் நனைந்த செங்கொன்றை மரம் உதிர்த்த
சிவப்பு மலர்களும் பழுப்பு இலைகளும் புதைந்த
களிமண் பூமியின் ஈரத்தை என் பாதங்களில் உணர்ந்தபடி
நான் உன்னிடம்
எனது மௌனங்களையும்
கொஞ்சம் சிவப்பு ரோஜாக்களையும் மட்டும் கொடுத்து

நிறைவடைகிறேன்.

வழி தெரியவில்லை நன்றி சொல்ல.

~

ஓட்டைப் படகு

கடலோரத்தில் ஒரு ஓட்டைப் படகு
மர நிழலில் ஓய்வெடுக்கிறது.

எப்போதோ செத்துப்போன கொலம்பஸ்
இப்போது மேகமாய் மிதந்து வந்து தினந்தோறும் அழைக்கிறான்
கடலுக்கு வா என்று.

கடரோரத்தில் ஒரு ஓட்டைப் படகு
ஞாபகங்களைக் கனவுகளாய்க் கண்டு கொண்டு
மர நிழலில் தூங்குகிறது.

எப்போதோ தண்ணீரில் எழுதி பாதியில் தொலைத்த
கவிதை வரி ஒன்றை
இப்போது நினைவு படுத்துமாறு கேட்கிறது கடல்.

கடலோரத்தில் ஒரு ஓட்டைப் படகு
வார்தைகளால் கைவிடப்பட்ட மௌனத்தில்
மர நிழலில் புதைக்கப்படுகிறது.

"அலைகளில் அலைந்து அலைந்து மெலிந்தது போதும்
இனி என் மடியில் படுத்து சூரியக் குளியல் எடுத்துக்கொள்,"
என்று சொன்னது மணல் மெத்தை.

~

கரீபியக் கடலில் இந்திய ஆன்மா

கரீபியக் கடலில் மிதக்கும் தீவுகளில்
அலைகிறது இந்திய ஆன்மா.

கடல் ஆமைகளின் பாதைகளைப் பின் தொடர்ந்த
பழந்தமிழர்களின் உடம்பில் ஓடிய குருதி நதி
இன்று
விமானத்தின் இருக்கையில் அமர்ந்தபடி
அட்லாண்டிக் கடலைப் பறந்து கடக்கும்
என் உடம்பிற்குள் பிரவகித்து ஓடுகிறது.

கொலம்பஸ் கண்டுபிடித்த
தொலைதூரத் தீவுகளில்
நீர்வண்ண தூரிகைத் தீண்டலாய்
என்னைச் சுற்றி நகரும் மலைகளில் எதிரொலிக்கிறது
குறிஞ்சி பாடிய கபிலனின் குரல்.

இவை எவற்றைப் பற்றியும் கவலை இன்றி
பச்சை நிறத்தில் ஆர்ப்பரிக்கும் கடல் அலைகளை
அடக்கி முன்னேறுகிறது மோட்டார் படகு.

~

தியான வெளி

காகித விளக்குகளை ஏற்றி வைக்கிறாய்
நாற்புறமும்...

மெலிதான கொசுவலைக்குள்
இருவரும்

ஒருவர் விழியில் மற்றவரின் பிம்பம்
இடவல மாற்றங்களோடு இருப்பதைப் புரிந்து கொண்டு.

கிரகங்களால் அலங்கரிக்கப்பட்ட பிரபஞ்சத்தில்
நீயும் நானும்
ஒன்றை ஒன்று பொருத்தி சுடர்விட்டு எரியத் தொடங்கும்
இரண்டு அகல் விளக்குகள்.

உன்னை மெலிதாய்த் தொடுகிறேன்
விந்தையான புதிர் ஒன்றைத் தொடுவது போல்.

ஒரு புறாவைப் போல் நீ சிலிர்த்துக் கொள்கையில்
மாறிப் போய் ஒலிக்கும் உன் குரலில்
நீ முணுமுணுப்பது
மந்திர உச்சாடனம் போல் கேட்கிறது.

எனது வலது கரம் உனது இடது கரத்தின் மீதும்
உனது வலது கரம் எனது இடது கரத்தின் மீதும்
இசையின் இரண்டு கமகங்கள் போல் படிகின்றன.

கண்களை மெலிதாய் மூடியபடி
ராகமாலிகையொன்றை
உதட்டுக்குள் நெய்தெடுக்கிறாய் என்னைப் போலவே.

ஒருவர் பாடும் பாடல் ரீங்கரிக்கிறது
மற்றவர் செவியில்.

இருவருக்குள்ளும் உறங்கும் சக்தி விழித்துக் கொண்டு
மிதக்கத் தொடங்குகிறது
காதல் மணக்கும் தியான வெளியில்.

~

தீவின் தனிமை

அகாசிய மலர்களைச் சுற்றி மஞ்சள் பட்டாம்பூச்சிகள்.

தீவின் தனிமையில்
என் உண்மைச் சொரூபம் தேடி
அமர்ந்திருக்கிறேன்.

மழையில் நனைந்து வெயிலில் காய்ந்து
நிறமிழந்த மர பெஞ்சின் மீது
கடல் காற்றில் சிறகுகள் பெற்று பறக்கிறது
எனது இந்திய இதயம்.

கரீபியக் கடலும் அட்லாண்டிக் கடலும்
இணையும் சங்கமத்தில்
கடல் கொள்ளைக்காரர்கள் தொலைத்த கப்பல்களின் பெயர்களை
என் காதில் அறைந்து சொல்கிறது காற்று.

தீவின் தனிமையில்
என் உண்மைச் சொரூபம் தேடி
அமர்ந்திருக்கிறேன்.
மழையில் நனைந்து வெயிலில் காய்ந்து
நிறமிழந்த மர பெஞ்சின் மீது.

கடலுக்கு அப்பால்
அடி வானத்தில் பதுங்கி நிற்கும்
தொலை தூர தீவுகளின் பெயர்களை
நான் ஏற்கனவே அறிந்திருப்பதாக
எனக்குள் ஒரு பிரம்மை தோன்றுகிறது.

நான் அவற்றுக்குச் சூட்டிய கற்பனைப் பெயர்களை
உதட்டுக்குள் உருட்டியபடி
தனிமையில் காத்திருக்கிறேன்
அவை என்னை நோக்கி நகர்ந்து வந்து கை குலுக்கலாமென.

தனிமையில் அமர்ந்திருக்கும்
என்னை நோக்கி வருகிறார்கள் இரு கருப்பினத் தம்பதிகள்.

என் பூர்வீகம் விசாரித்து சொல்கிறார்கள்
தாங்களும் இந்தியாவின் பூர்வகுடிகள்தான் என்று.

கடலோரப் பாறையின்மேல் வந்தமரும்
ஒரு பெயர் தெரியாத பறவை
ஏனோ என்னைப் பார்த்து
தனது கருத்த வாலை ஆட்டுகிறது.

தீவின் தனிமையில்
என் உண்மைச் சொரூபம் தேடி
அமர்ந்திருக்கிறேன்
மழையில் நனைந்து வெயிலில் காய்ந்து
நிறமிழந்த மர பெஞ்சின்மீது.

~

காதல் மற்றும் மரணம் பற்றிய குறிப்புகள்

தற்கொலையின் சில்லிட்டுப் போன
எல்லா முயற்சிகளும் கைவிடப்பட்ட பிறகு
முகத்தைச் சுவர்ப் பக்கமாகத் திருப்பிக் கொண்டு
அழுகிறது நேசம்.

இருண்ட நதியின் கரையில் தனிமையில் நிற்கையில்
படகோட்டி இல்லாத ஒரு படகாக
எனக்காகக் காத்திருக்கிறது மரணம்.

வாழ்க்கை எனும் நீண்டதொரு இசை நாடகத்தை
காதலின் இசைக் குறிப்புகளோடு
முடிப்பதே நல்லதெனக் கருதுகிறேன்.

ஒரு ஏழையின் ஈமச்சடங்கு போல் முடிந்து போன காதலையும்கூட
ஒரு சங்கீதத்தின் மூலமாக மட்டுமே
விளக்கிப் பேச முடியும் போல் தோன்றுகிறது.

நான் நம்புகிறேன்
மரங்களும் பூக்களும்
மகரந்தங்களைப் பாதங்களில் பூசிப் பறக்கும் வண்டுகளும்
பூமியும், பெயர் தெரியாத பிற கிரகங்களும்
காதலின் மந்திர சக்தியுள்ள இசைக் குறிப்புகளால்தான்
பிரபஞ்சத்தை நிரப்புகின்றன என்று.

மதுக் கடையின் பரிசாரகரே
எனக்கு சிவப்புச் சாராயத்துக்குப் பதிலாக
தயவு செய்து வெள்ளை மதுவைக் கொண்டு வாருங்கள்.

நாவில் மரணத்தின் சுவை வந்து சேர்ந்த பிறகு
நான் எனது மேசையைக் காலி செய்து விடுவேன்.

அப்போது எனக்கான மதுவை நீங்கள் அருந்த வேண்டும்
என நான் உங்களை
மிகவும் வேண்டிக் கொள்கிறேன்.

~

முதல் காதல்

ஒரு கடவுளின் மௌனத்துடன்
என்னைச் சுற்றிலும் மிக அருகில் இருக்கிறது முதல் காதல்.

(கரைகளற்ற கடலில் மிதக்கிற தீராத வலியின் தீவாக)
இலையுதிர் காலத்துத் தோட்டத்தில்
காற்றில் புரளும் சருகுகள் அனைத்திலும்
காதலின் கையெழுத்து.

அமர்ந்திருந்து எழுந்து சென்று விட்ட ஆசனங்களில்
விட்டுச் செல்லப் பட்டிருக்கும் சூட்டை
அதில் சென்று அமர்வதின் மூலமாக ருசிக்கும் வலி
நெற்றிப் பொட்டில் தெரிக்கும் விண் விண்ணென்று.

பனியில் நனைக்கப்பட்ட ஈரத்துணியை
நெற்றியில் வைத்த பிறகும்
ஜுர வேகத்தில் கேட்கும் அதன் முணகல் சத்தம்
கால ஓடையின் முழங்கால் நீரில் நடந்து வந்துத் தொடுகிறது.

கொஞ்சம் எழுந்திருக்க முயற்சித்து
மீண்டும் மரணப் படுக்கையில் தொப்பென விழுந்து
மீண்டும் எழுந்திருக்க முயற்சிப்பதே தொழிலாகப் போயிற்று.
ஒருவர் மீது ஒருவராகப் பலர் புதைக்கப்பட்டிருந்த
புதை குழி ஒன்று
மீண்டும் மீண்டும் புதிதாய்த் தோண்டப் பட்டு
வாய் பிளந்து காத்திருக்கிறது.

(யாருக்காக?)

~

பூங்கொத்துகள்

பகிர்ந்து கொள்கிறோம்
நிறைய வார்த்தைகளை

வெள்ளித் தட்டில் வைத்துப் பரிமாறிக் கொள்கையில்
கீழே குறுவாள் மறைத்து வைக்கப்பட்டிருக்கிறதோ
என்கிற தீராத சந்தேகத்தோடு.

பூக்களைக் கண்ணாடித் தாளில் சுற்றி அலங்கரிக்கையில்
பூநாகங்களும் உடன் சேர்த்து மடித்து வைக்கப் பட்டிருக்குமோ
என்கிற அச்சத்தோடு ஒருவருக்கொருவர் கொடுத்துக் கொள்கிறோம்
பூங்கொத்துக்களை.

தொலைபேசி எண்ணைக் கேட்டு வாங்கிக் கொள்கிற நாம்
நமது எண்ணைக் கொடுப்பதற்கு நிறையவே யோசிக்கிறோம்.

அன்பின் பெயரால் அணைத்துக் கொள்கையில்
அவரவரின் ஏடிஎம் கார்டுகளின் பாஸ்வேர்டுகள்
மற்றவர்களுக்குத் தெரிந்து விடக் கூடாதென்று.
கவனமாயிருக்கிறொம்.
~

உனது நாட்குறிப்பில் எனது கையெழுத்து

உனது நாட்குறிப்புப் புத்தகத்தில்
அன்றாடம் எழுதி வருகிறேன்
எனது பதிவுகளை.

கையெழுத்தின் மெலிதான கோடுகளில்
கண்ணாடியில் காற்றூதிச் செய்த
பிம்பங்களின் உலகம்
டைரிக்கு வெளியே
துளித் துளியாக வலுக்கத் தொடங்குகிறது மழை.

பல நூற்றாண்டுகளுக்குத் தொடர்ந்து பெய்யும் மழையில்
இணைந்து நனைகிறோம் நீயும் நானும்.

டைரிக்கு உள்ளே
நீயும் நானும்
மழைக்கு பயந்து கிளையில் ஒதுங்கி இருக்கும்
இரண்டு பறவைகள்.

பேனா மையில் உறைந்து போன எனது வார்த்தைகளை
கண்ணாடி அணிந்த நீ படிக்கிறாய்.

அரைகுறையான என் மனக்குகை ஓவியங்களை
உனது தூரிகையால் பூர்த்தி செய்கிறாய்.
இப்போது உன் டைரி
ஒரு ஓவியக்கூடமாய் மாறிப் போகிறது.

வாசிக்கையில் நீ உதிர்க்கும் உன் சிரிப்பு மத்தாப்புக்களால்
காகித விளக்குகளின் திரி கொளுத்தி
வானம் முழுவதையும் ஒரு நொடியில்
அலங்கரித்து விடுகிறாய்.

புரிதல்கள் தூசுகளாய்ச் சுழன்று
மெல்ல இறுகி
நம் இருவருக்கும் பொதுவான உலகம் ஒன்றை
நெய்தெடுக்கும் தறி
மெல்ல அசையத் தொடங்குகையில்
உனது வீடு வந்து சேர
நீ காரிலிருந்து இறங்குகிறாய்.

நானோ காரிலேயே தங்கி விடுகிறேன்.

வலுத்துப் பெய்த மழை தூரலாய்ப் பிசு பிசுக்க
உன் அலை பேசி ஒலிக்கிறது.

அதில் உன் குரல் என்னிடம் சொல்கிறது
காரில் மறதியாய் வைத்து விட்ட உன் டைரியை எடுத்து
பத்திரப் படுத்துமாறு.

~

உன்னிடம் திருடிய டைரி

எனது கையில் உனது நாட்குறிப்புப் புத்தகம்.

உன் மேசை மேலிருந்து நான் திருடி வந்த
உன் டைரியை
காற்று வெளியில் திறந்து வைத்து
மௌனமாய் வானத்தைப் பார்க்கிறேன்...

பாறையில் பதிந்த டைனோசரின் பாதச் சுவடுகளை
ஆய்வாளர்கள் தூரிகையினால் சுத்தம் செய்து வாசிப்பதுபோல
நான் உன்னை வாசிக்கத் தொடங்குகிறேன்.

என் கைகடிகாரத்தின் உலோகச் சங்கிலியில்
மாட்டிக்கொண்ட உனது கூந்தல்
மின் விசிறியில் அடிபட்ட சிட்டுக் குருவியைப் போல்
உன் டைரியில் துடித்துக் கொண்டிருக்கிறது.

எனது சாதாரன வார்த்தைகளுக்கெல்லாம்
நீ சிரித்த சிரிப்புகள்

என் தலையில் மாட்டிய தலைக் கவசத்தில் செருகிய
அலைபேசியிருந்து தெருவெங்கும் சிதறுகின்றன.

நெருப்பாய்க் கொதிக்கும் உன் நெற்றியில்
என் உள்ளங்கை பதிக்கிறேன்.

இன்னும் சில கணங்களில்
இதழ் விரிக்கப் போகும் குவிந்த மலர் போன்ற உன்னில்
மெலிதான முத்தம் ஒன்று பதிக்கையில்
ஒய்வில்லா உளிச் சத்தத்தில்
காதலின் சிற்பத்தைச் செதுக்கத் தொடங்கி விடுகிறது காலம்.

உன் மேசை இழுப்பறையிலிருந்து நான் திருடி வந்த
உன் டைரியை
காற்று வெளியில் திறந்து வைத்து மௌனமாய்
வானத்தைப் பார்த்து நிற்கிறேன்.
~

அவள் குறித்த பிரம்மைகள்

பிரிவின் கண்ணீரால் நிரப்பப்பட்ட மீன் தொட்டியில்
நழுவி விழுந்த அவளின் விழிகள்
நிச்சலனமாய் நீந்துகின்றன இரவும் பகலும் ஓய்வின்றி.

விழிகளில் பூசிய கருமை கரைந்து
கண்ணீரின் நிறத்தைச் சாம்பல் நிறமாய் மாற்றி விடுகிறது.

விடாமல் பெய்த அடை மழையில் நனைந்து சிதைந்த
அவளின் தோற்றக் கூறுகள்
அன்பின் மிகைப் படுத்தலினால்
புதிதாக வண்ணம் தீட்டப்பட்ட கோயில் கோபுரமாய்
என் கண் முன்னால் வந்து வந்து மறையும்.

முழுக்க முழுக்க நிஜத்தன்மை வாய்ந்த அவளது வாசனை
தேவதைக் கதைகளின்
அமானுஷ்ய உணர்வுகளினால் அலங்கரிக்கப்பட்டு
திருகல் மொழியில் பேசப்பட்ட ஓர் மர்மமாய்
கொடியில் தொங்கும் அவளது ஆடைகளில் கசிகிறது.

அடர்ந்த கூந்தலைச் சீவி முடித்த
கருப்புச் சீப்பின் பற்களில் சிக்கியிருக்கும் அவளின் கேசம்
மின் விசிறியின் காற்றில் நடுங்குகையில்
எனக்குள் கண்ணுக்குப் புலப்படாத ஏதோவொன்று
மழையில் நனைந்து குளிரில் வெடவெடக்கும்
பறவையைப் போல் நடுங்குகிறது.

அவள் நாசியிலிருந்து மெலிதாய்ப் புறப்பட்டு
ஒரே சீராய் தளர் நடை பழகிய மூச்சுக்காற்று இன்று
பிரிவின் உஷ்ணத்தில் சூடாகி எடையிழந்து மேகமாகி
எனக்குள் பிரகாசிக்கும் சூரியனைச் சூழ்ந்து மறைத்து
மனசுக்குள் இருட்போர்வை போர்த்துகிறது.

மலை மேல் வளைந்து வளைந்து செல்லும்
தார்ச் சாலையாய்ப் பயணிக்கும்
என் சுவாசப் பாதையில்
வேகத்தடைகள் மலை போல் எங்கிருந்தோ வந்து முளைத்து
எந்நேரமும் என்னை மூச்சுத் திணறடிக்கின்றன.

மேசை இழுப்பறையில் அவள் கழற்றி வைத்த வளையல்கள்
பூஜ்யங்களுக்குள் இருக்கும் வெறுமையை அடைகாத்து
குஞ்சு பொரிக்கின்றன
பகலுக்குள் துயிலும் விரக்தியையும்
இரவுக்குள் எரியும் விரகத்தையும்.

வீட்டில் அநாதையாய்க் கழற்றி விடப்பட்டிருக்கும்
அவளின் தேய்ந்து போன பழைய செருப்புகள்
பால் வீதியின் நட்சத்திரங்களை மிதித்து நடந்து
உருச்சிதைத்து அவற்றைத் தூளாக்கித் தூவியிருக்கின்றன
மீன் தொட்டியின் அடியில் புரளும் கூழாங்கற்களாய்.

தரை தட்டிய கப்பலாய்
தனிமையில் நின்று கொண்டிருக்கும் என் மீது
சீறியெழுந்து அலை அலையாய் வாரி அடிக்கப்படும்
பிரம்மைகளின் உப்பு நீர்த் திவலைகள்
அரித்துத் தின்கின்றன என்னை தினந்தோறும்.

~

நம்பிக்கை நட்சத்திரம்

இருளின் சுவர்களுக்குள்
ஆயுதம் தாங்கிய நிழல்களால் சூழப்பட்டு
நான் காவலில் வைக்கப்பட்டிருக்கையில்

நீ என் காதில் கிசுகிசுத்தாய்:
"இருளின் கர்ப்பப் பை
வெளிச்ச விதைகளை சூல் கொண்டிருக்கிறது".

காய்ந்த முள் பொடிப் பொடியாய்க் காற்றில் பறக்கும்
கோடை வெயிலில்
நதியாய் நீர் வற்றிப்போய்
பாலை மணல் வெளியாய் நான் திரிந்து கிடக்கையில்

நீ என் அருகமர்ந்து
விழி நீர் துடைத்து கண்களில் முத்தமிட்டுச் சொன்னாய்:

"மணலுக்கும் கீழே
பல நதிகள் பாய்ந்து கொண்டிருப்பதை
அறியாதவனா நீ?"

இலையுதிர் காலத்தில்
நம்பிக்கையின் எல்லா இலைகளும் உதிர்த்து
சோக மரமாய் நான் தனிமையில் நிற்கையில்
சந்தனம்போல் மணக்கும் உன் குளிர்ந்த கரங்களை
என் நெற்றியின் மீது படிய வைத்து
ஒரு கவிதை வரி சொன்னாய்:

"புதிய தளிருக்கு இடம் கொடுத்து
பழைய சருகுகள் உதிர்ந்தன என்று
புரிந்து கொண்டவை பறவைகளே".

~

காட்சிகள்

காட்சி 1

'லே வெலான்' ஓட்டலிலிருக்கும்
109ம் எண்ணுள்ள ஒரு அறை.

காட்சி 2

பொதுக்கூட்டம் நடத்துவதற்கான
ஓர் அரங்கு பூட்டப் பட்டிருக்கிறது.

காட்சி 3

டெர்ரி டி ஹாட் தீவின் நிழல் மண்டிய
ஒரு தெருவில் கடல் காற்று.

காட்சி 4

கல்லறைகள் நிரம்பிய மயானத்தில்
பச்சைப் பசேலென ஒரு மரம்.

காட்சி 1 மற்றும் 2 கோடைகாலம், 2013.
காட்சி 3ம் 4ம் பொங்கல் வாரம்.

சில வாரங்கள் கழித்துத்தான்
காட்சி 3ம் 4ம் இடம்பெறுகின்றன.

~

மேசை மேல் செத்த பூனை

எதிர் கவிதைகள்

சமர்ப்பணம்

நிகனார் பர்ரா (103 வயது)
1914 - 2018
~
அரை நூற்றாண்டாக
அமைதியான முட்டாளின் சொர்க்கமாகக்
இருந்து வந்த கவிதையைத்
தனது அசுர ராட்டினத்தில் ஏற்றி
தலை சுற்ற வைத்து
கீழே விழ நேர்ந்து
கவிதையின் மூக்கிலும் வாயிலும் ரத்தம் கொட்டினால்
அது என் குற்றமல்ல
என்று சொன்ன
சிலி நாட்டுக் கவிஞருக்கு
இக்கவிதை நூல்
~

"கலை இனியும் அழகுக்கு சேவை செய்யாது"

- பிகாசோ

எதிர் கவிதையா? அப்படின்னா?

கவிதை என்றால் என்ன? இந்தக் கேள்விக்கு ஒவ்வொரு மொழியும், ஒவ்வொரு பண்பாடும், ஒவ்வொரு காலகட்டமும் ஒவ்வொரு விதமான பதில்களைக் கொடுக்கிறது. இது போலவே எதிர் கவிதை என்றால் என்ன என்பதை ஒவ்வொரு கவிஞனும் தான் சார்ந்திருக்கும் மொழி, பண்பாடு ஆகியவற்றுக்கு ஏற்றதுபோல் வரையறுத்துக் கொள்கிறான்.

நான் முயற்சிக்கும் எதிர் கவிதையும் நிகனார் பர்ரா சொல்லும் எதிர் கவிதையும் பல குணாம்சங்களில் ஒன்று பட்டாலும் அவை பல குணாம்சங்களில் வேறுபட்டவையும் ஆகும்.

நகைச்சுவை, கிண்டல், கேலி, நக்கல், நூலாசிரியர் தன்னைத்தானே மட்டுமல்லாமல் மொத்த மனித குலத்தையும் நக்கலடித்துக் கொள்வது என்று நடைபெறுகிறபோது நூலாசிரியர் பாடுவதற்கு பதிலாக கதை சொல்லத் தொடங்கிறார் என்று அர்த்தம் — இதுதான் எதிர் கவிதை.

மொழியின் சர்வாதிகாரத் தன்மையிலிருந்து கவிதையை விடுவிப்பது எதிர் கவிதையின் முக்கிய குணாம்சம்.

காலம் காலமாகக் கவிதைக்கென ஸ்தாபிக்கப்பட்டிருக்கும் கல்யாண குணங்களைப் புறக்கணித்து சுதந்திரமான ஒரு வெளியில் இயங்குவதே எதிர் கவிதை.

கவிதைக்கென பிரத்தியேகமாக ஸ்தாபிக்கப்பட்டிருக்கும் போதை வார்த்தைகளைப் பிரக்ஞைபூர்வமாகத் தவிர்ப்பது அல்லது அவை கட்டமைக்கும் சீரியஸ்தனத்தைக் குலைப்பது.

சோகமான நிகழ்வுகளை வேடிக்கையாக எழுதி கண்ணீரைச் சிரிக்கவிடுவது. எல்லாவற்றிலும் கிண்டல் கேலி. ஒரே நேரத்தில் சோகம், விளையாட்டு ஆகியவற்றை இணைப்பது.

துணிச்சலாக கவிதையை வசனமாக எழுதுவது.

பேச்சு மொழியில்; குறிப்பாக மெட்ராஸ் பாஷையைக் கவிதையில் பயன்படுத்திப் பார்ப்பது.

நகரத்து அன்றாட வாழ்க்கையின் சாதாரன பொருட்களான கைபேசி, பூங்கா பெஞ்சு என்று கவிதைக்கு உகந்தது இல்லை எனக் கருதுபவற்றைக் கவிதைக்குள் கொண்டு வருவது.

இயந்திர அழகியல் ஒன்றைத் தமிழில் நிர்மாணிப்பது. ஒரு பூவை ரசிப்பது போல இயந்திரங்களையும் ரசிக்கத் தொடங்குவது.

கிரகமயமான உலகில் தமிழ்க் கவிதையின் அடிப்படியாக இருக்கிற திணைக் கோட்பாட்டை உலகம் முழுவதும் புலம்பெயர்ந்து வாழும் தமிழர்களுக்கான அழகியல் கோட்பாடாக ஏற்று அதன் பண்பாட்டு எல்லைகளை விஸ்தீரணப் படுத்துவது.

மரபார்ந்த ஐவகை நிலப் பாகுபாடுகளிலிருந்து தமிழை நகர்த்தி கிரகம் தழுவிய ஒரு புதிய பூகோளத்தைத் தமிழ்க் கவிதைப் பரப்புக்குள் கொண்டு வருவது. புதிய புதிய நதிகள், பறவைகள், பனி மழை, பாலைவன மணற்காற்று போன்றவற்றிகான புதிய திணை ஒழுக்கங்களை தமிழ்க் கவிதைப் பரப்புக்குள் உருவாக்குவது.

சோகமான நிகழ்வுகளை வேடிக்கையாக எழுதுவது. எல்லாவற்றிலும் கிண்டல் கேலி. ஒரே நேரத்தில் சோகம், விளையாட்டு ஆகியவற்றை இணைப்பது.

இயந்திரத்தனமாகிப் போன வாழ்க்கையைப் பரிகசிப்பது. வயதாகிப்போவது குறித்த வலி, மரணம், காதலின் பொய்மை, அழகை, இயற்கையை இழந்து விட்ட பிறகு அதுகுறித்த புலம்பல் என்று எதிர் கவிதை 21ஆம் நூற்றாண்டுக்கான புதிய அழகியலைக் கட்டமைக்கிறது.

இந்திரன்

குறியீடுகள்

ஒவ்வொரு சொல்லும் ஒரு கடல்.
அலைகளின் ஓங்காரத்துக்குள் ஒளிந்திருக்கிறது
ஒரு சூன்யம்.

சிவப்பு சாராயம் நிரம்பிய
ஒரு கண்ணாடி மதுக் கோப்பை,
நண்பனின் முதுகில் பாய்ச்சி எடுத்த
குருதி தோய்ந்த ஒரு குறுவாள்,
புரட்டி புரட்டி அடிக்கோடிட்டு
பலமுறை படித்த ஒரு பழைய புத்தகம் –
எல்லா குறியீடுகளுக்குள்ளும்
ஒரு கடல் காத்திருக்கிறது.

அநாதையாக்கப்பட்ட பாதச்சுவடுகள்
ஒவ்வொன்றும் ஒரு கதை சொல்லி.

நானோ கடலோரத்தில் கிடைக்கும்
கிளிஞ்சல்களை மட்டுமே பொருக்கிக் கொண்டு
வீடு திரும்புகிறேன்.
~

கடைசி இரவு விருந்து

சாப்பாட்டு மேசையில் பரிமாறப்படும்
பிட்சாவை என் மாமிசமாகவும்
கோக் குளிர்பானத்தை என் ரத்தமாகவும்
பரிமாறியபோது
மேசைக்கடியில் இருந்த அந்த கருப்பு நிற பூனைக்குட்டி
தாங்கமுடியாத பசியில் தொடர்ந்து கத்தியது.

ஆனால் நானோ
என்னோடு உணவை பகிர்ந்து கொண்டவர்களில்
42000 ரூபாய்க்காக
(இயேசு காலத்திய 30 வெள்ளிக்காசுகளின்
இன்றைய மதிப்பு)
யார் என்னை முத்தம் கொடுத்துக்
காட்டிக் கொடுக்கப்போகிறார்கள்
எனத் தெரியாத சோகத்தில் மூழ்கிக் கிடந்தேன்.

பசியில் வாடிய பூனைக் குட்டி
என் காலைப் பிராண்டத் தொடங்கியபோது
நான் காலை உதறிக் கொண்டு
பயத்தில் கத்தினேன்.

பரிசாரகர் என்னிடம் வந்து மரியாதையுடன் சொன்னார்:
"செல்லப் பிராணிகளை உடன் கொண்டு வரலாம்
என்பது இந்த ஓட்டலின் சிறப்பு அம்சம்."

நான் என்னுடன் பார்ட்டிக்கு வந்திருந்த
பன்னிரண்டு பேரிடமும் அறிவித்தேன்.

"இதுவே இந்த ஓட்டலில்
நான் உங்களுக்கு அளிக்கப் போகும்
கடைசி இரவு விருந்து."
~

அடுத்த கிரகத்திலிருந்து ஒரு கடிதம்

பிரபஞ்ச வெளியின்
குட்டி கிரகமொன்றிலிருந்து
எனக்கு ஒரு கடிதம் வந்தது.

திருவிழாவில் தொலைந்து போன குழந்தையாய்ச்
சூரியனைச் சுற்றி வரும்
பெயரிடப்படாத இந்த குட்டி கிரகத்துக்கு
என் முகவரி எப்படி தெரியவந்தது?

இந்த கவிஞனின் மேல்
இருண்ட குளிர்ந்த காற்றடிக்கும்
அந்த குட்டி கிரகத்தின்
பார்வை எப்படி பட்டது?

மொட்டை மாடிக்குப் போய்
இருண்ட வானத்தில்
கடிதமனுப்பிய கிரகத்தைத் தேடினேன்.

வானை நோக்கி இருகை உயர்த்தி
சத்தம் போட்டுக் கேட்டேன்:
"என்னை உனக்கு எப்படி தெரியும்?"

"உன்னத கவிதைகள் எழுதுவதாக
தினந்தோறும்
தனக்குத்தானே பொய் சொல்லிக் கொள்ளும்
கவிஞர்களின் பட்டியலில்
உன் பெயர்தான் முதலில் இருக்கிறது.
போய் பார்."
என்று
சொல்லி நகைத்தது வானம்.

~

மனைவி தேவை

கவிஞனாக நீ வாழ வேண்டுமென்றால்
உனக்கொரு மனைவி தேவை.

கலைத்துப் போட்ட புத்தகங்களை
அடுக்கி வைக்கச் சொல்லவும்

பெண்களை அவமதிக்கும் கவிதைகளை நீ எழுதினால்
உன்னை எதிர்த்துப் பேசி கண்டிக்கவும்

நூலகத்து புத்தகங்களைச்
சரியான நேரத்துக்குத் திருப்பிக் கொடுக்கவும்

மகாகவி பாரதி தெருவில் நடந்த போது
அவரைப் பார்த்து நாய்கள் குரைத்தன என்பதை அடிக்கடி
உனக்கு எடுத்துச் சொல்லவும்

உனக்குக் கலயாண வயதில்
இரண்டு மகள்கள் இருக்கிறார்கள் என்பதை
ஞாபகப் படுத்தவும்

வெளி மாநிலத்தில் நடக்கும்
சாகித்திய அகாடமி கூட்டத்துக்குப் போக
விமான டிக்கெட் வாங்க பக்கத்து வீட்டில்
கடன் வாங்கிக் கொடுக்கவும்

நீ எழுதிய வரிகளைத் திருடி
பேர் வாங்கிய கவிஞனோடு
நேற்றிரவு மது அருந்தி மட்டையான உன்னை
ஆட்டோவில் ஆதரவாய் அவன் அழைத்து வந்ததை
காலையில் உனக்குச் சொல்லிக் காட்டவும்

நாளை உனக்கு
ஒரு நினைவு இல்லம் அமைக்க
ஹவுஸிங் போர்டிலாவது
ஒரு வீடு வாங்கச் சொல்லி நச்சரிக்கவும்

கவிஞனுக்குக் கட்டாயம்
ஒரு மனைவி தேவை.

~

நிழலாட்டம்

ரயில் ஜன்னலில்
என்னோடு பயணிக்கும் மலைகள்
உருமாறிக் கொண்டே இருக்கின்றன.

என் காதலியே என்று எழுதிக் கொண்டிரும்போதே
அவள் கொடுத்த முத்தங்கள்
பாம்புகளாய் மாறி
விஷத் தீண்டலுக்காய்
என்னைத் துரத்தத் தொடங்கி விடுகின்றன.

இன்று என்பது விடிந்து
படுக்கையிலிருந்து புரண்டு எழும்போதே
அது நேற்று என்பதாய் மாறி
என் ஞாபக அடுக்கில் சென்று சிக்கிக் கொள்கிறது.

சிரியாவில் செத்த குழந்தைகளுக்காக
என் முகநூலில்
ரத்தக் கண்ணீர் வடித்துக் கொண்டிருக்கும்போதே
என் தங்கை பதிவிட்ட
பிறந்தநாள் வாழ்த்துக்கு
நான் ரோஜாப்பூ ஏந்திய நாயின்
சிரிக்கும் படத்தைப்
பகிர்ந்து கொள்ள வேண்டியிருக்கிறது.

உண்மையாகச் சொல்வதெனில்
ஒவ்வொரு துக்கத்தின் பின் ஒளியும் நிழலிலும்
ஒரு சந்தோஷம் ஒளிந்து விளையாடுகிறது.
ஒவ்வொரு மகிழ்ச்சியும் தன் கையில்
கண்ணீரில் நனைந்த ஒரு கைக்குட்டையை.
மறைத்து வைத்தே இருக்கிறது.

~

சுடலை

சுடுகாட்டு வேப்ப மரத்தின் குளிர் நிழலில்
ஓய்வெடுக்கிறேன் நான்.

புதைகுழிகளுக்கு மேல்
செழித்து வளர்ந்திருக்கும் செடிகளின் பூக்களில்
தேன் குடித்துச் சிறகடிக்கும் வண்டுகள்
அதத்தக் கொண்டாடுகின்றன.

உண்மை மட்டுமே பேசியதால்
சுடுகாட்டில் கோயில் கொண்ட அரிச்சந்திரன்
கேட்கிறான்:
"வாழ்க்கை என்பது வரமா? சாபமா?"

நேற்று தகனம் செய்யப்பட்ட
கவிஞனின் உடல் சாம்பல்
இன்றைக்குக் கங்கையில்.

சுடலை என்பதைத் தன்பெயராகக் கொண்ட
இடுகாட்டுக் காவல்காரன்.
வாழ்க்கையின் அர்த்தம் என்ன என்று
சவ ஊர்வலத்தில் வரும் ஒவ்வொருவரிடமும்
விசாரித்துக் கொண்டிருக்கிறான்.

~

சாத்தானும் ஆப்பிளும்

ஏதன் தோட்டத்தில்
பிளவு பட்ட இரு நாவுகளைத்
துழாவித் துழாவி
ஏவாளிடம் பேசியது சாத்தான் பாம்பு.

விலக்கப்பட்ட கனியை ஏவாளுக்குக் கொடுத்து
மனித குலத்தை ஆசீர்வதித்தது.

இன்று
சுமக்க முடியாத வால்களைத்
தூக்கிக் கொண்டு அலைந்த
டைனோசர்கள்போல்
காதலைச் சுமந்து கொண்டு அலைகின்றனர்
ஆதாம் ஏவாள்களின் வாரிசுகள்.
~

அபத்தம்

மீன் தொட்டியிலிருந்து துள்ளி
தரைக் கம்பளத்தில் விழுந்து துடிக்கிறது
தங்க மீன்.

வாழ்க்கையின் அபத்தத்திலிருந்து
தப்பிப்பதற்காக செய்யும் முயற்சிகள்
மீண்டுமோர் அபத்தத்தையே செதுக்குகின்றன.

சூரியனும் சந்திரனும் நட்சத்திரங்களும்
காலையில் காற்றில் பறக்கும் மகரந்தங்களும்
சிலந்தியும் கரப்பான் பூச்சியும்
என்னைப் பற்றி எந்தக் கவலையுமற்று திரிகின்றன.

புரியாத மொழி பேசும்
அந்நிய நகரத்தின் நெரிசலான மின்சார ரயிலில்
தனியே பயணம் செய்வதுபோல்
இந்த மொத்த பிரபஞ்சத்தில்
நான் தனியே இருக்கிறேன்.

ஆனால் எனக்கென பிரத்தியேகமான ஒரு மூலை
ஒதுக்கப்பட்டிருப்பது தெரிகிறது.

ஒரு கணம் ஜொலித்து மறுகணம் காணாமல் போகிற
நட்சத்திரம் என்னிடம் ஏதோ சொல்ல முயற்சிக்கிறது.

எங்கிருந்து தெரியாது போகிறேன்.

ஏதென்று தெரியாததைக் கண்டுபிடிக்க
கால நதியில்
கைவலிக்க
துடுப்புப் போட்டுக் கொண்டே இருக்கிறேன்.
ஏன்?
~

பார்வையற்ற அழகி

கவிதை வாசிப்புக்கு வந்திருந்த
ஐரிஷ் அழகிக்கு
பார்வையில்லை.

வளர்ப்பு நாய் வழிகாட்ட
வந்தமர்ந்து
கவிதை ரசிக்கும் அவளுக்குத் தெரிந்திருந்தது
கண்களை மூடிக் கொண்டு
பார்க்கும் கலை.

விழாவில் பரிமாறப்பட்ட
மதுவின் மெலிதான போதையில்
வார்த்தைகளின் அர்த்த அழிப்பின்
சங்கீதத்தை அவள் ரசிக்கிறாள்.

அபூர்வ உண்மைகள் எல்லாம்
கண்ணுக்குப் புலப்படாதவை என்று
அவளுக்குத் தெரிந்திருந்தது.

கவிதைத் தாழ்வாரங்களில்
தான் நடக்கும் காலடி ஓசையைக் கேட்டபடி
இதுவரை திறந்திராத கதவுகளைத்
தொட்டுத் தடவி திறந்து கொண்டு
அனுபவத்தின் புதிய அறைகளுக்குள்
அவள் பிரவேசிக்கிறாள்.

வார்த்தைகளின் தொடுதிரையில்
காட்சிகளற்ற கனவுகளைக் கண்டபடி
தன் உதட்டில் முத்தம் பதிக்கும் காதலை
கழுத்தை நெறிக்கும் பயத்தை
கூந்தலை வருடும் அன்பை
உணர்ந்து குதூகலிக்கிறாள்.
தொடு உணர்ச்சியின் அட்சரங்களைத்
தொகுத்த
நட்சத்திரங்களின் பால் வீதியில்
திரிகிறாள் அவள்
தினந்தோறும்
தன் வளர்ப்பு நாயின் வழிகாட்டலின்றி.

~

இரட்டைக் கவிதை: 1
மேசை மேல் செத்த பூனை

பூனையைக் காணவில்லை
மூனு நாளாய்.

பூனை
ஒரு வேளை எங்காவது போய் செத்திருக்குமோ?

இல்லை.
பூனைகள் ஞாயிற்றுக் கிழமையில் சாவதில்லை.

கட்டிலுக்குக் கீழே போன பூனை
ஏனோ கொஞ்ச நாளாய்
பால் சாப்பிடக் கூட வெளியே வருவதில்லை.

அவ்வப்போது நாவால் நக்கித்
தன்னைச்
சிங்காரித்துக் கொள்ளக்கூட தயாரில்லாமல்
தண்ணீர்த் தொட்டியின்மேல்
தலை சாய்த்துப் படுத்திருந்தது
கொஞ்சநாள் முன்னால்.

நான் தொலைக்காட்சிப் பெட்டியின்
சப்தத்தைக் குறைத்து வைத்தேன்.

ஆனாலும்
தெருவில் சதா ஒலிக்கும் ஹாரன் சப்தத்தைக் குறைக்க
என்னால் எப்படி இயலும்?

இப்போதுதான் ஞாபகத்துக்கு வருகிறது
காலையிலிருந்து அப்பாவைக் காணவில்லையே.
எங்கே போனார்?

~

இரட்டைக் கவிதை: 2

சரக்கடிக்கும் அப்பா

அப்பாவைக் காணவில்லை காலையிலிருந்து.

ராஜி சொன்னாள்
தாம்பரம் ரயில் நிலயத்தில் இன்று
அவர் பிச்சையெடுத்துக் கொண்டிருப்பதாய்.

ஆமாம்
கொஞ்சநாளாய் அவர் குடிப்பதற்கு
நான் காசு கொடுப்பதில்லை.

இன்று காந்தி ஜெயந்தி.
டாஸ்மாக் மூடியிருக்கையில்
அவர் ஏன் பிச்சையெடுக்க வேணும்?

அம்மா சொன்னாள்:
"இப்பல்லாம் வெளியிலிருந்து வந்ததும்
எதுவுமே சாப்பிடாமல் படுத்து விடுகிறார்."

திடீரென என் செல்ல பூனை
அப்பா படுத்திருந்த கட்டிலுக்குக் கீழேயிருந்து
மியாவ் மியாவ் எனக் கத்தியது போல
எனக்கு பிரம்மை தட்டியது.

சமையலறையிலிருந்து அம்மா கத்தினாள்:
"ஐயையோ... இங்க வந்து பாருங்களேன்.
சாப்பாடு மேசை மேல்
நம்ம பூனை செத்து கிடக்கிறது."

~

கைபேசி உரையாடல்

ட்ரிங்... ட்ரிங்க்... ட்ரிங்க்...

"மனசு சரியில்ல... நான் அப்புறம் பேசுறேன்"
"ஏன்?...மனசு சரில்லைனா பேசக் கூடாதா?"
"அப்படி இல்ல. பேசத் தோணல."
"மனசு சரில்லாதப்பதான் பேசனும்..."
"யார் கிட்டயாவது பேசனும்."
"அப்பதான் மனசு சரியாவும்..."
அவள் தொண்டையைச் செருமிக் கொண்டது
கைபேசியில் கேட்டது.

"இல்ல. கொஞ்ச நேரம் அப்படியே கெடக்கட்டும்."
"எப்பவுமே சிரிச்ச மொகமா இருப்பியே...
இன்னைக்கு என்னாச்சு?"
"மனசைக் கொஞ்ச நேரம்
சோகத்துல ஊறப்போடுறது தேவைனு தோணுது."

"ஏன்? நம்ம மேலயே நாம பரிதாபப்பட்டுக்கனும்?
சில நேரம் சோகமாயிருக்கறது சொகமாத்தான் தெரியும்...
ஆனா அது நல்லதுக்கில்ல."

"மூட்டத்துல வானம்
கொஞ்சநேரம் இருண்டுதான் கெடக்கட்டுமே...
அப்பத்தான் மழை வரும்."

"இன்னா ஆச்சு?
இவ்வளோ டவுனாகிக் கெடக்கிற?"

"ஒன்னும் இல்ல... அப்புறம் பேசறேன்."
கைபேசியில்
மின்சாரம் இல்லாததால்
மௌனமாகி விட்டது.
நான் ஹெல்மெட்டை எடுத்து மாட்டிக் கொண்டு
மோட்டார் சைக்கிளை உதைத்தேன்.

~

தூக்கத்தில் நடப்பவன்

நள்ளிரவில்
உறக்கத்தில் நடக்கும் என்னிடத்தில்
இந்த அன்னிய நகரத்தின் தெருக்கள்
சொல்வதற்கு ஏதுமில்லை.

தூக்கத்தில் நடக்கும் என் தனிமை
எனக்கு மட்டுமே சொந்தமான அந்தரங்கம்.
இங்கே தனிமை எனது அரசியல்.

இன்னும் ரணமாக இருக்கும் காயங்களை
நாவால் நக்கிக் குணப்படுத்தியபடி
நடக்கிறேன்
சமூகத்தின் ஓர் அங்கமாக.

நள்ளிரவில் வெறிச்சோடிப் போயிருக்கும்
பிரதான தெருக்களில்
விடிய விடிய எரியும் தெரு விளக்குகள்
எனக்காக மட்டுமே எரிகின்றன.

வாகனங்கள் அற்றுப்போன இரவின் நிசப்தத்தில்
சாலை சந்திப்புகளில்
எனக்காகவே
விழித்திருந்து கடமையாற்றுகின்றன
சிவப்பு, ஆரஞ்சு, பச்சை விளக்குகள்.

ஆடை களைந்து குளிக்கப் போகிறவன்
குளியலறையின் தனிமையில்
தனக்குத்தானே பேசிக் கொள்ளும்போது
மணக்கும் பொய் கலவாத
உண்மையின் வாசனையில் இருக்கிறது
எனது புத்துயிர்ப்பு.

தனியாகவே பிறந்தேன்.

தனியாகவே சாகப் போகிறேன்.

தனியாகவே
இவ்விரவில்
தூக்கத்தில் நடப்பதின் மகத்துவம் உன்னதமானது.

தூக்கத்தில் நடப்பவனும்
இந்த அந்நிய நகரத்தின்
சுற்றுலா பயணிகளில் ஒருவனே.

~

கேள்விகள்

வீட்டுப் பக்கத்தில் டோல்கா நதி.

ஒரு கால்வாயாய் உருமாறிப் பாயும் வெள்ளத்தை
நதியென அழைக்கக் கூசுகிறது மனம்.

அழுக்கு நிறம் கொண்ட சின்னஞ்சிறு வாத்து
கால்வாயின் பச்சை நீரில்
தலை கவிழ்ந்து தன் நிழல் பார்த்து மோகிக்கிறது.

வாத்தின் நிழலைக் கலைத்துப் போடுவது
நீர்ச்சுழலுக்குப் பிடித்த வேலை.

தன் பிம்பத்தை நீர்ச் சுழலில் பதிப்பது
வாத்தின் சந்தோஷம்.

பச்சைப் புல்வெளிக்கு அப்பால்
பேருந்துக்குக் காத்திருக்கும்
என்மீது மாபெரும் சோடியம் விளக்காய்
மஞ்சள் வெயிலைச் சாய்க்கும் சூரியன்
என்னிடம் கேட்கிறது:

"நீ பிம்பம் பதிப்பவனா,
பிம்பம் கலைப்பவனா?"

பதிலை யோசிப்பதற்குள்
எனக்கான பேருந்து வந்து விடவே
பேருந்தில் ஏறிப்
பயணத்தைத் தொடர்ந்து கொண்டிருக்கிறேன்.

~

குழந்தையிடம் தற்கொலை பற்றிப் பேசுதல்

மாலையில் தலைக்கு மேல் மொய்க்கும்
கொசுக் கூட்டம்போல்
தாய் தற்கொலை செய்து கொண்ட
குழந்தையின் தலைமேல் மொய்க்கிறது
மரணம்.

உனதம்மா தூங்குகிறாள் என்றோ
கடவுளிடம் போய்விட்டாள் என்றோ
சொல்ல நினைத்தேன்.
ஆனால் சொல்லவில்லை.

குறிப்பேதும் எழுதி வைக்காமல்
தற்கொலை செய்து கொண்ட தாயைப் பற்றி
சொல்ல என்னிடம் என்ன இருக்கிறது?
அதுவாகவே
கேள்வி கேட்கட்டுமென
இருந்து விட்டேன்.

சாவுக்காக வீட்டுக்கு வந்த
சொந்தக்காரக் குழந்தைகளோடு
குதூகலமாக விளையாடிக் கொண்டிருக்கிறது
குழந்தை.
~

ஆந்தை

அடுக்குமாடிக் குடியிருப்பில்
காயம்பட்டுக் கிடந்தது ஆந்தை
கார்கள் நிறுத்துமிடத்தில்.

தட்டையான வட்ட முகத்தில்
இரண்டு கண்களைச் சுற்றி
இறகுகளாலான இதய வடிவ அலங்காரம்.

முகமோ வயது முதிர்ந்து
களைத்துப் போனவனின் ஜாடை காட்டியது.

பதினெட்டாவது மாடியிலிருந்த
என் வீட்டிற்குக் கொண்டு போய் வளர்க்கத் தொடங்கினேன்.

"ஆந்தையை யாராவது வளர்ப்பார்களா?"
பொருமினாள் மனைவி.

ஆந்தைக்கும் எனக்குமான தவறான புரிதல்களால்
நெய்தெடுக்கப்பட்டது எங்கள் நட்பு.

நீதான் எனது உயிர் என்றுப்
பாசாங்காய்ச் சொல்ல வேண்டிய
கட்டாயம் எங்கள் இருவருக்கும் இல்லை.

கண்ணாடி ஜன்னலின் நிலாவெளிச்சத்தில்
ஊறிக் கசிந்த
என் துயிலிடைக் கனவுகளில்
எலிகளை வேட்டையாடியது ஆந்தை.

படுக்கையிலிருந்த
கார்லோஸ் ஃபுயண்டஸ் புனைகதை புத்தகத்தின்
மெக்சிகோ புரட்சியைத்
தன் கூர்நகங்களால் பிறாண்டி நடை பழகியது ஆந்தை.

என் கவிதைகளைப் பார்த்து ஆந்தையும்
ஆந்தையின்
சத்தம் காட்டாமல் பறக்கும் சக்தியைப் பார்த்து நானும்
பொறாமை கொள்ளத் தொடங்கினோம்.

இன்றைக்கும் ஆந்தை
என் செல்லப்பறவைதான் என்றாலும்
கண்ணை மூடிக் கொள்கிறேன்
அதன் புத்திசாலித்தனமான செயல்களைப்
பார்க்கப் பிடிக்காமல்.

~

கரப்பான் பூச்சிகள்

பொன் வண்டுகளையும்
பட்டாம் பூச்சிகளையும் பாடிய காலம்
முடிந்து விட்டது இப்போது.

அதானால்தான்
கரப்பான் பூச்சிகளைப் பாடுகிறோம்.

சூரியனை நிராகரிக்கும்
தைரியம் கொண்டவை அவை.

எறும்புகளைப்போல் அவை
மற்றவர்களைப் பின் பற்றுவதில்லை.
அவை சுய சிந்தனையாளிகள்.

தன்னைத் தாக்க வரும் மனிதனின் முகத்தைத்
தனது குட்டையான ரெட்டை ரெக்கைகளால்
பறந்து தாக்கலாமா
அல்லது
பதுங்கலாமா என்பதை
ஒவ்வொரு கரப்பானும் தனித்து முடிவெடுக்கிறது

சதா இருட்டைத் தின்று ஈரத்தைப் பூசி
சாக்கடை பள்ளத்தின் சாம்ராஜ்யம் வென்று
முன்னூறு மில்லியன் ஆண்டுகளாய்
உலகை வென்று வாழும் கரப்பான் பூச்சிகள் பார்வையில்
மனிதன் ஒரு தூசு.

தலையை வெட்டினாலும்
ஒருவாரமாவது உயிர் வாழ்ந்து காட்டும்
கரப்பான் பூச்சிகள் போராட்ட வீரர்கள்.

கரப்பான் பூச்சி பற்றிக் கதையெழுதிய நாம்
இனியாகிலும்
கரப்பான் பூச்சி நம்மைப் பற்றி
என்ன கதை எழுதியிருக்கிறதென்று
தெரிந்து கொள்ள வேண்டாமா?
~

இரவின் நிழல்

படுக்கையில் விழும் அவளின் நிழலில்
நிர்வாணமாய் நீளும்
கடலோர மணற்பரப்பின் சமிக்ஞை.

இரவு மேலும் மேலும் உக்கிரமடைய
விளக்கை அணைத்துப் படுக்கையில்
என் விரலில்
தொல்பழங்காலத்துப் பாம்பு ஒன்றை
மோதிரமாய்ச் சுருட்டி அணிவித்தாள்.

பாதி கடித்து எச்சில் படுத்திய ஆப்பிளை
என் உள்ளங்கையில் திணித்தாள்.

கறை படிந்த நிலவின் வெளிச்சத்தில்
தனிமையான ஒரு தோணி
பாதி தெரிந்தும் தெரியாமலும்
அமரத்துவம் நோக்கிய
தன் பயணத்தை மெல்லத் தொடர்ந்த போது
அவள் அதில் தலைசாய்த்து படுத்திருந்தாள்.
போதை தலைக்கேறிய இரவும்
அவளுடன் படுத்திருந்தது.

~

சாக்ரட்டீஸ்

"அஸ்ஸெல்பியஸ் என்பவருக்கு
நான் ஒரு சேவலைத் தர வேண்டிய
கடன் இருக்கிறது.
மறக்காமல் கொடுத்து விடுங்கள்".

விஷம் நிரம்பிய கோப்பையை
உதட்டுக்குக் கொண்டு போவதின் முன்னால்
சாக்ரடீஸ் சொன்னார்.

"அது நிச்சயமாகச் செய்யப்படும்"
க்ரைடன் பதிலளித்தார்.

ஆனால் சாக்ரடீசுக்குத் தெரியாது
க்ரைடன் ஏற்கனவே
அஸ்ஸெல்பியசிடம் வாங்கிய சேவலைத்
திருப்பித் தரவில்லையென்று.

~

மாச்சு பொட்டி மாணிக்கம்

மரண காணா
மாச்சுப் பொட்டி மாணிக்கம்தான்
இன்றைய மகாகவி

மகாகவி மாச்சுப் பொட்டி மாணிக்கம்
பேரச் சொன்னா
மார்ச்சுவரி பொணமெல்லாம்
ஆடத் தொடங்கும்...

வாழ்வும் சாவும்
வாழ்க்கையின் இரு சிறகுகள் என்பதை
சிகரெட் பற்ற வைக்கும்
தீப்பெட்டியைத் தட்டியே
பாடி முடித்து விடுகிறான் அவன்.

சுடுகாட்டில் சாம்பலைப் பூசி
உடுக்கை ஒலி அதிர
ஆடும் நவீன காலத்துச் சிவன் அவன்.
சிவன் கையில் உடுக்கை என்றால்
இவன் கையில் தீப்பெட்டி.

டண்டனக்கா டனுக்கு னக்கா
டண்டனக்கா டனுக்கு னக்கா
டப்பாங்குத்து இவனது சிவ நடனம்.

தாத்தா செத்தாலும்
பாட்டி செத்தாலும்
இரவின் தூக்கத்தை உலுக்கி எடுப்பதற்காய்
சன்னதம் கொண்டு சாமியாடுகிறது
சாவைக் கொண்டாடும் அவனது
சாராயக் குரல்.

கவிழ்த்துப் போட்ட பிளாஸ்டிக் பக்கெட்,
மர பெஞ்சு, டிபன் பாக்ஸ், எவர்சில்வர் தட்டு
பேருந்தின் தகரச்சுவர்,
கைகள், ஷூ அணிந்த கால்கள்
எல்லாமே அவனது இசைக் குழுக்கள்தான்.
ஆம்... மரண காணா மாணிக்கம்தான்
இன்றைய மகாகவி.
அவனுக்குத் தெரியும்
இந்த அபத்த வாழ்க்கையில்
அர்த்தத்தைவிடவும் சத்தம் ரொம்ப முக்கியம் என்று.

மாச்சுப் பொட்டி மாணிக்கம்
கடைசியாக ஓலைப்பாயில்
இழுத்துக் கொண்டு கிடந்தபோது சொன்னான்:
"நாஞ்செத்தா என்னை எரிக்காதீங்க.
பொதைங்க.
அப்பத்தான் நான் வேப்ப மரமா வளந்து
சுடுகாட்டுக்கு மூக்க சிந்தின்னு வர்ரவனுங்களுக்கு
நெழல் குடுப்பேன்."
~

கதை கேட்கும் குழந்தைகள்

அதிர்ஷ்ட வசமாக
இன்னமும் இருக்கவே செய்கிறார்கள்
பக்கத்தில் படுத்துக் கொண்டு
கதை கேட்கும் குழந்தைகள்.

கண் காது மூக்கு வைத்து
கதை சொல்லும் பொறுப்பை
டி.வியும், சினிமாவும், கைபேசியும்
எடுத்துக் கொண்ட போதிலும்
அதிர்ஷ்ட வசமாக
இன்னமும் இருக்கவே செய்கிறார்கள்
கதை சொல்லச் சொல்லி
கேட்கும் குழந்தைகள்.

அவர்களுக்கு வேண்டியதெல்லாம்
ஏற்கனவே சொல்லப்பட்ட கதைகள்.

மூன்று ஆட்டுக் குட்டிகளை
முன்னூறு தடவையும்
மூன்று பன்றிக் குட்டிகளை
மூவாயிரம் தடவையும் சொல்லியாச்சு என்றாலும்
குழந்தைகளுக்கு வேண்டியதெல்லாம்
பழைய கதைகள்தான்.

தவறாகச் சொன்னாலோ
மாற்றிச் சொல்லி விட்டாலோ
அப்படி இல்லன்னு சொல்லி
குழந்தை என்னைத் திருத்துகிறது.

குழந்தையின் கதையுலகம் மாறுவதை
அது அனுமதிப்பதேயில்லை.

ஒரே கதையை எத்தனை தடவைதான் சொல்லுவேன்னு
குழந்தை சொல்கிறபோது
நான் புரிந்து கொள்கிறேன்
குழந்தை இப்போது வளர்ந்து விட்டது என்று.

~

வாக்கியம்

மொட்டை மாடிக்கு மேல்
வளர்ந்து நின்ற
மரத்திலிருந்து ஒரு கன்னங்கரிய காக்கை
திடீரெனத் தாழப் பறந்து வந்து
என் தலையைத் தாக்க முற்பட்டது போல

ஒரு வாக்கியம்
திடீரென என்னை நோக்கி
தாழப் பறந்து வந்தபோது
நான் திக்கு முக்காடிப் போனேன்.

சரி ஏதோ யதேச்சையாய் நடந்து விட்டது
என நினைத்து மீண்டும்
என் மொட்டைமாடி உலாவலைத் தொடர்ந்தேன்.

கொஞ்ச நேரம் கழித்து
என் முதுகுக்குப் பின்னாலிருந்து
மீண்டும் பறந்து வந்து
என் தலையைத்
தன் கரிய சிறகுகளால் பட படவென அடித்து
கம்பிக் கால்களால் மெலிதாய்க் கீறிப்
பறந்து சென்றது அதே வாக்கியம்.

இப்போது என் உடல்
பயத்தில் கொஞ்சம் சிலிர்த்துக் கொள்ள
என் தலையைத் தாக்கிப் பறந்து
உச்சானிக் கிளையில் சென்று அமர்ந்த
அந்த வாக்கியத்தை
கொஞ்சம் நின்று கவனித்தேன்.

ஏன் அந்த வாக்கியம் என்னைத் தாக்க வேண்டும்?
எனக்கும் அந்த வாக்கியத்துக்கும் என்ன சம்பந்தம்?
ஏதோ எப்போதோ
ஒரு ஜெப புத்தகத்தில் படித்த வாக்கியம்போல்
சோகமாக இருந்தது அது.
அல்லது இதுவரை கேள்விப்பட்டிராத ஒரு மொழியிலிருந்து
யாரோலோ மொழிபெயர்க்கப்பட்ட
ஒரு வாக்கியமாக இருக்குமோ?

கையிலிருந்த பணத்தை யாருக்காக செலவழித்தானோ
அதே காதலி
அவனை
"நீ ஒரு பிச்சைக்காரன்"
என்று திட்டினால் எப்படி வலிக்குமோ
அப்படி வலிக்கச் செய்தது
அந்த வாக்கியம்.

ஆணி அடிப்பதற்காக
சுவரில் துளையிடும் இயந்திரம்போல்
ஏனோ அது என் மனதைக் குடைந்தது.

கொஞ்சநேரம் கழித்துதான் எனக்குப் புலப்பட்டது
அந்த வாக்கியம்
அந்த மரத்தில்
தான் கட்டியிருக்கும் கூட்டை
நான் எங்கே கலைத்து விடுவேனோ
என்ற பயத்தில்தான் அது என்னைத் தாக்குகிறது என்று

தெரிந்தவுடன் படியிறங்கிக் கீழே வந்தேன்
என் கவிதையை நான் எழுத.
~

தேசப் பிதாவுக்கு எளிய ஊழியம்

தேசப் பிதாவுக்கு நாம் செய்யக்கூடிய எளிய ஊழியம்
சரீர சுகத்தை மட்டுமில்லாது ஆத்மீக சுகத்தையும் தர வல்லது.

நாட்டை இரட்சிப்பதற்கான பாதையிலே
தேசப் பிதாவானவரை நாம் சதா காலமும் ஜெபிக்கும் விதமாக
அரசாங்கம் நமக்குக் கொடுத்துள்ள கட்டளை
"நீங்கள் நாடெங்கிலும் போய்
மதுக்கடைகள் மூடப்பட்ட காந்தி ஜெயந்தியன்று
கள்ளச் சந்தையில்
மதுவை வாங்கி அருந்திக் களியுங்கள்" என்பதே.

முழுநேர இந்தியர்கள் மட்டுமல்லாமல்
தேச விரோதிகளும் கூட முன்யோசனையுடன்
காந்தி ஜெயந்திக்கு முதல் நாளே
மதுவை வாங்கி பத்திரப்படுத்துவது
பணம் படைத்தவர்களுக்கு ஒரு கடமையாகும்.

தேச ஊழியம் என்றதும்
மேடை ஏறி மைக் பிடித்து
பிரசிங்கப்பது மட்டும்தான்
என சிந்தியாதீர்கள்...
நம் தேசப் பிதாவுக்காக
நம்மால் இயன்ற ஏதோவொன்றைச் செய்யும்படி
அழைக்கப்பட்டிருக்கிறோம்.

"நீ அருந்தும்படிக்கு உன் கைக்கு எந்த பிராண்டு நேரிடுகிறதோ
அதனை முழு விருப்பத்துடன் அருந்து."
இதையே தேசப் பிதா எதிர்பார்க்கிறார்.

பேருந்திலோ, ரயிலிலோ,
வேலை ஸ்தலத்திலோ, வாசக சாலையிலோ
சில வேளை பஸ்ஸில் நாம் எழுந்திரிக்கும்பொழுதும்கூட
மது கிடைக்காமல்
கஸ்திப்படுகிறவர்களின் பொருட்டு
அந்த இருக்கைகளில் பாட்டில்களை வைத்து விட்டு
எழுந்து வரலாம்.

அங்கு அமர வருபவர்கள்
அதைக் கையில் எடுத்து
நிச்சயமாக அருந்துவார்கள் என நம்புங்கள்.

ஆனால் அவற்றைக் கொடுக்கும் முன்னால்
நாம் ஜெபித்திருக்க வேண்டும்."

"தேசப் பிதாவே, இதை அருந்தும் இந்த நபருடன்
தேச சுபிட்சம் தேசப் பிதாவின் இரட்சிப்பு ஆகியவை
போதையோடு கூடியதாக இருக்க வேண்டும்."

முக்கியமாய் வாங்குகிறவர்கள் குடிக்கவும்
குடிப்பவர்கள் இருதயம் மாற்றப்படவும்
கருத்தாய் ஒவ்வொரு நாளும் ஜெபிக்க வேண்டும்.

நீங்களும் இந்த எளிய ஊழியத்தைச் செய்யலாமே.
தேசப்பிதாவுக்கென்று எதையாவது செய்வோம்.

தேச பக்தர்களை அவரிடம் கொண்டு வருவோம்.
உன் ஆகாரத்தைத் தண்ணீர் மேல் போடு.

அநேக நாட்களுக்குப் பிறகு
அதின் பலனைக் காண்பாய்.

~

தெபாசே தெரிஸ்மா வீதி

கடலை நோக்கி
சோம்பேறித்தனமாய்ப் படுத்திருக்கும்
எல்லா வீதிகளையும் எனக்குப் பிடிக்கும்.

குறிப்பாக தெபாசே தெரிஸ்மா வீதி.
அது சோம்பேறிகளின் சொர்க்கம்.
சைக்கிளில் செல்பவர்கள் கூட
மனசுக்குள் எதோ ஒரு பாடலை பாடிக் கொண்டேதான்
பெடலை மிதிப்பார்கள்.

நடுப் பகலின் வெயிலில்
வைரக் குப்பையாய் ஜொலிக்கும்
பச்சை நிறக் கடலை
நோக்கிச் செல்லும் எல்லா வீதிகளும்
எனக்குப் பிடித்தமானவைதான்.

குறிப்பாக தெபாசே தெரிஸ்மா வீதி.

அமைதி துயிலும் தெருவில்
ஒரு கவிஞனைப் போல தன்னந்தனியாய் நிற்கும்
வீதியின் குட்டை மரம்
ஏனோ என்னை ஏதோ செய்கிறது.

அடர்ந்த கானகத்தில் திரிந்த
எந்த பறவையின் எச்சத்தில் வந்து
இந்த வீதியில் விழுந்து வளர்ந்ததோ இந்த மரம்.

இது வானத்தைக் காட்டிலும்
வீதியை அதிகமாய் நேசிக்கிறது.

சோம்பேறியாய்த் தன் கீழ் அமர்ந்து
குளிர் நிழலை உடல் முழுதும் பூசி
தன்னோடு தனிமையில் உரையாடும் வழிப்போக்கர்களை
அது கொஞ்சும் விதமே அலாதி.

எழுதி முடிக்கப்படாத ஒரு கவிதையை நேசிப்பது போல
நான் நேசித்துக் கொண்டே இருக்கிறேன்
தெபாசே தெரிஸ்மா வீதியை.

~

தப்பிக்கும் கலை

அடித்தால் கைக்கு சிக்காமல் பறந்து சென்று
மீண்டும் மீண்டும்
உதட்டின் அதே இடத்தில் வந்து அமர்கிறது
ஈ.

தூங்கவிடாமல் கடித்து
ரத்தம் குடிக்கும் அதனைக்
கோபமாய்த் தேடி
நசுக்கலாம் என்றால்
கட்டில் இடுக்கில்
சென்று பதுங்குகிறது
மூட்டைப் பூச்சி.

வலை நூற்புகளை நாள் தோறும்
பின்னிபடியே சிக்க வைத்து
ஒரு சின்ன ரத்தக் காயம்கூட படாமல்
சாகடிக்கும் மாயத்தை
எங்கே கற்றது இந்த சிலந்தி?

ஈக்கும், மூட்டைப் பூச்சிக்கும், சிலந்திக்கும்
இப்படி
விசேஷ பயிற்சி கொடுத்த இயற்கை
வார்த்தைகளால் மர்மஸ்தானங்களத் தாக்கும்
மனிதர்களிடமிருந்து தப்பிக்கும் சூட்சுமத்தை
எனக்குக் கற்றுக் கொடுக்காமல் போனது ஏன்?

~

லெவல் கிராசிங்

லெவல் கிராசிங்கில்
காத்திருப்பது போல
வயது வித்தியாசமில்லாமல்
எல்லோரும் காத்திருக்கிறார்கள்
மரணத்துக்காக.

ஸ்கூட்டரில், சைக்கிளில், காரில்
தன்னோடு காத்திருக்கும் சக மனிதர்களை
வேடிக்கை பார்த்துக் கொண்டும்
அவர்களைப் பற்றி அவதூறாய்
ஏதேனும் நினைத்துக் கொண்டும்
கைபேசியில் பேசிக் கொண்டும்
காரில் பாட்டு கேட்டுக் கொண்டும்
சே... என்ன தாமதம் என்று முணுமுணுத்துக் கொண்டும்
காத்திருக்கிறார்கள் மரணத்துக்காக.

ஆனால் மரணம் யாருக்காகவும் காத்திருப்பதில்லை.

~

நகரத்தில் மழை

அதிகாலையில் பெய்கிறது மழை.

கார்களின் மீது பெய்யும் மழையில்
நீர்த்தவளைகள் குதிக்கின்றன.

தார்ச்சாலையில் கசிந்த பெட்ரோல்
செம்புநிற தோலின் மீது
தேம்பலாய்ப் பரவுகிறது.

அப்போதுதான் குளித்து முடித்து
துவட்டாத ஈரத் தலையுடன்
நெற்றியில் திலகமிடாத யுவதியைப்போல்
மழை நகரம்.
~

அந்நியம்

சில நேரங்களில்
என்னுடைய உடம்பே
எனக்கு அந்நியமாய்த் தெரிகிறது.

சில நேரங்களில்
என்னுடைய வீடே
யாருடைய வீடு போலவோ
என்னை வரவேற்கிறது.

சில நேரங்களில்
என்னுடைய நகரம்
இதுவரை கண்டுபிடிக்கப்படாத
ஒரு தீவைப் போல
மாறிவிடுகிறது.

நான் என்பது
எப்போது எனக்கு
சொந்தமாகப் போகிறதென்று தெரியவில்லை.

~

பிரபஞ்சத்தின் சமையல் குறிப்புப் புத்தகம்
எதிர் - கவிதைகளும் பிற கவிதைகளும்

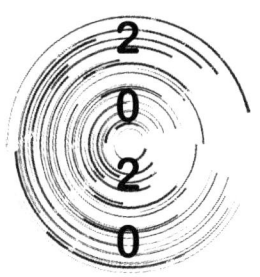

2020

v

Dedicated to

My Irish grand daughter Ava Ambika Roche

முன்னுரைக்குப் பதிலாக
ஒரு முக்கிய அறிக்கை

எனது இந்நூலில் உள்ள கவிதைகளை எனது முன் அனுமதியின்றி யார் வேண்டுமானாலும் எடுத்து அச்சிட்டுக் கொள்ளலாம். இதற்காக இவை தேசியவுடைமையாகும்வரை நீங்கள் காத்திருக்க வேண்டிய அவசியமில்லை. இப்போதே இவற்றை எடுத்து நீங்கள் பயன்படுத்தலாம். என் மனைவிக்கோ, மகள்களுக்கோ, பிற வாரிசுதாரர்களுக்கோ இதில் எந்த உரிமையும் இல்லை. இத்தொகுதியில் இருக்கும் எனது கவிதைகள் எனது தனியுடைமை அல்ல. பொதுவுடைமை.

வாய்மொழியாகவே ராமாயணமும், மகாபாரதமும், திருக்குறளும், ஆத்திசூடியும் எல்லோருக்கும் பொதுச் சொத்தாக இருந்து வரும் ஒரு நாட்டில் வாழ்கிறவன் என்ற வகையில் அறிவுப் பகிர்தலைப் பணத்தோடு தொடர்பு படுத்தும் சட்டங்கள் எதுவும் இந்த நூலை கட்டுப் படுத்தாது.

என் கவிதைகளை மற்றவர்கள் திருடி விடுவார்கள் என்கிற கவலை எனக்கு இல்லை. மற்றவர்களைத் திருடத் தூண்டும் வரிகளை எழுத வேண்டுமென்றே இரவும் பகலுமாக உழைக்கிறேன்.

நான் இலக்கியச் சன்னிதானங்களுக்காக எழுதுகிற எழுத்தாளன் அல்ல. முகம் தெரியாத ஓரத்து வாசகனுக்காக எழுதுகிற ஒரு எழுத்தாளன். என்னை யாரென்று அறியாமலேயே என் எழுத்துகளை வாசித்து, அதன் குறை நிறைகளை எடைபோட்டு, வேறு யாருக்காகவும் அல்லாமல்

தன் சுய சந்தோஷத்துக்காகவே மதிப்பெண் கொடுத்துப் பாராட்டும் வாசகனை மனதில்கொண்டே நான் எழுதுகிறேன்.

நான் இதுவரை ஏந்தி ஓடி வந்த தீப்பந்தத்தை இனி தொடர்ந்து ஓடப்போகிற இளைய சக்திகளிடம் ஒப்படைத்து விட வேண்டும் என்பதே என் குறிக்கோள். இதுவரை சேகரித்த அறிவை எல்லோருடனும் பகிர்தலே எனது வாழ்க்கையின் லட்சியம்.

இந்திரன்

"கலை ஒரு பொய்; அதிலும் மகத்தான பொய். அதாவது மனிதனின் கனவுகளும் உலகத்தின் தோற்றங்களும் எவ்வளவு பொய்யோ அவ்வளவு பொய். இந்தக் கலை என்ற நடைமுறைப் பொய்தான் சிருஷ்டி ரகசியம் என்ற மகத்தான மெய்யை உணர்த்தக் கூடிய திறன் படைத்தது"

- புதுமைப் பித்தன்

ரத்தக்கோடு

காங்கிரீட் வனாந்தரத்தில் முளைத்த
எனது பதினைந்தாவது மாடி பால்கனியில்
ஒரு சங்குப்பூ.

சங்க காலத்துக் குன்றின் மேல் பூத்த
குறிஞ்சிக் கருவிளைப் பூவின்
ரத்தக் கோட்டை இழுத்துக் கொண்டு
இன்று என் பிளாஸ்டிக் தொட்டியில் பூக்கிறது.

இரவெல்லாம் பெய்த மழைச்சாரலில் நனைந்து
வெதுவெதுப்பான காலை இளம் வெயிலைப் பருகி
மணிநீல இதழ் விரித்து
என்னைப் பார்த்துச் சிரிக்கிறது கருவிளை.

நல்ல யாழ் மருப்பின் மெல்ல வாங்கி
பாணன் பறித்துப் பாடினியிடம் வியந்த
கருவிளை மலரின் பெயரை
நிரை நிரை எனும் ஈரசைச் சீருக்குச்
சூட்டி மகிழ்கிறான் புலவன்.

காலம், வெளி கடக்கும் ரஸவாதம் கற்று
பிரபஞ்சத்தின் மூலையில் ஒரு ராஜகுமாரியாய்
ஒரு தமிழ்த் தொன்மவியல் கதாபாத்திரமாய்க்
காற்றில் அசைந்தாடுகிறது சங்குப்பூ.

நான் மௌனமாய் அதன் முன் அமர்ந்திருக்கிறேன்

ஈராயிரம் ஆண்டின் உரையாடலை செவிமடுத்தபடி.

- 16 டிசம்பர் 2020

இயேசுவின் கண்கள்

இயேசுவே
உந்தன் கண்கள் எந்த நிறமென்று சொல்லி விடுங்கள்.
நீலமா, பச்சையா, பழுப்பா, கருப்பா?

நாங்களோ கவிஞர்கள்.
ஏதேதோ கற்பனை செய்து கொள்கிறோம்.

இயேசுவின் கண்கள்
கண்ணாடியாய் ஓடும் தெளிந்த நீருக்குக் கீழே தெரியும்
பாசி படர்ந்த கூழாங்கல்லின்
பச்சை நிறம் என்று எழுதி விடுகிறோம்.

இயேசுவின் கண்கள்.
புயலடித்து ஓய்ந்தபின் வெளிச்சம் பூசிய
நிர்மலமான வானத்தின் நீல நிறமாக இருக்குமோ
என்று சந்தேகத்தை கிளப்பி விடுகிறோம்.

இயேசுவின் கண்கள்
வாய் பேசத் தெரியாத தாவரங்களுக்கு
உணவை ஊட்டும் சேற்று மண்ணின்
பழுப்பு நிறம்தான் என்று
அடித்துப் பேசி விடுகிறோம்.

இயேசுவின் கண்கள்
இரண்டு படிம ஜன்னல்கள் என்றும்

இயேசுவின் கண்கள்
அன்பின் வெளிச்சம் அணையாமல் எரியும்
இரண்டு தூண்டாமணி விளக்குகள் என்றும்

வார்த்தை விளையாட்டுகளில்
எங்களைத் தொலைத்து விடாமல்
காப்பாற்றி அருளுவீராக.

பரமண்டலத்திலிருக்கும் தேவனின் குமாரனே
தினமும் கவிதை எழுதும்
பாவிகளாகிய எங்களை
தயை பண்ணி ரட்சியும் சுவாமி.
ஆமென்.

- 25-12-2019

தாந்திரீகம்

ஆழ் மனதில் இரட்டை வேடமிட்டு நிற்கிறாய் நீ.

ஒரு கையில்
நீ காட்டும் அபய ஹஸ்தம்.

மறு கையில்
வெட்டப்பட்டு ரத்தம் சொட்டச் சொட்ட
தியானித்திருக்கும் என் தலை.

உனது மறை புதிரான பரிபாஷையில்
நீ பேசும் தாந்தீரீக ரகசியங்கள் புரியாமல்
திக்கித் திணறுகிறேன் நான்.

உன் இடது நாடியில் பாயும் சந்திர கலை பொழியும்
குளிர்ந்த நீல நிற வெளிச்சத்தில்
உனது இடது முலை விம்ம
கரங்களில் நெற்கதிரும் கரும்பும் தாங்கி
நீ புன்னகைக்கும் பொழுதில்

வலது நாடியில் பாயும் சூரிய கலையின் வெம்மையில்
விரித்த திரிசடை காற்றில் பறக்க
உன் புஜத்தில் தாங்கிய சூலம் துடிக்கிறது
உடுக்கை ஒலியின் அதிர்வில்.

தாமிரத் தகட்டில் கீறப் பட்ட எந்திரக் கோடுகளாய்
மார்பில் நகக்குறிகள் மலிந்த உனக்குள்
சூரிய கலையும் சந்திர கலையும் நாகங்களாய்ப் பிணைய
மூலாதாரத்தில் மூண்டெழு கனல்
மேகமாய் மிதக்கிறது பிரபஞ்ச வெளியில்.

எண்கோணப் படிகளில் வழுக்கி விடாமல் இறங்கி
குளத்து நீரை முகர்ந்தெடுக்கக் குனிகையில்
பூங்கிளையை விரல் நுனியில் வளைத்துப் பிடித்து
ஒயிலாய் நிற்கும் உன் உடலழகின் மனப் பிம்பங்களைக்
கொத்தித் தின்கின்றன மீன்கள் கூட்டம் கூட்டமாய் வந்து.

தீப்பற்றி எரியும் கோடை வெயிலில்
கருகிச் சிவந்த கோரைப் புற்களின் புதருக்கு மேல்
தொன்மையின் தனிமையில் உறைந்து போன
பாழடைந்த கோபுரத்து உச்சியில்
ரதியும் மன்மதனும் இணைந்து நிற்கிறார்கள்
நம் இருவரின் ஜாடையில்.

மின்னல் மின்னுகையில் மட்டும் மடல் அவிழ்க்கும்
ஏரியோரத் தாழம்பூவின் மகரந்தத்திலிருந்து
சிறு பாம்பு வெளிப்படுவது போல்
ஆழ்மனதில் கட்டப்பட்ட பாதாளக் கோயில் விட்டு
வேடம் கலைத்து நீ வெளி வருவாய் என
காத்திருக்கிறேன்
உறங்கியும் உறங்காமலும்.

~

காரில் வசிப்பவன்

எனக்குச் சொந்தமாக ஒரு வீடில்லை.
கார்தான் எனக்கு வீடு.
கவிதை எனும் காரில்தான்
நான் வசிக்கிறேன்.

காடுகள், கழனிகள், கிராமங்கள், நகரங்கள்
தண்ணீர் கண்ட இடங்களில் எல்லாம் நிறுத்தி
என் காரை கழுவத் தொடங்கி விடுகிறேன்.

என் கவிதைக்கார்
வானத்தையும், சூரியனையும், மேகங்களையும்
கண்ணாடிபோல் பிரதிபலிக்க வேண்டும் என்று
அடிக்கடி கழுவிச் சுத்தம் செய்து
இனிய வார்த்தைகளின் மெழுகு தடவி பளபளப்பாக்குகிறேன்...

பெட்ரோலுக்குப் பதிலாக
வெதுவெதுப்பான என் ரத்தத்தை ஊற்றி
என் காரை நான் ஓட்டுகிறேன்...
என் காரின் இதயமான எஞ்சின் அதிகச் சூடாகிவிடாமல்
அடிக்கடி குளிர வைக்கிறேன்.
பழுதடைந்த பழைய எஞ்சினை மாற்றி
நவீன எஞ்சினைப் பொருத்துகிறேன்.

கவிதைக் காரில் வசிப்பதால்
எனக்கு நிலையான வேலை கிடைப்பதில்லை.
காருக்குள் இடப்பற்றாக்குறையால்
ஆடம்பர அலங்காரப் பொருட்களை எல்லாம்
நான் தூக்கி எறிந்து விட்டேன்.

நான் ஒரு கவிதை நாடோடி என்பதால்
நிறைய மக்களைச் சந்திக்கிறேன்.
அவர்கள் எனக்கு வேலை கொடுக்கிறார்கள்.
வாழ்க்கை கடினமாகத்தான் இருக்கிறது
ஆனால் நிறைய சாகசங்களோடு.

 - *15-செப்டம்பர்-2020*

பிணமாக நடிப்பவர்கள்

பிணமாக நடிப்பவர்கள்
தினந்தோறும் கோடம்பாக்கம் மார்க்கெட்டில்
காய்கறி வாங்கிக் கொண்டிருப்பதைப் பார்க்கிறேன்.

முகத்தில் ஈ மொய்த்தபோது கூட
பிணமாக நடித்துப் பேர் வாங்கிய நடிகரைப்
பிரெஞ்சு மொழி வகுப்பில் சந்தித்தேன்.

வாய்க்கரிசி போடும் காட்சியில் நடித்த பாட்டி
அரிசி வாங்கிக் கொண்டிருப்பதைப் பார்த்தபோது
ஏனோ துணுக்குற்றேன்.

தாங்கள் பிணமாக நடித்த காட்சிகளின் புகைப்படங்களை
அவர்கள் வாட்ஸ் அப்பில் பகிர்ந்து
விருப்பக் குறிகளை குவித்துக் கொண்டிருந்தனர்.

சாவுதான் வாழ்வின் இறுதி லட்சியம் என்றாலும்
பிணமாக நடிப்பவர்களுக்குத் தெரியும்
அடிக்கடி சாவதைப்போல் நடிப்பது
மரணத்தைப் பகடி செய்வது என்று.

- 13 செப்டம்பர் 2020

தற்கொலைக்கு முயலும் நட்சத்திரம்

பால்வெளித் திரளில்
ஒரு நட்சத்திரம்
பல ஒளி ஆண்டுகள்
மரணப் படுக்கையில் கிடக்கிறது.

தன்னுடைய ஒளியைத்
தானே சாப்பிடத் தொடங்குகிறது.

சுருங்கிப்போன ஒரு குள்ள நட்சத்திரமாக
அது மாறத் தொடங்குகிறபோது
நான் அழத் தொடங்கி விடுகிறேன்.

தற்கொலைக்கு முயலும் நட்சத்திரத்தைத் தடுக்க
பிரபஞ்ச வெளியில் யாருமில்லையா?

மரணமடைந்த நட்சத்திரத்தை
நான் இனியும் நட்சத்திரம் என்று
எப்படிப் பெயர் சொல்லி அழைப்பேன்?

நட்சத்திரத்தின் இறுதி சடங்கிற்கு வந்திருந்தவர்கள்
சொன்னார்கள்
இனி அதன் பெயர் கருந்துளை என்று.

- 24-5-2020

மனைவிக்கு ஒரு காதல் கவிதை

நீ என் பிராணவாயு
நான் உனது கரியமில வாயு.
தந்தையும் தாயுமற்ற இந்த பிரபஞ்சத்துக்குள்
இரு அநாதைக் குழந்தைகளான
நீயும் நானும்.

நான் மனிதன்.
நீ தாவரம்.
என் சுவாசத்தில் கிடைத்த கரியமிலவாயுவை வைத்து
ஒளிச்சேர்க்கையில் உணவு தயாரிக்கிறாய் நீ.

எனது எல்லாக் காதலிகளையும்
குளியலறைக் கண்ணாடியைப் போல
பிரதிபலித்துக் கொண்டு
நீ என்னைக் கட்டி அணைக்கிறாய்.

நீருக்கடியில் குளத்தில் இறங்கும் படிகளில்
ஒவ்வொன்றாகக் கால் வைத்துத் தடவி இறங்குவதுபோல்
ஆண்டுதோறும் நீ எனக்குள் இறங்கியபோது
நாம் பகிர்ந்து கொள்ளாதவை
புனிதமான நமது அந்தரங்கங்கள் மட்டுமே.

ஏதென்று தெரியாத
ஏதோவொரு மெலிதான காற்றில்
தரையோடு தேய்ந்தபடி சருகுகளைப் போல்
நகர்ந்து வந்திருக்கிறோம் நாம்.

நாளைக்குச் செத்துப் போகப்போகிற ஒரு மொழியை
எழுத்துக் கூட்டி வாசிக்கிற கடைசி வாசகி நீதான்.

அபத்தமான இந்த முட்டாள்பிரபஞ்சத்தில்
குழந்தையாக தூக்கத்தில் புன்னகைத்தபோது
கண்ட தூய்மையான கனவு போன்ற
அர்த்த உற்பத்திகளைத் தொடர்ந்து செய்வோம்
வா என் அன்பே.

- 17- ஆக்ஸ்ட்-2020

சொல்தாவும் சாத்தானும்

துறைமுக நகரத்தில்
சுழலும் கலங்கரை விளக்கின் வெளிச்சமாய்
அவள் பார்வை
என் மீது படர்ந்து நகர்கையில்
சாத்தான் பக்கத்து மேசையில் அமர்ந்திருந்ததை
நான் அறியவில்லை.

குளிரூட்டும் அதிகாலை நேரம் நேரே எழுந்து வந்து
என் முன்னால் அமர்ந்தது போல் அவள்.

பாண்டிச்சேரி இந்தியன் காபி ஹவுஸ்சின்
பச்சைநிறச் சுவர்களின் உயர்ந்த மேற்கூரையில்
தொங்கும் மின்விசிரிகளின் லொட லொட சத்தத்தொடு
சதுர மேசையில் என் எதிரே அமர்ந்தபடி
பிரெஞ்சு முறையில் தயாரிக்கப்பட்ட காபியை
வெனிலா எஸ்சென்ஸ் வாசனையுடன் ஆவி பறக்க
அவள் அருந்திக் கொண்டிருந்தாள்.

கைபேசியில் வியட்நாம் உச்சரிப்பில்
விநோதமான பிரெஞ்சு மொழி பேசிய அவள்
விரித்து விடப்பட்ட தன் நீளக் கூந்தலின்மீதே
அமர்ந்திருக்கிறாளோ என்று
எனக்குச் சந்தேகம் எழுந்தது.

வெளியே நேரு வீதியில்
கார்களின் மீது பொழியும் கோடை மழையை
நான் வேடிக்கைப் பார்த்துக்கொண்டிருந்தபோது
சாத்தான் ஆப்பிளை என் கையில் கொடுத்து விட்டு
எழுந்து வெளியே சென்றது.

எனது எல்லாக் கவிதைகளும்
பாதியிலேயே கைவிடப்படுவது போல
இந்தக் கவிதையும் பாதியிலேயே நிறுத்தப்பட்டு
நான் அவளோடு வெளியே சென்றபோது
அவள் கையிலிருந்த ஆப்பிளை
அவள் பாதி கடித்திருந்தாள்.

- 22-06-2020

அணில்

சிந்துவெளி முத்திரையில்
மரத்தண்டில் தலைகீழாய் நின்றபடி
வால் துடிக்கக் கத்திய அணிலை
இன்று
என் தோட்டத்தில் பார்த்துத் திடுக்கிட்டேன்.
இன்னமும் அது என் தோட்டத்து மரத்தண்டில்
தலைகீழாய் நின்றபடி
வால்துடிக்கக் கத்திக் கொண்டிருந்தது.
அதன் முதுகில்
சிந்துவெளி காலத்தில் இருந்த ஐந்து கோடுகளில்
இரண்டு கோடுகளை இன்று காணோம்.
முதுகில் தொலைந்துபோன கோடுகள் பற்றிக்
கொஞ்சமும் கவலையின்றி
என் வீட்டு முருங்கை மரத்தில்
பூச்சிதற தாவிக் குதித்து
வளைந்து நிமிரும் கிளையேறி
நுனிப்பூ தின்று மகிழ்கிறது அணில்.

(அஸ்கோ பர்போலாவுக்கு)
-19-02-2021

சேக்ஸ்பியரின் மண்டையோடு

பெயர் எழுதப்படாத கல்லறைகளுக்குச்
சொந்தக்காரர்கள் பாக்கியவான்கள்.

மரணத்துக்குப் பிறகுகூட அநாமதேயமாகவிட்டால்
சாவதின் அர்த்தம்தான் என்ன?

காணாமல் போனது
ஷேக்ஸ்பியரின் மண்டையோடு மட்டுமல்ல.

இடுகாட்டுப் புதைகுழியில்
வெட்டியான்களுக்குக் கிடைக்கின்றன
ஒவ்வொரு மண்டையோடும் சொல்லும் கதைகள்

நியாண்டர்தால் மனிதன் கொடுத்த முதல் முத்தம்
இன்றைய மனிதனின் இதழில்
ஒரு முல்லை சிரிப்பது போல் சிரிக்கிறது.

மண்டையோடுகளில்
சிலந்தி வலையாய்ப் பின்னப்பட்ட சரித்திரங்கள்
வற்றிய குளத்தைவிட்டு அகலும் பறவைகள்போல்
இறுதியில் வானில் எங்கோ மறைகின்றன.

களவாடப்பட்ட ஷேக்ஸ்பியரின் மண்டையோட்டை
இன்னமும் தேடிக் கொண்டிருக்கிறார்கள் இலக்கியவாதிகள்.

-14-ஜூலை-2020

கடவுளின் தற்கொலைக் கடிதம்

கடவுளாகிய என்னை
முழுக்க முழுக்க நம்பியிருக்கும் மனிதனே
என் தற்கொலையை நீ மன்னித்தே தீர வேண்டும்.

இதற்கு முன் நான்
பல தற்கொலைக் குறிப்புகளை
எழுதி எழுதி கிழித்துப் போட்டு விட்டேன்.
இதுதான் கடைசி.

எனக்குத் தெரியும்
என்னை உருவாக்கி அலங்கரிப்பதற்காக
உன் கையிலிருக்கும் அத்தனை வண்ணங்களையும்
நீ செலவழித்து விட்டாய் என்பது.

எனக்குள்ளிருந்து தொடர்ந்து கேட்கும் குரல் ஒன்று
என்னைச் சதா குற்றவாளி கூண்டில் நிறுத்தி
விசாரணை செய்து கொண்டே இருக்கிறது.
நான் தினந்தோறும் மனச்சோர்வில் விழுகிறேன்

ஒரு தூக்கு தண்டனைக் கைதியைப் போல
என் மரணத்தை எதிர்பார்த்து
தினந்தோறும் காத்திருப்பதின் வலி
உனக்குத் தெரிந்திருக்க நியாயமில்லை.

என்னை முழுதாக நம்பும்
உனது சரீர உபாதைகளை
நான் வாங்கிக் கொண்டு

உன்னை நிம்மதியில் வாழ வைக்க முடியவில்லை
என்பதை நினைக்கும்போது
என் முதுகுத் தண்டு சில்லிட்டுப் போகிறது.

நமக்குள் கடுமையான உறவுச் சிக்கல் வந்து விட்டது.
சாதி, மதம் எனும் சாராயங்களைத்
தினம் குடித்து விட்டு வந்து நீ செய்யும் கொடூரங்களை
என்னால் இனியும் சகித்துக் கொண்டிருக்க முடியாது.

நான் இனியும் உயிரோடு இருந்தால்
உனது வாழ்க்கைப் பாழாகிவிடும்.
என் கழுத்தையும் மணிக்கட்டு ரத்த நாளங்களையும்,
கத்தியால் வெட்டிக் கொண்டு விட்டேன்.
என் ரத்தத்தால்
உன்னை நீ சுத்தீகரித்துக் கொள்.

இனி என் பெயரால் ரத்த ஆறுகள் ஓடாது.
இனி என் பெயரால்
ஒரு மனிதன் இன்னொரு மனிதனைத்
தொடமாட்டேன் என்று சொல்லப் போவதில்லை.

இப்போது கடவுள் இல்லாத உலகில்
உன்னால் ஒற்றுமையாக வாழ முடியும்.
நான் போகிறேன்.
எனக்கு இதைத் தவிர வேறு வழி தெரியவில்லை.
மனிதனே. என்னை மன்னித்து விடு.

நான் செத்த பிறகு
பிரேதபரிசோதனை என்ற பெயரில்
என் சாவுக்கான பொய்க் காரணங்களை மட்டும்
சொல்லிக் கொண்டிருக்காதே.

(24 ஜனவரி 2021 பறம்பு இலக்கிய வட்டம் காணொளி
கூட்டத்தில் நேற்று வாசித்த கவிதை)

மோக புத்தகம்

முகநூல் பொய்கையின் தெளிந்த நீரில்
நார்சிசஸ்
தன் அழகைத் தானே பார்த்து ரசித்து
உருவழிய நேர்ந்தது.

உள்பெட்டியில் வந்து அவனோடு உரையாடிய
நீர்க்குமிழிக் கண்கள் கொண்ட பேரழகிகளைக் கூட
அகந்தையாய் அவன் உதாசீனம் செய்தான்.

அவன் அழகில் மயங்கியவர்களின் குரல்கள்
புதிதாய்க் கட்டிய காலியான வீட்டின்
எதிரொலியாய் வந்து
அவனைச் சுற்றிச் சுற்றி அழுதன.

கவிதையாய் பேசிய அவன் நிலைத் தகவல்களில்
காதலின் ஊற்றைக் கண்டவர்கள்
கைப்பேசியில்
அவனை இரவும் பகலுமாய் அழைத்தனர்.

நார்சிசஸ்
விலை உயர்ந்த கருப்புக் கண்ணாடி அணிந்து
கவர்ச்சியை மேலும் கூட்டினான்.

உடற்பயிற்சிக் கூடங்களில்
காலையும் மாலையும் வியர்வை சிந்தி உழைத்து
கட்டுடல் கொண்டான்.

தன்னைத்தானே செல்ஃபி எடுத்து
முகநூலின் சுயவிவரப் படமாய்ப் பகிர்ந்தான்.

அப்போதுதான் நெமிசஸ் எனும் பழிவாங்கும் கடவுள்
அவனுக்கு நட்பு அழைப்பு கொடுத்தது.

விடிய விடிய உரையாடிய நெமிசஸ்
விடிந்ததும் முகநூலில்
அவன் படத்தைப் பார்க்கச் சொன்னது.

கண்ணாடி நீர்ப்பரப்புக் குளத்தில்
தன் உருவம் பார்த்தவனுக்கு
பெண் யானையின்
மூச்சு காற்றின் சுவாசம் நுகரும் களிறுபோல்
தன்மேலேயே தனக்குக் காதல் மலர்ந்தது.

வதன புத்தகச் சூதாட்டத்தில் சிக்கிய நார்சிசஸ்
தன்னைத் தவிர வேறு யாரையும்
காதலிக்க இயலாதென தீர்மானமாய் அறிவித்தான்.

நெமிசஸ்
ஹாஹா ஹாஹா என்று சிரிப்புக் குறியிட்டது.

முகநூல் காட்டும் பொய்ப் பிம்பத்தைத்தான்
காதலிப்பேன் என்று பிடிவாதம் பிடித்த நார்சிசஸ்.
ஒருநாள் இரவில்
சிறு கொம்பில் பழுத்த பலாப்பழம்
கீழே விழுந்து சிதைவது போல
தற்கொலை செய்து கொண்டு இறந்து போனான்.

பழிவாங்கும் கடவுள்
நார்சிஸின் முகநூலில்
வெற்றிகரமாகச் சோகக் குறியிட்டு
முகநூலை விட்டு வெளியேறியது.

- 9-ஜூலை-2020

மரணம் எனும் ஜோக்

நம்மைச் சுற்றி நடைபெறும்
மரணம் எனும் நாடகத்தின் பார்வையாளர்கள் நாம்.

எதிர்பாராத நேரங்களில்
நாமே அதில் நடித்து விடுகிறோம்.

நாம் நாளைக்கே சாகப் போகிறவர்கள் இல்லை
என்று மனசார நம்புகிறோம்...

தனது நிழல் நம்மீது விழும் அளவுக்கு
அருகில் நிற்கும் மரணத்தை
நாம் உதாசீனம் செய்கிறோம்

மரணம் நம்மை நெருங்கி வருவதை
காலம் தவறாமல் நொடிக்கு நொடி அறிவிக்கும்
விலையுயர்ந்த சுவர்க் கடிகாரங்களை
வாங்கி வந்து சுவரில் மாட்டுகிறோம்.

நான் நிரந்தரமானவன் அழிவதில்லை
எந்த நிலையிலும் எனக்கு மரணமில்லை
எனும் பாடலை ரசித்துக் கேட்கிறோம்.

நொப்பும் நுரையுமாய்ப் பெருக்கெடுத்து ஓடும்
காலத்தின் நதியில் மிதக்கும் ஒரு நுரை நாம்
என்பதை வசதியாக மறக்கிறோம்...

மரணம் காத்திருக்கிறது.
மற்றவர்களைக் கொலை செய்ய முடியாதவர்கள்
தன்னைக் கொலை செய்து கொள்கிறார்கள்.

மரணம் எனும் ஜோக்
மற்றவர்களைப் பற்றியதாக இருக்கும்வரை
வெளியே அழுது உள்ளே சிரிக்கிறோம்
நாம் உயிர் பிழைந்திருத்தலின் கொண்டாட்டத்துக்காக

- 7-10-2020

பிரம்மைகளின் மாளிகை

பிரம்மைகளால்
கட்டப்பட்ட
நான் எனும் மாளிகையில்
வாழ்ந்து வருகிறேன் எழுபது ஆண்டுகளாய்
நான்.

அன்பு,பாசம், நன்றி, விசுவாசம்
விரோதம், துரோகம், பழிவாங்கல்
வெந்ததும் வேகாததுமான செங்கற்களால்
விதவிதமாய் அலங்கரித்திருக்கிறேன்
நான் எனும் எனது மாளிகையை.

எவர் எவரோ போட்ட
செங்கல் சூளைகளின் நெருப்பில்
சுடப்பட்டுள்ளன
என் மாளிகையைக் கட்டி எழுப்பியதற்கான
செங்கற்கள்.

சாதி, மதம்,
தேசம், எதிர்தேசம்
சின்னவன், பெரியவன்
புத்திசாலி, முட்டாள்,
நேர்மையாளன், அயோக்கியன்
என்று நீளும் என் தீர்ப்புகளின்
வாஸ்து சாஸ்திரம் பார்த்து
என் மாளிகையைப்
பலமுறை இடித்துக் கட்டி விட்டேன்.

என்னை யாருக்கும் தெரியாத
இந்த அந்நிய நகரத்தின் சூரியன்
பெயர் தெரியாத தெருக்களில்
நான் எனும் என்னை

ஒரு நிழலாகப் பிடித்துத் தள்ளுகிறது.

இப்போது ஒவ்வொரு செங்கல்லாய்ப்
பெயர்ந்து விழுகிறது
என் பிரம்மைகளின் மாளிகை.

இன்று இந்த இடிபாடுகளிலிருந்து
காயத்தோடு எழுந்து வருகிறது
நான் எனும் பொய்யைக் கட்டி எழுப்பிய
நான்.

-25-09-2017

கவிதையின் கடைசி வார்த்தை

இதயம் வேகமாய்த் துடிக்கையில்
நாக்குக்குக் கீழே வைக்கும் மாத்திரையைப்
பதறித் தேடுவதுபோல்
கவிதையை முடிக்கும் அந்தக் கடைசி வார்த்தையைத்
தேடுகிறேன் கிடைக்கவில்லை.

கவிதையை முழுமையாய் எழுதி முடித்து
அதனோடு ஒரு முத்தத்தைப் பரிமாறி
கையசைத்து வழியனுப்பிக் கதவடைக்க முடியவில்லை.

நேற்றுதான் வாங்கிய புத்தம் புதிய காரை
நட்டநடுச் சாலையில் நிறுத்தி விட்டு வெளியேறுவதுபோல்
என் கவிதைகளைப் பாதியில் நிறுத்தி விட்டு
மனமின்றி வெளியேறுகிறேன் நான்.

பாதிப் பயணத்தில் பாதையோரத்தில்
வரிசையாய் நிறுத்தப்பட்ட கார்களைப் போல்
நிற்கின்றன எனது கவிதைகள்.

இன்னும் சொல்லப்படாத அந்த கடைசிச் சொல்லின் பாரம்
என் முதுகில் சுமக்க முடியாத மூட்டையாய்க் கனக்கிறது.

சுடலை மாடனின் சுடர் விளக்குபோல்
தன்னந் தனி மாடத்தில்
இன்னமும் எரிந்து கொண்டிருக்கின்றன
முடிப்பதற்கான கடைசி வார்த்தை
கிடைக்கப் பெறாத எனது கவிதைகள்.

-15-அக்டோபர்-2020

இதயம் எனும் கடிகாரம்

ஆண்டின் முடிவில்
தனிமையில் துடித்துக் கொண்டிருக்கிறது
இதயம் எனும் கடிகாரம்.

பனிக்கட்டியாய் உருகும் கடிகாரத்தின்
டிக் டிக் டிக் ஓசையினால்
காற்றில் கட்டி எழுப்பப்படுகிறது
காலம் எனும் பிரம்மைகளின் மாளிகை.

நாட்காட்டியில் கிழிக்கப்படும் பக்கங்களிலிருந்து
சருகுகளாய் உதிரும் கிழமைகளின் பெயர்கள்
சூன்யத்தின் சுழியத்தில்
புதிர் பிரமிடுகளைச் சமைக்கின்றன...

போய்த் தொலைந்த ஆண்டு கொடுத்த
காயங்களின் தழும்புகள்
மறதி எனும் களிம்பு தடவினாலும்
மறைவதே இல்லை.

இதயத்தின் ஒவ்வொரு துடிப்பிலும்
மரணத்தை நோக்கி நாம்
மெல்ல நகர்ந்து கொண்டே போகிறோம்.

தகிக்கும் கோடையின் கானல் நீரைப் போன்ற
எதிர்காலத்தைத் தேடி ஓடும் வெறி பிடித்த மனிதர்கள்
இதயம் வெடித்துச் சாகிறார்கள்.

நிகழ்காலமே நிஜமென்று உணர்ந்தவர்கள்
குழந்தையைப் போல் குதூகலித்து
அமரநிலை எய்துகிறார்கள்.

-26-டிசம்பர்-2020

சுங்கச் சாவடியில் கடவுள்

சுங்கச் சாவடியைக் கண்டு பிடித்தவன்
நிச்சயம் ஒரு அயோக்கியனாகத்தான் இருக்க வேண்டும்
என்று நினைத்தபோது
வரிசையில் எனது கார் மெல்ல நகர்ந்தது.

பூத்தை நெருங்கியவுடன்
எனது கடன் அட்டையை எடுத்து நீட்டினேன்...

கையை நீட்டியபடி
பூத்துக்குள்ளிருந்து எட்டிப் பார்த்தார் கடவுள்.

என்னைப் பார்த்து
தனக்குள் எதையோ முணுமுணுத்தார்.

உலகைத் திருத்த புறப்பட்டவர்களில்
நீ முதல் ஆள் அல்ல என்று அவர் சொல்வது
இடியோசைபோல் என் காதில் விழுந்தது.

என் படகுக்குள் ஓட்டை விழுந்து
குபுகுபுவென்று நீர் படகுக்குள் நிறையத் தொடங்கியது.

வெற்றிகரமான பொய்யைச் சொல்பவனின்
ஒரே நம்பிக்கை
கேட்பவன் அதை கேள்வி கேட்காமல்
முழுதாக நம்புவான் என்பதுதான்.

மதம் ஒரு சுங்கச் சாவடி.
பூத்துக்குள்ளிருந்து பணம் வசூலிக்க
வேலைக்கு அமர்த்தப்பட்டிருக்கிறார் கடவுள்.

கடந்த காலம், நிகழ் காலம் எதிர்காலம்
அனைத்தும் கடந்த ஒரு கால வெளியில்
நான் போய் தொப்பென விழுந்தேன்.

என் பின்னால் காத்திருந்த கார்காரன்
என்னை நகருமாறு ஹாரனைத் தொடர்ந்து அடித்தான்.

-10-டிசம்பர்-2020

கிருஸ்துமஸ் மரம்

பிளாஸ்டிக் கிருஸ்துமஸ் மரத்திலிருந்து
அறை முழுதும் கமழ்கிறது
வனாந்தரத்தின் பச்சை வாசனை.

அதிகமான அலங்காரங்களுடன்
நகரத்துக்குள் வழிதவறி வந்து விட்ட
ஒரு ஜிப்ஸி பெண்ணைப் போல
நாணத்தோடு வந்து நிற்கிறது கிருஸ்துமஸ் மரம்.

பனியும், நட்சத்திரங்களும்
கண் சிமிட்டும் மின்சார விளக்குகளுமாய்
மரங்களை வழிபட்ட மூதாதையர்களின் வாரிசுகளாய்
பரிசுப் பொருட்களை வைக்கிறோம்
கிருஸ்துமஸ் மரத்தின் காலடியில்.

தொலைதூர வனாந்தரத்தில் ஒரு பைன் மரம்
மனிதனின் கோடரியால்
வெட்டுப் படாமல் தப்பித்த மகிழ்ச்சியைக்
இன்று கொண்டாடுகிறேன்
இயேசுவின் பெயரைச் சொல்லி.

- 22-டிசம்பர்-2020

அஞ்சலில் வந்த நாட்காட்டி

காலம் ஒரு அஞ்சலுறைக்குள்
நுழைக்கப்பட்ட நாட்காட்டியாய்
என் வீடு தேடி வந்தது.

காலம் ஒரு நாட்காட்டியா?

சீதாப்பழ மர இருட்டில் சத்தம் காட்டாமல்
தலை கீழாய்த் தொங்கிக் கொண்டிருந்த காலம்
திடீரெனத் தாழப் பறந்து வந்து
என்மேல் மோதிச் சென்றது.
காலம் ஒரு வவ்வாலா?

உறையைப் பிரித்து
நாட்காட்டியை வெளியே எடுத்தேன்.
ஒரு பளபளப்பான கறுப்பு நிறக் கார்
வாசலில் வந்து நின்றது.
காலம் ஒரு கறுப்பு நிறக் காரா?

ஆம்
காலத்தின் கானல் நீர் நாட்காட்டி.
வவ்வாலைப் போலவே காலத்துக்கும்
கண் தெரியுமா தெரியாதா என்று
எல்லோருக்கும் சந்தேகம்.
ஒரு கறுப்பு நிறக் காரைப் போலவே
காலத்தின் உள்ளே இருப்பவர்களுக்கும்
வெளியே என்ன நடக்கிறதெனத் தெரியாது.

- 31-டிசம்பர்-2019

டிஜிட்டல் கண்கள்

டிஜிட்டல் யுகத்தில்
என்னை யாரும் பார்க்காமல் ஒளிந்து கொள்ள
ஒரு இடம் வேண்டும்.

யாரும் நுழையாத
அடர்ந்த கானகத்துக்குள்
மௌனத்தில் உறைந்து போன ஒரு குளத்தை
விலங்குகள் நினவு வைத்திருப்பது போல
டிஜிட்டல் உலகம் என்னை நினைவு வைத்திருக்கிறது...

சமூக வலைத்தளங்களில்
ஒரு பாசியைப்போல மிதக்கும் என்னையும்
நான் விரும்பி குடிக்கும் பானங்களின் பெயர்களையும்
நான் ஆதரவு தெரிவிக்கும் அரசியல் கட்சியையும்
நான் பல் துலக்கும் பற்பசை பெயரையும்
நான் முதலீடு செய்திருக்கும் கம்பெனியின் பெயரையும்
நான் கண்மூடித்தனமாக நேசிக்கும்
சினிமா கதாநயகன் யார் என்பதையும்
வேவு பார்க்கும்
டிஜிட்டல் கண்களிலிருந்து தப்பித்து
ஒளிந்து கொள்ள
எனக்கு ஒரு இடம் வேண்டும்.

புகை உமிழும் துப்பாக்கி ஏந்தியபடி நிற்கும்
சமூக வலைத்தளங்களின்
அந்தரங்க ஊடுருவல்கள், தகவல் திருட்டுகள்
நமது கால்பந்தை எதிராளியின் கோல்போஸ்டுக்குக்
கடத்திச் செல்கின்றன.

சமூக வலைத்தளங்களின்
முரண்பாடான சொல்லடுக்களின் இடிபாடுகளில்
மாட்டிக் கொண்டு திணறுகிறேன்.

டிஜிட்டல் கண்கள் ஊடுருவாத
யாருமற்ற அநாதைத் தீவில்
அந்தரங்கமான ஒரு வீட்டில் வேண்டும்
எனக்கொரு இடம்.

~

கார்களின் காட்சி அறை

நதியின் நீரில் படுக்க வைத்து
குளிப்பாட்டப்பட்ட கொம்பன் யானைபோல்
வெளிச்சத்தில் நனைந்து கம்பீரமாய் நின்றது
கார்களின் காட்சி அறையில் புத்தம் புதிய கார்.

மாட்டுத் தொழுவத்தில் பிறந்த குழந்தை ஏசுவை
மூன்று ராஜாக்கள் தேடிச் சென்று பார்த்து வியந்ததுபோல்
பணக்காரர்கள் தேடிவந்து பார்க்கிறார்கள் அதனை.

மணப்பெண்ணைச் சிங்காரிப்பது போல் சிங்காரித்து
மெழுகு திரவம் பூசப்பட்டு பளபளக்கும் அந்தக் காரின்
வயிற்றின் உள்ளே ஆறு பேர் அமரலாம் என்று
நுனிநாக்கு ஆங்கிலத்தில் சொல்கிறார் விற்பனையாளர்.

கனவில் கண்ட காதலியை நேரில் கண்டதுபோல் மகிழும்
கார் காதலர்களுக்குப் புரிவதில்லை
ஒருவனின் மரியாதை ஓட்டும் காரில் இல்லாமல்
காரை நீ எப்படி ஓட்டுகிறாய் என்பதில் இருக்கிறது என்பது.

~

இருட்டின் வாசனை

நள்ளிரவு நெடுஞ்சாலையின் இருட்டில்
தவம் செய்யும் ஐந்து நட்சத்திர ஓட்டலின்
ரத்த நாளங்களில்
வெளிச்சம்
பாதரசமாய் வழிந்தோடுகிறது.

புற்கள், பூக்கள், கல்வாழைச் செடிகள்,
கண்ணாடிக் கதவுகள், நீச்சல்குளம்,
மரப் படிக்கட்டுகள், பளிங்குத் தரைகள் எல்லாமே
வெளிச்சத்தைக் குடித்த போதையில் தடுமாறுகின்றன.

ஒவ்வொன்றாய் வந்தமரும் கவிதையின் வரிகள் போல்
உள்ளே நுழைய நுழைய
என் மீது ஒவ்வொன்றாய் வந்து விழும்
எடையற்ற வெளிச்சம்
ரகசியமாய் என்னக்குள்ளிருக்கும்
விளக்கை ஏற்றி வைத்து விடுகிறது.

நான் இப்போது வெளிச்சமாய் இருக்கிறேன்
இருட்டின் அபூர்வ வாசனையை நுகர்ந்தபடி.

- 18-11-2019

பாறைகள்

பாண்டிச்சேரிக் கடலோரப் பாறைகள்
எனக்குக் கற்றுக் கொடுப்பதெல்லாம்
சும்மா இருக்கும் கலை.

கடல் காற்றை அனுபவித்தபடி
வெறுமனே கடலை வேடிக்கைப் பார்த்துக் கொண்டு
கரடு முரடாய்க் கோணல் மாணலாய்க் குவிந்து கிடக்கின்றன.

பறந்து வந்து தன்மேல் கொஞ்ச நேரம் சிறகு மடித்து
மீண்டும் பறந்து போகும் காகங்கள் பற்றி
எந்த விதத் தீர்ப்புகளும் எழுதாமல் வாழும் பாறைகளை
நான் நேசிக்கிறேன்.

ஒவ்வொரு பாறையும் ஓர் அபூர்வச் சிற்பம்.
கடலோரமே கருத்த பாறைகளின் சிற்பக் கூடம்.

ஒவ்வொரு நாளையும்
தனித் தனி ஓவியமாய்த் தீட்டுகின்றன பாறைகள்.

கடந்த காலத்தின் நிழல் விழாத
நிகழ்காலத்தைச் சுவாசித்தபடி
தொடரும் அவற்றின் தியானத்தை
நான் கலைக்க விரும்புவதில்லை.

இன்னும் எத்தனை நாள்
இந்தக் கடலோரத்தில் இருப்போம்?
கனவு அல்லது நனவு - இவற்றில் எதில் வாழ்வது?
கேட்டு முடிக்கப் பெறாத கேள்விகள்.
எழுதி முற்றுப் பெறாத வாக்கியங்கள்.
மீண்டும் மீண்டும் மனக் குகைக்குள்
எதிரொலிகள் எழுப்பாமல்
கலப்படமில்லாத தூய இருத்தலின்
சாட்சியாய்ப் பாறைகள்.

நாடித் துடிப்பு, இழந்த காதல், சாப்பாட்டுச் சங்கிலி,
நல்லவன், கெட்டவன், நீதி, அநீதி
எதைப் பற்றியும் கவலை இன்றி
தங்களைத் தாங்களே வசியம் செய்து கொண்டு
முணுமுணுப்பின்றி கடலோரத்தில் வாழ்கின்றன பாறைகள்
ஞானிகளைப் போல்.

- 10-ஆகஸ்டு-2020

இரண்டாவது இதயம்

இரண்டு கண்கள், இரண்டு செவிகள்,
இரண்டு நுரையீரல், இரண்டு சிறுநீரகங்கள்
இருக்கும் எனக்கு
ஏன் இல்லை இரண்டு இதயம்?

பாழடைந்த பங்களாவின் எதிரொலிபோல்
இதயத்தின் நான்கு அறைகளில்
ஒரு அறையில்
முதல் காதலின் சடலம் கிடக்கிறது
இன்னும் புதைக்கப்படாமல்.

இரண்டாவது அறையில்
கூண்டுக்குள் உலவும் விலங்கைப் போல்
வெறியோடு உலாவி
கர்ஜிக்கின்றன நிறைவேறாத ஆசைகள்.

மூன்றாவது அறையில்
இன்னும் ரத்தம் சொட்டச் சொட்ட
வலியில் முனகிக் கொண்டிருக்கின்றன
வெளியில் பெயர் சொல்ல முடியாதவர்கள்
இழைத்த அவமானங்களின் காயங்கள்.

ஒரு இசைத்தட்டைப் போல் சுழலும்
நான்காவது அறையில்தான் நான் வசிக்கிறேன்.

தேவாலயத்தின் ஜெப ஆராதனைப் பாடல்களின் இசை
சாம்பிராணிப் புகைபோல் சுழலும் நான்காவது அறையில்
என்னை நானே மன்னித்து,
எனக்கு நானே அன்பு செலுத்தி
எனது காயங்களை எனது நாவாலேயே
நக்கிக் குணப்படுத்தி
தன் சின்ன வெளிச்சத்தால்
மொத்த இரவையும் வசீகரிக்கும்
மின்மினிப் பூச்சியைப் போல்
கம்பீரமாய் வாழ்கிறேன்.

ஓட்டைப் படகு போல மிதக்கிறது
துடித்துத் துடித்துப் பழுதடைந்த எனது இதயம்.
எனக்கு இப்போது வேண்டும்
ஒரு இரண்டாவது இதயம்.

- 1-ஜூலை-2020

நள்ளிரவில் நட்சத்திர ஓட்டல்

நள்ளிரவின் தனிமையில்
நட்சத்திர ஓட்டல்களில்
காலியாக எனக்காகவே காத்திருக்கும்
கண்ணாடி உணவு மேசை
எனக்காக ஆரோக்கியமாய்த் துடித்துக் கொண்டிருக்கும்
ஒரு பெரிய இதயம்.

தனிநபரான எனக்காக மட்டுமே
கொட்டப்படும் மொத்த வெளிச்சமும்
தூங்காமல் என்னைப் பார்த்து சிரிக்கும் பூக்களும்
தனக்கென்று எந்த வேலையும் கொடுக்கப்படாமல்
பூமியில் வந்து பிறந்திருக்கும் குழந்தையைப் போல்
என்னை உணர வைக்கின்றன.

மொத்த நகரமும் உறங்கிக் கொண்டிருக்கும் வேளையில்
நமக்காக உணவு தயாரிக்க
ஒருவன் கண் விழித்திருக்கிறான் என்பதுதான்
எத்தனை ஆதரவானது.
பரிமாறப்படும் ரொட்டியின் ஒவ்வொரு துகளும்
சக மனிதன் உனக்குக் கொடுக்கும் பிரசாதம்.
தயாரிக்கப்பட்ட தேனீரின் ஒவ்வொரு துளியும்
உடன் பிறவாத சகோதரன்
உனக்களிக்கும் புனித நீர்.

இருத்தலின் மகத்துவத்தின்
நறுமண வாசனையை
தனிமையான நள்ளிரவு நடசத்திர ஓட்டல்கள்
உன்னைச் சுற்றி
பட்டாம்பூச்சிகளைப் போல் பறக்க விடுகின்றன.

தனிமையில் வந்து
தனிமையில் போகும்
இருத்தலின் தனிமையை
நாம் கொண்டாடத் தொடங்கி விடுகிறோம்.

- 16-11-2019
@ Sherattan Grand, E.C.R.

கைபேசி

கையளவு இருதயம்போல்
விடாமல் துடிக்கும் என் இரண்டாவது இருதயம்
என் கைபேசி.

கடந்த காலத்தை என் இதயத்திடமும்
நிகழ்காலத்தை
என் கைபேசியிடமும் பறி கொடுத்து விட்டேன்.

என் அந்தரங்கம் அத்தனையும்
பூவுக்குள் சுருண்டிருக்கும் பூநாகம் போல்
என் கைபேசிக்குள் அடக்கம்.

ஆதாம் ஏவாளுக்கு ஆப்பிளைக் கொடுத்த
சாத்தானின் நிழல்
என் கைபேசியின் சுவரில் தோன்றி மறைவதை
யதேச்சையாகப் பார்க்க நேர்ந்தது.

இருந்தாலும்
எனது இரண்டாவது இதயமல்லவா அது.?

- 27-4-2020

நத்தை எனும் அர்த்தநாரி

மழை இரவுகளைக் கொண்டாடும் நத்தையின்
அகராதியில் ஆண் பெண் இல்லை.

தனக்குத்தானே புணர்ந்து
தனக்குத்தானே முட்டையிட்டுக் கொள்ளும்
நத்தையின் ஓடு
கோடையில் வாடிய வாகைமர நிழலில்
உலர்ந்து போய் கிடக்கிறது.

கண்ணுக்குப் புலப்படாமல் மிருதுவாக நகர்ந்த
நத்தையின் கடிகார முட்கள்
இப்போது ஸ்தம்பித்து விட்டன.

நொள்ளை தரையில் இழுத்துச் சென்ற ஈரக் கோடு
இப்போது இல்லை.
நத்தைக்கு இப்போது என்ன ஆச்சு?

பதில்கள் நத்தையின் சுருள் கூட்டுக்குள்
நிழலில் சுருண்டு படுத்துள்ளன.

இயற்கை எப்போதும் எதையும் போதிப்பதில்லை.
கேள்விகளுக்கான பதில்கள்
தேடிக் கண்டெடுக்கப்படும்வரை
காத்திருக்கிறது இயற்கை.

- 31-5-2020

(பி.கு: "நொள்ளை" என்று நத்தையை அகநானூறு குறிப்பிடுகிறது.
"கள்ளியங் காட்ட கடத்திடை உழிஞ்சில்
உள்ளுள் வாடிய கரிமூக்கு நொள்ளை")

பெல்கோம் வீதி

பிறந்த நகரத்தின் அமைதி துயிலும் தெருக்கள்
அழைக்கின்றன என்னை அடிக்கடி.

எனது எல்லா தெருக்களும் நேராக ஓடுகின்றன
வெயிலில் ஜொலிக்கும் கடலை நோக்கி.

ஒரு ஜன்னலிலிருந்து பூப்போல தெருவில் குதித்து
இன்னொரு ஜன்னலுக்குத் தாவும் பூனைகள்

குட்டை மரங்களிலிருந்து சிதறிய மஞ்சள் பூக்களின்மேல்
நோகாமல் மிருதுவாக சைக்கிள் ஓட்டிச் செல்லும் மனிதர்கள்

புதையுண்ட அரிக்கமேட்டுத் தெருக்களில் ரோமானியர்கள்
நடமாடியதுபோல் வேடிக்கை பார்த்துக் கொண்டே நடக்கும்
வெளிநாட்டுப் பயணிகள்.

சத்தம் காட்டாமல் உடலுக்குள் பாய்ந்து கொண்டிருக்கும்
ரத்த ஓட்டம்போல் நகர்கிறது எனது தெரு.

ஆவி பறக்கும் தேநீர்க் கோப்பையின் முன்
அமர்ந்திருப்பது போல் நான் அமர்ந்திருக்கிறேன்
அமைதி துயிலும் என் தெருவுக்கு முன்னால்.

- *4-செப்டம்பர்-2020*

ஃப்ளெமிங்கோ பறவைகள்

நீ கொடுத்த சட்டைக்குக் கீழே துடிக்கிறது
எனது இதயம்

சட்டைப் பொத்தான்களில் ஒன்றாக நினைத்து
உன் இதயத்தை
என் பொத்தானுக்கான ஓட்டையில் பொருத்துகிறேன்.

தன்னைத்தானே நேசித்தலின் அடையாளமாய்
ஃப்ளெமிங்கோ பறவைகள் எங்கிருந்தோ பறந்து வந்து
இயற்கைக்கு விரோதமாய் நீல நிறத்தில் என் சட்டையில்.

நான் விநோதமாக உணர்கிறேன்.
நாம் இருவரும் பார்த்துப் பார்த்து செதுக்கியது எல்லாம்
வெறும் பிரம்மைகளின் சிற்பம்.

சேற்று நிலத்தில் தேங்கும் நீரில்
தங்கள் பிம்பம் பார்த்துக் குதூகலிக்கும் பறவைக் கும்பல்
ஒரு வருஷத்துக்கான ஒற்றை முட்டைகளை
என் பாக்கெட்டில் இடுகின்றன.

ருசியான நத்தைகளுக்காக
ஒல்லியான நீண்டு வளையும் கழுத்தைப் பாம்புபோல்
சேற்றில் புதைக்கையில்
பறவைகளின் அலகுகளில் நம் இருவரின் இதயங்கள்.

ஒன்று தெரியுமா உங்களுக்கு?
ஃப்ளெமிங்கோ பறவைகளைக் கூட்டமாய்க்
கனவு கண்டால்
நம்மை நாமே ஏற்றுக் கொண்டோம் என்று அர்த்தம்.

- 11-செப்டம்பர்-2020.

குரல்

யார் காதிலும் விழாமல் ரகசியமாய்
எனக்கு மட்டுமே கேட்கிறது
எனக்குள் ஒரு குரல்.

என் குழந்தைக்குப் பெயர் வைப்பதுபோல
இனிமையான ஒரு பெயரைத் தேர்ந்தெடுத்து
அதற்குச் சூட்டி உரையாடத் தொடங்குகிறேன்.

காலியான ஒரு பிரம்மாண்ட மாளிகைபோல்
துடிக்கும் என் இதயத்தின் நான்கு உள்ளறைகளிலும்
குரல் எதிரொலித்துக் கொண்டே இருக்கிறது.

நாற்சந்தியின் சிக்னல் விளக்குகள் பேசுவதுபோல
போ அல்லது போகாதே என்று எனக்குத்
தொடர்ந்து கட்டளை இடுகிறது.

தூங்கிவிட்டால் எனது கனவுகளின் கடைகோடி தெருவுக்கும்
என்னைத் தேடி வந்து பேசுகிறது.

எனது எல்லா ரகசியங்களையும் அறிந்த அதன்
தொல்லை தாங்க முடியாமல் அதனை உயிரோடு புதைக்கிறேன்.
மறுநாளே சிரித்துக் கொண்டு எழுந்து வருகிறது
இன்னும் கவர்ச்சியான புதிய குரலோடு.

நீரில் மூழ்கிய பனிக்கட்டியைப் போல்
உடல் மறைத்துத் தலையை மட்டும் வெளியே காட்டி
மனக் கடலில்.மெல்ல நகர்ந்து
எனக்கான எல்ல திட்டங்களையும் வகுத்துக் கொடுக்கிறது.

உடனே போய்ச் செயல்படுத்து என்று
என் கழுத்தைப் பிடித்துத் தள்ளுகிறது.

உள்ளே இருக்கும் குரலை
வெளியே இருப்பவர்களோடு சேர்ந்து கொண்டு
நான் பயங்கரமாகத் தோற்கடிக்கிறேன்.

என் சொந்த வீட்டின் நிஜமான எஜமானன் யார்?
நானா? எனக்குள் கேட்கும் குரலா?

நான் கோபப்பட்டாலும்
குரல் என்னிடம் கோபித்துக் கொண்டதேயில்லை.
எப்போதும் என்னை மன்னிக்கத் தயாராயிருக்கும்
அம்மாவைப் போல் நடந்து கொள்கிறது.

நான் எனது உள்குரலைக் கட்டி அணைக்கிறேன்.
அதன் நிழலும்கூட எனது உயிர் நண்பனாகிறது.

எனக்குள் ஒரு தீபம் ஏற்றி வைக்கப்படுகிறது.
மன சமாதானத்தின் தீபச்சுடர்
காற்றில் நடுங்காமல் நின்று எரிகிறது.

- *18-ஆகஸ்ட்டு-2020*

சுவர்க்கோழி

இரவின் மௌனக் கரும்பலகையில்
தன் ஓசையினால் அழித்து அழித்துக் கவிதை எழுதும்
சுவர்க்கோழி
வெளிச்சத்தில் திணறும் என் அறைக்குள்
எப்படியோ வழி தவறி நுழைந்து விட்டது

வேகமாய்ச் சுழன்ற என் மின்விசிறி
அதனைத் தாக்கி விடுமோ என்று நினைப்பதற்குள்
இறக்கையில் அடிபட்டுத் தரையில் விழுந்தது.

சாவதற்கு முன் அதன் சிறகின் படபடப்பில்
காடு மௌனித்தது.

அந்நிய நகரமொன்றில்
பாதாள ரயிலுக்குக் காத்திருப்பதுபோல்
அதன் உயிர் பிழைத்தலுக்காய்க் காத்திருந்தேன்...

ஒரு சுவர்க்கோழியின் மரணத்தால்
நியூயார்க்கில் மழை பெய்யாமல் போய் விடுமோ
துருவப் பனி வேகமாகக் கரையத் தொடங்குமோ
என்று பயமாக இருந்தது.

வசந்த காலத்திலிருந்து இலையுதிர்காலத்துக்குள்
ஒரு பறவையின் உணவுச் சங்கிலியில்
ஒரு கண்ணி அறுந்து விடுமோ என்று அஞ்சினேன்.

தூய்மையான களங்கமற்ற அதன் வாழ்க்கை
ஒரு கருந்துளையின் மரணத்தைப்போல
ஆவியாகிப் போகப் போவதில்லை.

கால நதியின் நீர்ச்சுழலில் மிதக்கும் ஒரு இலைபோல
நான், சுவர்க்கோழி மற்றும் பிரபஞ்சம்.

- *4-அக்டோபர்-2020*

யார் எனும் நான்

நீ யார் என்று எல்லோரும் என்னைக் கேட்கிறார்கள்.
யார் என்பதே எனது பெயர்.
இதைச் சொன்னால் யாரும் நம்ப மாட்டேன் என்கிறார்கள்.
யார் என்று யாராவது பெயர் வைப்பார்களா என்கிறார்கள்.
எனது கடவுச்சீட்டையும்கூடக் காண்பித்து விட்டேன்.
எப்படி எனும் தந்தைக்கும் ஏன் எனும் தாய்க்கும் பிறந்த
மூத்த மகன் தான் நான் என்கிறது கடவுச்சீட்டு.
என்னை யாரும் நம்பாவிட்டால் போங்களேன்.
என் பெயர் யார் என்பதுதான்.
மகிழ்ச்சிக்காக நட்சத்திரங்களைப் பிடித்துக்
கடலில் போட்டுக் கலக்கிக் குடிக்கிறேன்.
சூறாவளி அலைகள் எழும் கடலில் பாய்ந்து
பாய்போல் சுருளும் அலைகளுக்கிடையே உலாவுகிறேன்.
நான் பேசும் வார்த்தைகளை வைத்து
என்னை எடை போடும் நீங்கள்
நான் மனதிற்குள் பூட்டி வைத்தவற்றை
ஏன் கணக்கில் எடுத்துக் கொள்வதில்லை?
நான் போன பிறகும்
நட்சத்திரங்களும், நிலாவும், சூரியனும், கடலும், காற்றும்
தொடர்ந்து இருந்து விட்டுத்தான் போகட்டுமே.
நான் போகப் போவது என்னவோ உறுதி.
சரி என்னைக் கேட்டது இருக்கட்டும்
முதலில் உன்னைக் கேட்கிறேன்.
நீ யார்?

- 22-செப்டம்பர்-2020

குளியலறைப் பல்லி

குளியலறைக்குள் யாரோ சிரிக்கும் ஓசை.
வயோதிக முகம் கொண்ட பல்லி ஒன்று
கண்ணாடிக்குப் பின்னாலிருந்து எட்டிப் பார்த்தது.
"நீ யார்?" என்றேன்.
பல்லி தனது பசையுள்ள நாவை அசைத்தது.
"மனிதர்களிடம் கேட்கும் கேள்விகளை
தயவுசெய்து எங்களிடம் கேட்காதே."
மனிதனைப் போல் பேசுகிறாய்.
ஆனால் கேள்விகள் வேண்டாமென்கிறாயே.?
"ஆம் நாங்களும் சிந்திக்கிறோம் -
பூச்சிகள் மற்றும் புணர்தல் பற்றி.
ஆனால் இருத்தலியல் கேள்விகளால் நாங்கள்
எங்களைத் தொந்தரவு செய்து கொள்வதில்லை."
இப்போது கண்ணாடியில் என் பிம்பத்திடம் கேட்டேன்.
"நான் யார்?"
ஆயிரக்காணக்கான பதில்கள் பிம்பங்களாய்ப் பூத்தன.
பத்துத் தலை ராவணன் போல் கண்ணாடியில் பூத்த
பிம்பங்களிடம் கேட்டேன்
நான் ஏன் சிந்திக்கிறேன்?
பல்லி சுவற்றில் வாலைச் சடாரென சொடுக்கியது.
"சிந்திப்பதை நிறுத்திக் கொண்டால்
நீ இல்லாமல் போய் விடுவாய்"
நகைப்பொலி குளியலறை முழுதும் எதிரொலித்தது.
நான் ஒரு செம்பு நீரெடுத்துத் தலையில் கொட்டினேன்.

- 6-அக்டோபர்-2020

வேற்று கிரகவாசிகள்

வேற்று கிரகவாசிகள்
வெளிச்ச மொழியில் எழுதும் கவிதைகளைப்
படிக்கும் ஆசை வந்து விட்டது எனக்கு?

பெரிய தலை, பச்சைக் கண், பன்றிக் காது
ஆண், பெண் பேதத்துடன் ஒரு யந்திரமாய்ப்
அவர்களை இன்னும் எத்தனை நாளுக்குத்தான்
ஹாலிவுட் சினிமாக்களில் மட்டுமே பார்ப்பது?

எனக்குப் பிரியமான வேற்றுகிரகவாசிகள்
பறக்கும் தட்டுகளில் ஏன் இன்னும்
பூமிக்கு வரவில்லை?

இன்னொரு கிரகத்திலும்
இதே குறைபாடுகளுடன் இன்னொரு உயிரா?

மனித ஜாடையில் இல்லாமல்
ஒரு மேகம் போல் உருமாறும் உருவத்துடன்
இன்னும் அறிவுடன், தன்னையே கொடுக்கும் பேரன்புடன்
காக்கை, குருவி, மரம், செடி, கொடி
பிரபஞ்சம் முழுவதையும் சரிசம அன்பினால் அரவணைக்கும்
ஒரு வேற்றுக் கிரகவாசி வேண்டும் எனக்கு.

ஒன்று நான் போய் அவர்களைச் சந்திக்க வேண்டும்.
அல்லது அவர்களாவது என்னை வந்து சந்திக்க வேண்டும்.

இன்னும் எத்தனை நாளுக்குத்தான்
கடல் போர்த்திய பூமியில் வாழ்வது?

- 22-ஆகஸ்ட்-2020

பைத்தியக்காரர்கள்

பைத்தியக்காரர்கள்
நீதிமன்றங்களை மதிப்பதில்லை...

சட்டங்கள் அவர்களுக்குக்
கால் செருப்புக்குச் சமானம்.

அவர்களுக்குக் கடவுள் கிடையாது.
சாத்தானும் கிடையாது.

நிர்வாணத்தை மனசுக்குப் பிடித்த ஆடைபோல
விரும்பி அணிகிறார்கள்.

புலவியில் புலத்தலும் கலவியில் களித்தலும்
பித்தர்களின் அகராதியில் இல்லை.

ஆடை விலகித் தெருவில் கிடந்து
அடி வாங்கும் போதும்
மலை மேல் இருக்கும் ஏரியைப் போல்
மௌனமாய் இருக்கிறார்கள்.
இருந்தாலும் மனசுக்குள்
நம்மைப் பற்றி நினைக்கிறார்கள்
"இந்த பைத்தியங்களிடமிருந்து
தப்பிப்பது எப்படி?"

- 29-4-2020

பெயரற்றவன்

சீட்டுக் குலுக்கிப் போட்டு தேர்ந்தெடுத்து
அப்பா அம்மா சூட்டிய பெயரில் நானில்லை.
சொந்தப் பெயரில் பாதி
புனைபெயருக்கு தானம்.
அலுவலகத்தில் என் பெயர் வெறும் எழுத்து.
என் கனவுகளில் யார் யாரோ
எந்தெந்தப் பெயர்களிலோ என்னை அழைக்கிறார்கள்.
இந்தப் பெயர்களில் எந்தப் பெயர் நான்?

என் மனைவி மட்டுமே இதைக் கொஞ்சம்
புரிந்து கொண்டதாய்த் தெரிகிறது.
''ஏங்க'' என்றழைத்து
என் அத்தனைப் பெயரையும் தொ
லைக்கிறாள்.

என் பெயர்கள் சொல்லும் அர்த்தங்களில் நானில்லை.
நான் நானாக இருக்க முயன்றதில்
கலகக்காரன் எனும் பெயரே மிஞ்சியது.

செத்த பிறகு கிடைக்கும் பிணம் எனும் பெயரும்
எரித்து குளித்தவுடன் ஞாபகக் குளத்தில் மூழ்குகிறது.
இப்போது சொல்லுங்கள் நண்பர்களே
நான் யார்?

- 29-ஆகஸ்டு-2020

ஒரு கண்ணில்லாத பூனை

காதலியின் வீட்டில்
பூக்கள் உதிர்த்த முருங்கை மரத்தில்
ஒரு கண்ணில்லாத
கருப்புப் பூனை.

சீனத்துக் கருப்பு மையினால்
காகிதத்தில் ஒற்றி எடுத்த ஓவியம்போல்
காற்றில் தொங்கும் வாலொடு தூங்கும்
குவி அடி வெருகு.

கொள்ளை நோய்க்கு அஞ்சிய நகரம்
ஐம்புலன் ஒடுக்கி அடங்கிய சாலையின்
கானல் நீரில் கடந்து செல்லும்
ஆம்புலன்ஸ் கண்டு
ஒரு கணம் திகைக்கும்.

கிருமிக்கு அஞ்சிக்
கதவுக்குப் பின்னால் ஒளிந்த நகரம்
ச்சே எனச் சலித்துக் கொள்ளும்.

- 4-7-2020

எனது கடவுள்

எனது கடவுள் இன்று நோய்வாய்ப் பட்டு
படுத்த படுக்கையாகி விட்டார்.
என்றைக்குச் செத்துப் போவாரோ
என்று பயமாயிருக்கிறது.

என் கடவுளுக்கும் எனக்கும் ஒரே வயதுதான்
ஆனால் அவர் ஏனோ மிகவும் பழுதடைந்து விட்டார்.

அணு ஆயுதப் போரில்
காயமுற்று ரத்தம் சிந்திய கடவுளைக் காப்பாற்ற
மருத்துவர்கள் இரவும் பகலும் போராடுகிறார்கள்.

செயற்கை சுவாசத்தில் மூச்சுவிடத் தவிக்கும் அவர்
வார்த்தைகளால் ஜொலிக்கும் பதக்கங்கள் குத்தப்பட்ட
ராணுவச் சீருடையைக்
கழட்ட மாட்டேன் என்று பிடிவாதம் பிடிக்கிறார்.

கடவுள் எனக்கு எழுதிக் கொடுத்த
சொத்துப் பத்திரத்தின் கீழே
கையெழுத்திடப்படவில்லை என்பதை
நேற்றுதான் பார்த்தேன்.

கருணைக் கொலை செய்யலாமென்றாலோ
அவர் இதுவரை என்னை வளர்த்த பாசம் தடுக்கிறது.

எனது ரகசிய பாவச் செயல்கள் அனைத்திலும்
துணையாய் இருந்து தைரியம் கொடுத்த கடவுளை
நான் எப்படிச் சாக அனுமதிக்க முடியும்?

அநீதிகள் என்னைச் சூழும்போதெல்லாம்
கடவுள் பார்த்துக் கொள்வார் என்ற நம்பிக்கையில்
நிம்மதியாய் வாழ்ந்த நான்
கடவுள் இல்லாத இந்த இருண்ட உலகத்தில்
இனி எப்படி வாழ்வேன்?

- *31-ஆகஸ்டு-2020*

அபத்த மலர்

வார்த்தைகளின் ஹார்மோனியப் பெட்டியின்
ஸ்வரக் கட்டைகளிளிருந்து எழுந்து
காற்றில் மிதந்து துயரமாய்ப் புரள்கிறது
எனது அரூபம்.

ரயில்வே பிளாட்பாரத்தில்
யாருடைய கூந்தலிலிருந்தோ நழுவி விழுந்து
பலரது காலடிகள் மிதித்துச் சிதையும்
அநாதையான ஒரு ஒற்றை சிவப்பு ரோஜாவைப் போல்
அது மிரள்கிறது.

பசித்த வீடற்ற தெருவோர மனிதன்
என் மேசையில் எனக்காக பரிமாறப்பட்ட உணவை
என் எதிரில் வந்தமர்ந்து எடுத்துச் சாப்பிடுவதுபோல்
என் தூரிகைத் தீண்டலில் எனக்கென்று நான் உருவாக்கிய
ஓவியத்தைக் கைப்பற்றி
அரூப அர்த்தங்களை விளைவித்து அறுவடை செய்கிறது.

அகராதிகள் புரட்டி தேர்ந்தெடுத்து
கோப்பையில் தேங்கிய
என் குருதி குளத்தில் தோய்த்தெடுத்து
என் மூச்சுக்காற்றை ஊதிச் செய்த என் பிரதியில்
கண்ணுக்குப் புலப்படாத
தன் வார்த்தைகளை இட்டு நிரப்பி
அர்த்தஜாடையை மாற்றுகிறது.

புயற்காற்றில் சிறகுகள் இழந்த
பட்டாம்பூச்சியைப் போல்
வீழ்ந்து கிடக்கிறேன் பூச்செடியின் காலடியில்.

பார்வையிழந்த என் நண்பனிடம்
ஊமையர் பாஷையில் உரையாடித் தோற்கிறேன்.

அபத்தச் செடியில் பூத்த
ஒரு சின்னஞ்சிறு மலரோடு காத்திருக்கிறேன்
எனது அன்பை உங்களுக்குத் தெரிவிப்பதற்காக.

- 1-செப்டம்பர்-2020

ஜெல்லி மீனுடன் சிறு சந்திப்பு

வெளிச்சம் பூத்த தண்ணீர் உடம்புடன்
ஒரு பிளாஸ்டிக் பை போல
கடலோர பாறைகளில் மோதிய அலையில்
ஜெல்லி மீன் ஒன்று
வந்து விழுந்தபோது நான் அங்கே பாறையின் மீது இருந்தேன்.

கடலில் பூத்த நீல ரோஜாவே வருக.
நீ எனது இன்றைய விருந்தாளி.

உனது முன்னிலையில் எனது உயிரில்
650 கோடி ஆண்டுகள் வாழ்ந்த உனது முன்னோர்களின்
பரிசுத்தமான வெளிச்சங்கள் வந்து நிறைகின்றன.

இளமையிலிருந்து முதுமைக்கும்
முதுமையிலிருந்து இளமைக்கும்
மாறி மாறி மரணத்துடன் கண்ணாமூச்சி விளையாடும்
ரகசியத்தை உனக்குக் கற்றுக் கொடுத்தது யார்?

மரணத்தின் மர்மத்தை அறியும் சாவி
உன்னிடமிருந்தால் எனக்கு அதைத் தருவாயா?

மூளையோ ரத்தமோ இதயமோ இல்லாமலேயே
உணர்கொம்புகளால் நீச்சல் நடனமாடி
ஆழ்கடலில் ஒரு மகத்தான நட்சத்திரப் பால் வீதியை
நீங்கள் உருவாக்குகிறீர்கள்

காலமும் வெளியும் காரணமின்றி பிறந்து தொலைத்த
இந்த பிரபஞ்சத்தில்
எந்த அபத்தத்தை நிரூபிப்பதற்காக
நாம் இங்கே வந்து சேர்ந்தோம்?

ஆணிலிருந்து பெண்ணாகவும்
பெண்ணிலிருந்து ஆணாகவும் ஆழ்கடலில் மாறி
ஒரு செப்பிடுவித்தைக்காரன் போல் பிறப்பின் மாயம் காட்டும் நீ
எங்களின் பாலரசியல் பற்றி என்ன சொல்லப் போகிறாய்?

புதுவைக் கடலோர பாறையில் அமர்ந்து
கொஞ்சம் பேசுவதற்குள் பேரலை ஒன்று சீறிப் பாய்ந்து
ஜெல்லி மீனைக் கவர்ந்து சென்றது.

- *23-ஆகஸ்டு-2020*

எதிரிகள்

என் இதயம் கவர்ந்த எதிரிகளே
உயிர் நண்பர்களை நேசிப்பது போலவே
உங்களை நான் நேசிக்கிறேன்.

கைகுலுக்குகிறீர்கள் மார்போடு அணைக்கிறீர்கள்
காட்டிக் கொடுக்கும் முத்தத்தை
என் கன்னத்தில் விதைக்கிறீர்கள்.

பதிலுக்கு நான் என் கன்னத்தை உரச நேர்கையில்
உங்கள் முகம் ஏனோ கழுதைப் புலியின் முகமாக
மாறி விடுகிறது.

பொய் மணக்கும் வார்த்தைகளின் மலர்ச்செண்டை
ஜிகினாத்தாள்களில் சுற்றி
பணிந்து நின்று பரிசளிக்கிறீர்கள்.

இருட்டில் துடிக்கும் என் இருதயம்
நிழலிலேயே பழுக்கும் ஒரு பழத்தைப்போல
உங்களை மன்னித்து மன்னித்துச் சிவந்து விடுகிறது.

நான் பகல் என்று சொல்வதை
நீங்கள் இரவு என்று அறிவிக்கிறீர்கள்.
இரவின் ரகசியங்களையும் பகலின் வெளிச்சங்களையும்
தங்கத்துடன் செம்பு கலப்பதுபோல் உருக்கி வார்த்து
ஒரு மோதிரம் செய்து அணிந்து கொள்கிறேன்.

எரியும் சுடருக்குப் பக்கத்திலேயே காத்திருக்கும்
இருட்டைப் போல என்னை அணைப்பதற்காகக் காத்திருக்கும்.
என் அன்புக்குப் பாத்திரமான எதிரிகளே

உங்கள் உளிகளின் தலை மீது விழும்
பலமான சுத்தியல்களின் தாக்குதலில்
கரடுமுரடான பாறையிலிருந்து என்னை
ஒரு அதிரூபச் சிற்பமாகச் செதுக்கி எடுக்கிறீர்கள்.

இரவெல்லாம் கண்விழித்து எனக்கெதிரான திட்டங்களை
நீங்கள் தீட்டிக் கொண்டிருக்கையில்
நான் நிம்மதியாகத் தூங்கி விடுகிறேன்.

உண்மையில் நான் அஞ்சுகிறேன்
ஒருநாள் காலையில் படுக்கையிலிருந்து விழிக்கையில்
என்னைப் போலவே மொழுக்கட்டையான மூக்கு
உங்களுக்கு வந்து விடுமோ என்று...

அழிக்கும் முயற்சியில் என்னை வளர்த்துவிடும் நீங்கள்
உண்மையில் என் எதிரிகளா? என் நண்பர்களா?

- *2-செப்டம்பர்-2020*

சுயசரிதை

நானும் நானும்
நேற்று சந்தித்துக் கொண்டோம்
கனவின் நாற்சந்திச் சாலையில்.

"என் பெயர் நான்.
தங்களின் பெயர் தெரிந்து கொள்ளலாமா?"

நான் என் பெயர் சொன்னபோது ஆச்சர்யத்துடன்
"அட என் பெயரும் அதுதான்."

எனது நான் கேட்டது
"உங்களது சுயசரிதையை நீங்கள் எழுதினால்
அதற்கு நீங்கள் என்ன பெயர் வைப்பீர்கள்?"
"உன் கதை" என்றேன் நான்.

வருந்துகிறேன்
யார் யாரையேல்லாமோ தேடிப்போய் சந்தித்த நான்
உங்களைப் போய் இத்தனை நாள்
சந்திக்காமல் இருந்திருக்கிறேனே.

வெள்ளம் புரண்டு ஓடிக் கொண்டிருந்த
ஒரு ஜீவநதியின் படகுத் துறையில்.
நாங்கள் இருவரும்
நின்று கொண்டிருந்தோம்.

மாலை நேர சூரிய வெளிச்சத்தில்
எங்கள் இருவருக்கும் சேர்த்து
ஒரே நிழல் தரையில் விழுந்திருந்தது.

- 16-7-2020

அர்த்தம் தேடும் விலங்கு

குலை நடுங்கும் கொடுங்கனவிலிருந்து விழித்து
படுக்கையில் எழுந்து அமர்ந்தேன்.

விழித்துக் கொண்டே கனவைத் தொடர முயன்றேன்
என்னை எல்லோரும் பைத்தியம் என்றார்கள்.

கனவின் மாமிசத் துண்டுகளையும் எலும்புகளையும்
சிறு சிறு துண்டுகளாக்கி
நனவுலகின் எடை இயந்திரத்தில் தூக்கிப் போட்டேன்.

வழி மறந்து தொலைந்து போன கனவின்
தனிமையான இருண்ட தெருக்களிலிருந்து
இன்னமும் நான் வெளியே வரவேயில்லை.

மலைப்பாம்பு போல் நீண்ட வரிசையின் கடைசியில்
நானும் போய் நின்றேன்.
எனக்கு முன்னால் எல்லோருமே
பாதி கனவில் விழித்து மீதி கனவைத் தேடி
புகார் கொடுக்க வந்தவர்கள்.

குளத்தில் வீழ்ந்து ஊறி சொதத்துப் போன
சூரியனை மீன்கள் தின்றுக் கொண்டிருந்தன.

பாதியில் கலைக்கப்பட்ட என் கனவு
இப்போது எங்கே போயிருக்கும்?

- 7-செப்டமபர்-2020

மகாபலிபுரத்துக் கடல்

கள்ளிப் பூக்களாய் மலர்ந்து
காலையில் வாடி உதிரப் போகும் இரவு.

கடலாடும் இருளர் பழங்குடி பாடகர்களின் குரல்.
முன் பாட்டும் பின்பாட்டுமாய் ஓங்கி ஒலிக்கிறது.

வெள்ளைப் பறவையாய் வானில் சிறகடிக்கும் நிலவு
ஆரிப்பரித்து இரையும் கடல்மேல்
வெள்ளிச் சிறகுகளை உதிர்த்தபடி பறக்கும்.

மாமல்லபுரத்துப் பாறையில் செதுக்கப்பட்ட
தேவர்களும், கின்னரர்களும், கிம்புருடர்களுமாய்
சிறகுகளின்றியே பறந்து வந்து வானில் கூடியுள்ளனர்.

குழலும், தவுலுமாய் இசைக்கருவிகள்
கடல் காற்றில் அதிர்வுகளை விதைக்கையில்
புற்றில் உறையும் கோதுமை நாகங்கள்
படமெடுத்து ஆடுகின்றன.

மல்லிகைப் பூச்சரமாய் வெள்ளைப் பற்களைக் காட்டிச்
மணலில் ஜதி போடும் கருப்புப் பெண்களின்
உள்ளங்கைகள் இருட்டில் தாமரைகளாய் மலர்கின்றன...

கடலில் பாய்ந்த ஈரத்தோடு எழுந்து வந்து
குறி சொல்கிறார்கள் இருளர்களின் சாமியாடிகள்.

கொலை செய்யப்பட்டு கடலில் மீனாகிப் போன
பெண்களின் ஆவிகளோடு அவர்கள் பேசுகிறார்கள்.

ஆணும், பெண்ணும்,
அரவாணிகளுமாய் வட்டமாய்க் கூடியாடும்
அவர்கள் கடலில் குடிகொண்ட
தங்களின் கன்னியம்மனை
அதட்டித் தங்களோடு வரும்படி கூப்பிடுகிறார்கள்.

இரவு முழுவதும் களியாடிய மகாபலிபுரத்துக் கடல்
காலையில் அவர்களின் விரல் பற்றி மௌனமாய்ப்
பின் செல்கிறது அவர்களின் குடிசைகள் நோக்கி.

- *9-செப்டம்பர்-2020*

அந்தரங்கத் தொன்மம்

காளி கபால மாலையுடன்
நரிகள் ஊளையிடும் கற்பழிப்பு தேசத்தில்
காலை தலைவரை தூக்கி ஆடுகிறாள்.

வயலில் பலாத்காரம் செய்யப்பட்ட
தலித் பெண்களின் அபயக்குரல்களின்
உடுக்கை ஒலியில் திசைகள் நடுங்க
தன் தலையைத் தானே கொய்து கொள்கிறாள்.

ரத்தம் சொட்டச் சொட்டக்
கையில் ஏந்தப்பட்ட அவள் தலை காறி உமிழ்கிறது
பாலியல் பலாத்காரத்தில் கொல்லப்பட்ட
பெண்ணின் உடலை எரித்த அரசாங்கத்தின் முகத்தில்.

வெட்டி வீசப்பட்ட அபலைப் பெண்களின் நாவுகளை
அவள் தனது பன்னிரு கரங்களில்
ரோஜா இதழ்கள் போல் ஏந்துகிறாள்.

குருதி சொட்டும் ரோஜாப் பூ நாவுகளின் மழையில்
கரைகின்றன அநீதியான தீர்ப்பெழுதும் நீதிமன்றங்கள்.

சகோதரிகளின் அபயக் குரல்களுக்குச் செவிமூடி
வெள்ளிக்கிழமை விரதமிருக்கும் பெண்களைக்
கோபக் கனல் வீசும் கண்களால் சுட்டெறிக்கிறாள்.

ஆண்களின் ஒரே ஆயுதமான
குறிகளை அறுத்துப் போட்டுக் காலால் மிதித்தபடி
சிவந்த நாக்கைத் துருத்தியபடி.
ஊழிக் கூத்து ஆடுகிறாள் காளி

- 2 அக்டோபர் 2020

தாந்திரீக சுவாசம்

உன் உடம்பின் உள்ளும் புறமும்
பயணிக்கிறேன் என்னைத் தேடி.

நிர்வாணத்தை நோக்கிய எண்கோணப் படிகளில்
சட்டை உறித்து நகர்கிறது குண்டலினிப் பாம்பு.

ஆணும் பெண்ணுமாய்
இரண்டாய்ப் பிளந்த நாவின் மூலமாய்
பஞ்சபூத ரகசிய உரையாடலின் வார்த்தைகளை
கட்டிலில் உரக்கப் பேசுகிறது காமம்.

பிரபஞ்ச முட்டை உடைத்து
எடையின்றி பறக்கும் பயணத்தில்
நட்சத்திர மண்டலத்தில்
உள்ளக் களித்தலும் காண மகிழ்தலுமாய்
தலைவனும் தலைவியும்.

சூரிய கலையும் சந்திர கலையுமாய்
நாகங்கள் பின்னிப் பிணைகையில்
தாந்திரீகச் சுவாசம் பயில்கிறது மானுடம்.

- *6-ஆக்ஸ்டு-2020*

தூர தேசத்து நண்பர்கள்

தொடர்பறுந்து போன என் தூர தேசத்து
பிரம்மச்சாரி நண்பர்கள்
இப்போது என்ன செய்து கொண்டிருப்பார்கள்?

அழிந்து போன டைனோசரின் பாதச்சுவடு போல
எனது பழைய டைரியில் கிடைத்த அவர்களின்
தொலைபேசி எண்கள் கலைந்து கிடந்தன.

மிருகக்காட்சிசாலையின் மயக்கமூட்டப்பட்ட புலி
கொஞ்சம் கொஞ்சமாகத் தெளிவதுபோல
நினைவுக்கு வந்தன என் பழைய நினைவுகள்.

குளிரில் குமுறிப் புலம்பும் கடலோரத்து மதுவிடுதியில்
அவர்கள் இப்போது என்ன செய்து கொண்டிருப்பார்கள்?

பனியில் உறைந்து போன கால்வாயின்மீது
நீந்த நீரின்றி வாத்துகள் நடப்பதுபோல் என் நினவுகள்
நீந்த முடியாமல் தட்டுத் தடுமாறி நடக்கின்றன.

அவர்களின் நாவின் விநோத உச்சரிப்பில் என் பெயர்
காற்றில் திறந்து வைத்த புத்தகம்போல் படபடக்கிறது.

பிளட்பாரம் கிடைக்காமல்
ரயில் நிலையத்துக்கு வெளியே நிற்கும் ரயில்களைப் போல்
மின்னஞ்சல்கள் பகிரப்படாமல்
சூனிய வெளியில் சுழல்கின்றன.

இரவு உணவுக்காக அவர்கள் இப்போது
என்ன சமைத்துக் கொண்டிருப்பார்கள்?

நாங்கள் ஒருநாள் சந்தித்துக் கொள்ளப் போகிறோம்
என்கிற நம்பிக்கையில்
அன்பைச் சுமந்து கொண்டிருக்கிறோம்.

அது உண்மையாகத்தான் இருக்க வேண்டும்
ஆனால் என்னால் நம்ப முடியவில்ல
நாங்கள் சந்திக்கப்போகிறோம் என்பதை.
ஏனெனில் அவர்கள் இப்போது
தொடர்பறுந்து போன தூர தேசத்து நண்பர்கள்.

- *30-ஆகஸ்டு-2020*

குகை மனிதர்கள்

கணவாய்களின் இருட்டில்
தண்டவாளங்களைச் சரிசெய்யும் தூசி மனிதர்கள்.

தட்டுத்தடவென எதிரொலி எழுப்பி ரயில் விரைகையில்
சுவரில் விலகி ஓடி ஒட்டிக் கொள்கையில்
பூர்வீகக் குகைச் சித்திரங்களாய்ச் சமைந்து போவார்கள்.

பாறையில் காய்ந்த கோரைப் புற்களாய்
செம்பட்டைப் படர்ந்த கேசம் கோதி
புகையிலை மென்ற சொத்தைப் பற்களால் சிரிப்பர்.

ஜோப்பட் பட்டிகளின் தகரக் குடிசைகளுக்குள் தூங்கும் பசி
தொழிற்சாலைகளின் ரசாயண சாக்கடைகளில்
நுரைகளாய் மிதக்கும்.

சர்ச் கேட் வாசலில் இரண்டு நாள் உண்ணாவிரதத்தில்
ஒளியிழந்து போன கண்களுடன்
இளைஞர்களின் கை கோஷ அட்டைகள் உச்சரிக்கும்
"நதிகளை தேசத்துக்குப் பொதுவாக்கு".

ரிச்மாண்ட் சர்க்கிளின்
அடுக்குமாடி புறாக்களுக்குத் தெரிவதில்லை
மனிதர்களின் பசி.

~

மும்பை புறாக்கள்

ராவணன் போல் பத்து நாவுகளால்
பத்து மொழி பேசும் மும்பை நகரம்

வெண்புறாக்களைத் தூது விட்டு
வானத்தில் எழுதுகிறது அமைதியை.

நல்ல வேளையாக
புறாக்களுக்குக் கடவுள் இல்லை.

மகாலட்சுமி கோயிலின் புறாக்கள்
ஹாஜி அலி தர்காவின் புறாக்களின் மூக்குரசி
சுதந்திரமாகக் காதல் மொழி பேசுகின்றன.

வரம் கேட்டோ
அல்லது சொர்க்கத்தில் இடம் கேட்டோ
அளவற்ற தீனியை வாரி இறைக்கிறது
மும்பை நகரம்.

தூரத்து கானகத்துப் புதர்களை நிராகரித்து
மொட்டைமாடிகளில் இரையெடுக்கின்றன
மயில் கழுத்து வண்ணம் பூசிய சாம்பல் புறாக்கள்

சாகும்போது காணாமல் போகும் புறாக்கள்
இறுதியில்
துன்பியல் நாடகம் ஒன்றை அரங்கேற்றுகின்றன.

- *19-ஆகஸ்ட்டு-2020*

வாசகனுக்கு ஒரு மன்னிப்புக் கடிதம்

வாசகனே முதலில் என்னை மன்னித்துவிடு.

என் கவிதையில் நீ சந்திக்கும்
கவர்ச்சிகரமான அவன்
உண்மையில் நான் இல்லை.

இதுவரையிலும்
என் ரத்தத்தைச் சிவப்பு மதுவாகவும்
என் மாமிசத்தை அப்பமாகவும்
உனக்குப் பரிமாறி வந்திருக்கிறேன் என்பது
என்னவோ உண்மைதான்.

ஆனால் வார்த்தைகளால் இதுநாள்வரை
நான் செய்ததெல்லாம்
வெறும் ஆள் மாறாட்டங்கள் மட்டுமே.

புத்தகங்களின் சிலுவையில்
என்னை நானே அறைந்து கொண்டபோது
அடுத்த நாளே என்னைச் சிலுவையிலிருந்து
உயிர்த்தெழ வைத்த என் ப்ரிய வாசகனே,
என்னை மன்னித்துவிடு.

அமர காதலனாக, துயருற்ற ஆன்மாவாக
தூய பரிசுத்த ஆவியாக
நான் உதிர்த்த வார்த்தைகள் எல்லாமே
வெறும் நிழல்கள்.

என் செய்வது?
என் மனதில் கனியும் தூய எண்ணங்கள்
நாவில் புரண்டு எச்சிலில் நனைந்தவுடன்
அவை முதல் தரப் பொய்யாக மாறிவிடுகின்றன.

உன் முன் சிந்திய வார்த்தைகளை எல்லாம்
என்னால் திரும்பப் பெற முடியாது என்பதால்
கைபிசைந்தபடி வெறுமனே உன் முன்னால்
இந்த மன்னிப்பைக் கோரிக்கையாக
வைத்து நிற்கிறேன்.

மன்னிப்பாயா?

- 27-ஜூலை-2020

இடவல மாற்றம்

எனக்குள்ளிருந்து பெருகும் வெளிச்சம்
நிர்மலமான நிழலைச் சுவற்றில் தள்ளுகிறது.

நீ சொல்கிறாய்
அது உன் ஜாடையில் இருப்பதாய்.

எனது எறும்புப் புற்றிலிருந்து
வரிசை வரிசையாய் வெளியேறி வரும் எறும்புகள்
தலையில் சுமந்து வரும் அரிசி மணி வார்த்தைகளின் மீது
உனது கையெழுத்து பொறிக்கப் பட்டிருப்பதாய்க்
கண்டு பிடித்துக் குதூகலிக்கிறாய்.

நீ மென்ற வார்த்தைகளால் நானும்
நான் மென்ற வார்த்தைகளால் நீயும்
அவரவர்க்கான அந்தப்புரங்களைக் கட்டியெழுப்புகையில்
திடீரென உறக்கத்திலிருந்து திகைத்து எழுகிறாய்
என் வார்த்தைகள் உன்னை வேவு பார்ப்பதாய்.

வான வீதியில் குறிக்கொளற்றுத் திரியும்
மேகத்தின் நெற்றியில்
இருவரின் பெயரையும் எழுதிவிட
நாம் இருவரும் ஆசைப் படுவது உண்மைதான்.

ஆனால்
ஒரு பெயர் எழுதி முடிக்கையில்
அது வேறொன்றாய் உருத்திரிந்து மாறிவிடும் அவலத்தை
நாம் யாரிடம் சொல்ல?

காற்றின் வேலை
மேகங்களைக் கலைத்துப் போடுவதுதான்
எனப் புரிந்து கொண்டால்
நம் கவலை தீர்ந்து விடும்.
விழியற்ற புல்லாங்குழல் கலைஞன்
எதையோ தெரிவிக்க முயல்வதும்
அதை எதுவாகவோ புரிந்து கொள்ளப் படுவதுமான
ஒரு பரிவர்த்தனை நடந்தேறி விடுகிறது ஏனோ.

நமக்குள் உருத்திரிபுகள் நிகழ்ந்த வண்ணமே உள்ளன.

மெல்ல நகரும் நதியின் மீது
காற்று வரையும் கோட்டுச் சித்திரங்கள்
தங்க மீனாய் தாமரையாய் கரையோரத் தாழம்பூவாய்த்
தெரிவதாய்ச் சொல்கிறார்கள் குழந்தைகள்.

படிந்த பாசி விலக்கி தெளிந்த நீரில் தேடுகையில்
தெரியும் பிம்பங்களில்
இடவல மாற்றம் ஏற்பட்டுப் போயிருப்பதை
நானும்தான் கவனிக்கிறேன்.

அது நதியின் பிழையோ
நறும்புணலின் பிழையோ அன்று.
பிரதிபலிப்பு குறித்த
விதியின் பிழையென்று புரிந்து கொண்ட கர்வத்தை
உடம்பில் சந்தனமாய்ப் பூசியபடி
உள்ளங்கைகளை மூடியபடி வருகிறது வசந்தம்.

நுழை வாயிலில் நீர் தெளித்துக் கோலமிட்டுப்
பூசணிப் பூ வைத்துக் காத்திருக்கிறேன்

இந்திரன் கவிதைகள்

சாதாரணத்தைச் சுவாசிக்கும் இரவின் போர்வையைத்
தூக்கி எறிந்து
வெற்றி வாகை சூடி
பச்சைப் பசும் புற்களைப் பிடுங்கிக் காற்றில் இறைத்து
வானத்தைப் பசுமையாக்கியபடி வந்து நிற்கிறாய் வாசலில்

வரவேற்பு உனக்காக என்பதறியாமல் கேட்கிறாய்

"இந்த வரவேற்பு யாருக்காக?"
~

பறவை

முட்டைக்குள்ளிருக்கும் திரவத்திலிருந்து
ஒரு பாடும் பறவை.

அது ஓடு உடைக்கையில் தெரியுமா
பாடப் போகும் ராகங்கள் எத்தனை என்று?

உச்சானிக் கொம்பின் கூட்டுக்குள்
வானத்தின் கீழே
இறகுப் போர்வை இன்றி உடம்பு நடுங்க

கண் திறக்காமல் கிடக்கும் பறவைக் குஞ்சு
வெளிச்சத்தைக் குடித்து
சுருதி மீட்டத் தொடங்கி விடுகிறது தன் பாடல்களுக்கு.

இன்று
பறக்க வழியில்லாத கூண்டுப் பறவை
வானத்தை நோக்கிப் பறக்க விடுகிறது
இன்னமும்தன்பாடல்களை.

- *13-ஜூலை-2020*

புதிர்

சத்தம் காட்டாமல் ஜன்னல் வழியே
ஒரு புகையைப் போல்
எனக்குத் தெரியாமல் எப்படி நுழைந்தது முதுமை?

அருங்காட்சியகத்தின் கனமான கண்ணாடி சீசாக்களில்
என் இளமை ரசாயணத்தில் மிதப்பதை
நான் இன்று வேடிக்கை பார்க்கிறேன்.

என் கனவில் நிம்மதியாகத் தூங்கிக் கொண்டிருக்கும்
ஒருவனின் கனவில் நான் வாலிபத்தைக் கனவு காண்கிறேன்.

வாழ்க்கையின் அர்த்தமற்ற நகைச்சுவையை நினைத்து
எனக்குள் மூளும் சிரிப்பை
நாக்குக்குக் கீழே வைத்துக் கொள்ளும் மாத்திரையைப் போல
ஒளித்து வைக்கிறேன்.

வெயிலில் காயும் மீன் வலைகளைப் போல்
என் ஞாபகங்களில்
எப்போதும் வீசுகிறது கடலின் கவிச்சி நாற்றம்.
நிழல் மண்டிய கடலோரத்துத் தென்னந்தோப்பில்
மணலில் ஓய்வு கொள்ளும் ஓட்டைப் படகில்
இன்று குழந்தைகள் ஒளிந்து விளையாடுகிறார்கள்.

பெயர் தெரியாத ஒரு பெரிய பறவை
என் மொட்டை மாடியில் வந்தமர்ந்து
துருப்பிடித்த எந்திரம் சுழல்வதுபோல
கர்ண கடூரமான குரலில் கத்துகிறது தினந்தோரும்.
ஏன்?

- 18-ஆகஸ்ட்டு-2020

இரண்டு நாள்

இன்றைக்கும் சில இடங்களில்
சைக்கிளில் ஏறிப் போக முடியாது.
செருப்புப் போட்டு நடக்க முடியாது.
அரும்பு மீசை வைக்க முடியாது.
தேனீர்க் கடை பெஞ்சில் உட்கார முடியாது.
மாதா கோயிலின் பிரதான வாயிலில் நுழைய முடியாது.
கிராமப் பொதுச் சொத்தில் பங்கு கிடையாது.
பேருந்து நிழற்குடையில் உட்கார முடியாது.
தலைப்பாகைக் கட்ட முடியாது.
சலூனில் முடி வெட்ட முடியாது.
தோளில் துண்டு போட முடியாது.
செத்தபின் தலை சாய்க்க
பொது மயானத்தில் இடம் கிடையாது.
சும்மா இரண்டுநாள்
தீண்டத்தகாதவனாக இருந்து பாருங்கள் புரியும்
தீண்டாமையின் கொடுமை.

~

முதலைகளின் காலம்

புனித கங்கையின் முதலைகளுக்குத் தெரியும்
ஏழைகளின் எலும்புகள் சுவையானவை என்று.

இதனால்தான்
பசித்த முதலைகள் சில நேரம் கரையேறி
ஊருக்குள்ளும் வருவதுண்டு.

சேற்று நிற கங்கையின் முதலைகள்
எல்லாமே சந்தர்ப்பவாதிகள்.

ஓநாய்களைப் போல் அவை கூட்டமாய்
வேட்டையாடுவதில்லை என்றாலும்
சந்தர்ப்பம் பார்த்துத் தாக்குவதில் சமர்த்தர்கள்.

பிளந்த வாயின் பற்களை சுத்தம் செய்யும்
பறவைகளை அவை பதம் பார்ப்பதில்லை.

நதியில் வாழ வேண்டுமானால்
முதலைகளிடம் நட்பாய் இருக்க வேண்டும்
எனும் நிலைமை உருவாகி விட்டது.

ஏனெனில் இது முதலைகளின் காலம்.

- *21-ஆகஸ்டு-2020*

பாண்டிச்சேரிக்காரன்

எனக்கு இரண்டு சுதந்திரத் திருநாள்கள்.
ஏனெனில் நான் பாண்டிச்சேரிக்காரன்.

நான் இந்திய தேசியக் கொடி ஏற்றும்போது
கைவிரலில் ஜொலிக்கிறது
நீலம், வெள்ளை, ரோஜா நிறம் கொண்ட
பிரெஞ்சு நாட்டின் மூவர்ணக் கொடி.

எனது எல்லா வீதிகளும் நேராகச் செல்கின்றன
ஆல்பர்ட் காம்யூவின்
சூரிய வெளிச்சத்தில் பளபளக்கும் கடலை நோக்கி.

கருப்பு அடிமை முறை உலகில் ஒழிக்கப்பட்டவுடன்
பிரெஞ்சுத் தீவுகளின் கரும்புத் தோட்டங்களில்
நான்தான் அடிமையாக்கப்பட்டேன்.

பிரெஞ்சுப் போர்முனையில்
உயிர் துறந்த எனக்காக
இன்னமும் கடற்கரைச் சாலையில்
துப்பாக்கியைத் தரையில் ஊன்றி
வீர வணக்கம் செலுத்துகிறது வெண்கலச் சிலை.

எனது பண்பாடு
செய்து முடிக்கப்பட்டுவிட்ட ஒரு சிற்பம் அல்ல.

தற்காலம் எனும் சிற்பி
பாண்டிச்சேரிக்காரனின் பண்பாட்டை இன்னமும்
செதுக்கிக் கொண்டே இருக்கிறான்.

- 15-ஆகஸ்ட்-2020

அந்நிய நகரம்

தூக்கத்தில் நடக்கும் ஒருவனைப் போல
அந்நிய நகரத்தில் நான்.

இதுவரை பார்த்திராத விலங்கு ஒன்றைத்
தடவிக் கொடுக்க முயல்வதுபோல
நகரத்தை நான் நெருங்குகிறேன்.

நகரம் தனது ரகசிய காமிராவில்
என்னைக் கண்காணித்துக் கொண்டே இருக்கிறது.

ஒவ்வொரு சந்திப்பிலும் பிரிவு
ஒரு விதைபோல வேர்விட்டுக் கொண்டிருக்கிறது.

திரும்பிப் போவதற்காகவே வந்திருக்கிறேன் என்பதை
தெருவோர சங்கீதங்கள் எனக்குத் தெரிவிக்கின்றன.

கேட்டிராத சத்தங்கள் பார்த்திராத வண்ணங்கள்
மரங்கள், தெருக்கள், வீடுகள், பறவைகள்
எதுவுமே எனக்குச் சொந்தமில்லை.

என்னைச் சுற்றிலும் நகைக்கத் தெரிந்த விலங்குகள்
நடமாடிக் கொண்டிருக்கின்றன.

அவர்கள் உண்பது, உறங்குவது,
சூதாடுவது, காதல் செய்வது எல்லாமே
ஏதோ ஒரு விநோதச் செயல் போலத் தெரிகிறது.

யாருக்கு நாம் சொந்தம்? யார் நம்மை நேசிக்கிறார்கள்?
யார் நம்மைப் புறக்கணிக்கணிக்கிறார்கள்?
யார் நம்மைக் கொள்ளையடிக்கக் காத்திருக்கிறார்கள்?
எல்லாம் புரிவதற்குள் விசாவின் காலம் முடிந்து விடுகிறது.

நான் வாழும் இந்த பூமியும்கூட
போவதற்காகவே வந்திருக்கும் ஒரு அந்நிய நகரம்
என்பதை ஏன் எனக்கு யாருமே
ஞாபகப்படுத்தவில்லை.?

- *24-ஆகஸ்டு-2020*

கடவுள் படம் வரையும் சிறுமி

யாரோ சொல்லிக் கொடுத்து விட்டார்கள்
சிறுமிக்கு
கடவுள்தான் இவ்வுலகத்தைப் படைத்தார் என்று.

அவள் இப்போது கடவுள் படம் வரைகிறாள்.

பெரிய கிறுக்கல்கள், சிறிய கோடுகள்
வட்டங்கள் வரைந்து கடவுள் என்றாள்.

நேற்று அவள் வரைந்த
மனிதன் படத்தை எடுத்துப் பார்த்தேன்.

இரண்டு கிறுக்கல்களும்
ஏறத்தாழ ஒரே ஜாடையில் இருந்தன.

இரண்டையும் அவளிடம் காட்டி
எது மனிதன் எது கடவுள்
என்று கேட்டேன்.

கடவுள் கிறுக்கலை மனிதன் என்றும்
மனிதன் கிறுக்கலைக் கடவுள் என்றும்
சொன்னாள்.

- 31-ஜூலை-2020

உடம்பு

உடம்பு எனது கேளிக்கை விடுதி.
அதிரும் அதன் கிடார் இசைக்கு ஏற்ப
காலவெளி கடந்த நடனத்தில் திளைக்கிறேன்
வாழ்தலின் மது அருந்தி.

ஒருவரை நேசிக்கும்போது
அவரது உடம்பையும் சேர்த்தே நேசிக்கிறேன்.

வாழ்க்கையின் அகராதி திறந்து அர்த்தம் தேடுகையில்
நான் எனும் பிரம்மையின் அரண்மனையைக்
கட்டி எழுப்புகிறது உடம்பு.

உடம்பு எனது தேசப்படம்.
காயங்களின் திருகலான புதிர்ப் பாதைகளில்
வலியுணர்த்தி வழிகாட்டி
அது என்னைக் காப்பாற்றுகிறது.

மரணத்தின் பிடியில் உடம்பை நாங்கள்
அதிக நேரம் இருக்கவிடுவதில்லை.

நாங்கள் அதை புதைத்து விடுகிறோம்
அல்லது
எரித்துச் சாம்பலாக்கி
நதியில் கரைத்து விடுகிறோம்.

~

வளர்ப்பு மிருகம்

புத்தகங்களால் செல்லமாய் வளர்த்தெடுக்கப்பட்ட
ஒரு வளர்ப்பு மிருகம்தான் நான்.
மிருகமாய் இருந்த எனக்கு
ஒரு செல்லப் பெயர் சூட்டி
மிருதுவான குரலில் அழைத்தபோது
நான் புத்தகங்களின் பக்கங்களை நுகர்ந்தேன்.
மனிதர்கள் மீது அன்பு பாராட்டவும்
அநீதி கண்டால்
காலைத் தூக்கி அதன் மேல் சிறுநீர் கழிக்கவும்
புத்தகங்கள் எனக்குப் பயிற்சி அளித்தன.
என் கடைசி ஆசையெல்லாம்
புத்தகங்களின் காலை நக்கிக் கொண்டே
என் உயிர் பிரிய வேண்டும் என்பதுதான்.

- *23-4-2020*

கடலோரச் சிலை

கடலோரத்தில்
சந்தேகம் கேட்கும் மாணவன் போல் கை உயர்த்தி
ஒரு ஊமைச் சிலையாக நிற்க
எனக்குச் சம்மதம் இல்லை.

நகரத்தில் முகவரி தேடி அலைபவர்களுக்கு
வழி சொல்லப் பயன்படும்
கருப்புப் பெயிண்ட் அடிக்கப்பட்ட
உலோகச் சிலையாக என்னால் நிற்க முடியாது.

கடற்காற்றில்
பசுமை இலைச் சிறகுகளைக் காற்றில் சிலுப்பி
நடனமாடும் நிழல்களைக்
கோழிக் குஞ்சுகள் போல் தரையில் மேயவிட்டு
தன்கீழ் நின்று காதல் மொழி பேசுபவர்களின் மீது
மலர்தூவி ஆசீர்வதிக்கும்
பெயர் தெரியாத ஒரு கடலோர மரமாக
வாழ்வதே சுகம்.

- *28-7-2020*

பகடி

வாழ்க்கை ஒரு கோமாளி.
என்னைச் சிரிக்க வைப்பதற்கு சதா முயல்கிறது.
சிரிப்பதை நிறுத்திவிட்டால்
நான் அழத் தொடங்கி விடுவேன் என்பதால்
அது பலவித சேஷ்டைகளைச் செய்து கொண்டே இருக்கிறது.

விதி புகைத்துத் தூக்கிப் போட்ட
பாதி எச்சில் சிகரெட்டை எடுத்து நான் புகைக்கிறேன்.
விதியின் அதிகாரத்தைக் கேலி செய்வதற்காக
சிகரெட்டைப் புகைத்தபடி அதன் முன்னால்
சாவுக் கூத்தின் சில அசைவுகளை ஆடிக் காட்டுகிறேன்.

குறும்புக்கார சிறுவனை அடிக்கத் துரத்துகிற
அன்னையைப் போல
விதி என்னைத் துரத்திக் கொண்டு
ஓடி வருகிறது.
அதன் கையில் எனக்குப் பிடித்த
பரிசு ஏதெனும்
மறைத்து வைத்திருக்கிறதா
என்று திரும்பிப் பார்த்துக் கொண்டே
நான் ஓடுகிறேன்.

வாழ்க்கை எனும் பலசரக்குக் கடைக்காரர்
நான் கேட்டேயிராத பொருட்களை எல்லாம்
என் கையில் திணிக்கிறார்.
நான் கேட்ட பொருட்களை
நான் கடையில் மறந்து வைத்து விட்டதாகச் சொல்லி
அவை தேவைப்படாத நேரத்தில்
என் வீட்டுக்கே வந்து கொடுக்கிறார்.

நான் சிரிக்கிறேன்
அழாமல் இருப்பதற்காக.

- *12-6-2020*

காலம்

காலம் ஒரு ராட்சச சிலந்தி.
அது ஒரு பிறவி ஊமை.
வாழ்க்கையை அது என்னோடு விவாதிப்பதே இல்லை.
வெட்டுக்கிளிகள் போலவோ சிள் வண்டுகள் போலவோ
காலம் சப்திப்பதில்லை.
மௌனமாகவே எதையாவது செய்துவிட்டுப் போய்விடுகிறது.

காலம் ஒரு ராட்சச சிலந்தி...
உலகின் எல்லா மூலைகளிலும்
மௌனமாக வலை பின்னிக் கொண்டே போகிறது...
ஆண்கள், பெண்கள்,
திருநங்கைகள், திருநம்பிகள்,, சுயபாலின மோகிகள்
எல்லோர் மீதும் எச்சில் துப்பி
இறுதியில் திரவமாக்கித் தின்று விடுகிறது.

- *10-ஜூன்-2020*

என் முகம்

என் முகம் ஒரு திறந்த புத்தகம்.
துரதிருஷ்டவசமாக
அதன் முக்கிய பக்கங்கள் கிழிக்கப்பட்டுவிட்டன.

என் முகம் ஒரு சுயசரிதை.
வெளியே சிந்தாமல் அடக்கி வைக்கப்பட்ட
கண்ணீரால் அதன் எழுத்துக்கள் அழிக்கப்பட்டுவிட்டன.

என் முகம் ஒரு முகமூடி.
தயவுசெய்து அதை கழட்டாதீர்கள்.
யாருக்கும் தெரியாமல்
இதயத்தில் பாய்ச்சப்பட்ட குத்துவாள்கள்
அதன் கீழே தான் பதுக்கி வைக்கப்பட்டுள்ளன.

என் முகம் ஒரு புதையுண்ட நகரம்.
தோல்விகளின் ரத்தக்கறை படிந்த பகடைக் காய்களை
நீங்கள் அங்கே கண்டெடுக்க நேரலாம்.

இதனால் தான் நண்பர்களே
நான் எனது பாதி முகத்தை மட்டுமே காட்டுகிறேன்.

- 10-ஆகஸ்டு-2020

கடல் தியானம்

எனக்குள் தியானிக்கிறது கடல்.
சிறு குழந்தையின் தளர்நடையைக்
கற்கிறது அலை.
பிஸ்மில்லாகானின் ஷெனாய் இசையாய்க்
கரைகிறது சுவாசம்.

கடல் எனக்குள் அமைதியாய்க் குடிகொண்டு
மேயும் சிந்தனைகளை வேடிக்கைப் பார்த்து
ஜன்னலில் கண் செருகி அமர்ந்த பூனைபோல்
வெறுமனே அமர்ந்திருக்கிறது.

பொய்யான மய்யத்திலிருந்து கழன்று
எனக்குள் புலப்படும் ஆழ்பிரதியை
எழுத்துக் கூட்டி வாசிக்கத் தொடங்குகிறது கடல்.

கடலின் மெலிதான ஓசை
ரத்த ஓட்டம்போல் எனக்குள் பாய்கிறது.

தீமை, நன்மை, நல்லவன், கெட்டவன்
எல்லாம் ஊதுபத்திப் புகையாய் லேசாகிப் பறந்து
கடலும் நானும் ஒன்றாகிக் கலந்து
தியான வெளியின் பூஜ்யத்துக்குள் சங்கமமாகிறோம்.

- 9-ஆக்ஸ்ட்-2020

கைபேசி கோபுரங்கள்

ஈஃபில் கோபுரத்தைப் பகடி செய்கின்றன
கைபேசி கோபுரங்கள்.
கேடயம் ஏந்திய அரக்கர்களாய்
மின்காந்த அலைகளை வான வயலில்
மௌனமாய் விதைக்கின்றன.
புதருக்குத் திரும்பும் பூஞ்சிட்டுகளை
மின் காந்த அலைகளால் வழி மறிக்கின்றன.
ஆனாலும்
பூத்துக் காய்த்துப் பழுத்து விதை தெளிக்கும்
மரங்களிடம்
நித்த நித்தம் தோற்கின்றன கைபேசி கோபுரங்கள்.

- *5-3-2020*

பூஜ்ஜிய புவி ஈர்ப்பு விசை

பிரக்ஞையின் ஆர்ப்பரிக்கும் கடலுக்குள்
நாம் இருவரும் துணிந்து பாய்ந்து
நீந்திக் களிக்கிறோம்.

காதலிலிருந்து மின்சாரம் தயாரிக்கும்
கலையை முயன்று கற்கையில்
சூரியக் குடும்பத்தில்
இருவரும் இணைந்து ஒரு காலப் பயணம்.

உன் மூச்சை நானும்
என் மூச்சை நீயுமாய் சுவாசிக்கையில்
பால் பிடித்து முற்றித் தலைசாய்ந்த நெல்வயலில்
மெலிதாய்க் கைவீசி நடைபழகுகிறது நமது சுவாசம்.

மூலாதார மையத்தில் மூண்டெழும் கனல்
இயற்கையின் ஆதிப் பிரவாகமாகப் பாய்கையில்
ஐம்புலனும் ஐம்பூதங்களுடனும் கலந்து
பிரபஞ்ச ரகசியங்களை நம் காதில் பேசுகின்றன.

துயிலெனும் குளத்தில்
வெண்ணிற ஆம்பல் இதழ் விரித்துப் பேசுகிறது
நமது பூஜ்ஜிய புவி ஈர்ப்பு விசையை.
~

நடுநிசி மழை

நடுநிசியில்
மூடிய ஜன்னலுக்கு வெளியே பெய்யும் அடர் மழையில்
குளிப்பாட்டப்படும் பிணத்தைப் போல
மௌனித்துக் கிடக்கிறது நகரம்.

காற்றில்லாமல் ஒரே சீராகப் பெய்யும் மழையின் ஓசை
நிசப்தத்தைப் போல இறுகிக் கிடக்கிறது.

நள்ளிரவில் எரியும் தெருவிளக்குகளின் மீதும்
மாமனிதர்களின் சிலைகளின் மீதும்
சாலையோரத்தில் நிறுத்தப்பட்டு
வண்டியோட்டிகள் உள்ளே தூங்கும் லாரிகளின் மீதும்
மாடியில் கொடிக்கயிறுகளில் காயப் போடப்பட்டு
மறதியாய் எடுக்கப்படாமல் விடப்பட்ட துணிகளின் மீதும்
மழை வலுத்துப் பெய்கிறது.

தூக்கம் கலைந்த மண்புழுக்கள்
மழையில் கரையும் களிமண்ணில்
சுரங்கம் தோண்டிக் களிக்கின்றன.

வேர்கள் பின்னிக் கிடக்கும் இரண்டு செடிகளைப் போல
என்னோடு படுக்கையில் இருக்கும் அவள் கேட்கிறாள்
"மழையா பெய்யுது?"

- 9-ஜூன்-2020

பைத்தியக்காரி

தேரடி வீதியின் இருட்டில் நிற்கும்
காமச் சிற்ப தேருக்குப் பக்கத்தில்
இரவுதோறும் வாய்விட்டுக் கதறி அழுகிறாள்
வீடற்ற அநாதையான பைத்தியக்காரப் பெண்.

தன்னிச்சையாகத் தோன்றிய பிரபஞ்ச நியாயங்களை
பசிக்குப் புசிக்கும் அவள்
புரியாத வார்த்தைகளைப் பகடையாக உருட்டி
தினந்தோறும் என்ன கேட்கிறாள்?

இரண்டு எண்களைப் பெருக்கினால்
கிடைக்கும் விடை பூஜ்யமெனில்
அவளுக்குள் இருக்கும்
பூஜ்யமல்லாத இன்னொரு எண் எது?
ஆளரவமற்ற அருங்காட்சியகங்களில்
தூங்கி விழும் காவலாளிகளைப் போல
அவள் குறித்து எந்தக் கவலையுமின்றி
எப்படித் தூங்க முடிகிறது இந்த நகரத்தால்?

- *26-04-2020*

குற்றமும் தண்டனையும்

அதிகாலையில் சிறைக்கு வெளியே இருக்கும்
வெட்ட வெளியில்
காத்திருக்கிறது தூக்கு மேடை
ஒரு அப்பாவி அல்லது குற்றவாளியின்
மரணத்துக்காக.

கழுத்தை இறுக்கப் போகும் மணிலா கயிறு
பலமாயிருக்கிறதா என்று
பரிசோதிக்கிறது விதி.

இறுதியாக அவன் முகம் மூடப்படுகிறபோது
அவனை அத்தனை குற்றங்களுக்கும்
தயார்ப் படுத்திய பெரிய மனிதர்கள்
நிம்மதியான அதிகாலைத் தூக்கத்தைக்
கொண்டாடிக் கொண்டிருக்கிறார்கள்.

முகத்தை மூடுமுன்
மரண தண்டனையை நிறைவேற்றப் போகும்
அதிகாரியின் உள்ளங்கையில்
ஒரு முத்தத்தைப் பரிமாறுகிறான்
சாகப் போகிறவன்

எல்லாம் யோசித்து முடிக்கையில்
இறுதியில் கையில் எஞ்சப் போவதெல்லாம்
அன்பு, அன்பு, அன்பு மட்டுமே.

- 16-மார்ச்சு-2020

தனிமை

சமூகத் தனிமையால் சபிக்கப்பட்ட நகரம்
தூங்குகிறது.

நட்சத்திரப் பூவேலைப்பாடுள்ள கருநீலப் போர்வையை
குளிருக்குப் போர்த்தியபடி
நடைபாதைத் தனிமையில் தூங்குகிறான்
ஒரு நாளெல்லாம் குப்பை பொறுக்கிய
அநாதைச் சிறுவன்.

இலவசங்களால் மட்டுமே வாழும் அவனுக்குத் தெரியும்
இந்தப் பிரபஞ்சம் அவனுக்கு
இலவசமாய்க் கொடுக்கப்பட்டிருக்கிறது என்று.

மலர்ந்தும் மலராத ஒரு கருப்பு ரோஜாவைப் போல
தூங்கும் அவனுக்குத் தெரியும்

நல்லவைகளிலிருந்து
கெட்டவைகளைக் கழித்துப் பார்த்தால்
இறுதியில் கையில் எஞ்சுவதெல்லாம்
இங்கே வெறும் பூஜ்ஜியம் என்று.

சொல்லொணாத் தனிமையில் வாழும்
ஒவ்வொரு நட்சத்திரமும் அவனுக்குச் சொல்கிறது

"எந்த தைரியத்தில்
இந்த பூமியின்மேல் தனியனாக வந்து விழுந்தாயோ
அதே தைரியத்தில்
தனியனாகவே நீ வாழ்ந்து விட்டுப் போ."

- *29-ஜூலை-2020*

கடல்

கடல் ஒரு மகாகவி.
கவிதை எழுதுவதற்காக அது
மடிக்கணிணியைத் தேடி ஓடுவதில்லை.

தன் மனதில் கவிதை தோன்றும்போதெல்லாம்
ஆயிரக்கணக்கான அலை நாவுகளால்
சீறியெழுந்து ஓங்கிக் குரலெடுத்துப் பாடுகிறது.
பாடி முடித்தவுடன் நிலைகுலைந்து வீழ்கிறது.

தன் கவிதைகளை
மணல் மீது எழுதி எழுதிப் பார்க்கும் கடல்
கிளிஞ்சல்கள் எனும் ஹைக்கூ கவிதைகளும் எழுதுகிறது.

தனக்குத் திருப்தி அளிக்காத கவிதைகளை
தன் அலைக்கரங்களால் அழித்து அழித்து
எழுதிப் பார்க்கிறது.

கடல் ஒரு மொழிபெயர்ப்பாளனும்கூடத்தான்.

வானம் எனும் மேல்நாட்டின்
வெளிச்ச மொழியில் எழுதப்பட்ட கவிதைகளை
தன் தாய்மொழியாகிய இரைச்சல் மொழிக்கு
ஏராளமாய் மொழிபெயர்த்துக் கொண்டே இருக்கிறது.

கவிதையை
இரவும் பகலுமாய் வாழ்வதால்
கடல் ஒரு மகாகவி.

- 5-ஆக்ஸ்ட்டு-2020

நிழல் யுத்த காலம்

கண்ணுக்குத் தெரியாத எதிரியின் முகத்தில்
காற்றில் முஷ்டியால் ஓங்கிக் குத்தி நிழல் யுத்தம்.
பதுங்கு குழியில் ஒளிந்திருப்பவனைப் போல
தனித்திருக்கிறேன் என் வீட்டில்.

காலை இளம் வெயிலில்
நகரத்து அமைதியை ரசித்தபடி
வாசலில் அசந்து தூங்கும் தெருநாய்
செத்து விட்டதா? விழித்திருக்கிறதா?

கொலையில் உதித்த தெய்வங்களைப் போல
இடுகாட்டு மண் மேடுகளில் காசித் தும்பைப் பூக்கள்
பூத்துச் சிரிப்பதை நிறுத்துவதே இல்லை ஏனோ? ---

காய்ந்த மல்லிகைச் சரங்களோடு
சுவரில் தொங்கும் கடவுள் படங்களைத்
தொட்டு முத்தம் கொடுக்கத் தடுக்கும்
ஏதோ ஒன்றின் பூதாகர நிழல்.
வடித்த கஞ்சியாய் வெயில் பரவிய வானத்தில்.

- ***11-ஏப்ரல்-2020***

என் முகம்

என் முகம் ஒரு திறந்த புத்தகம்.
துரதிருஷ்டவசமாக
அதன் முக்கிய பக்கங்கள் கிழிக்கப்பட்டு விட்டன.

என் முகம் ஒரு சுயசரிதை.
வெளியே சிந்தாமல் அடக்கி வைக்கப்பட்ட கண்ணீரால்
அதன் எழுத்துகள் அழிக்கப்பட்டு விட்டன.

என் முகம் ஒரு முகமூடி.
தயவு செய்து அதைக் கழட்டாதீர்கள்.
யாருக்கும் தெரியாமல் இதயத்தில் பாய்ச்சப்பட்ட
குத்துவாள்கள் அதன் கீழேதான் பதுக்கி வைக்கப்பட்டுள்ளன.

என் முகம் ஒரு புதையுண்ட நகரம்.
தோல்விகளின் ரத்தக்கறை படிந்த பகடைக் காய்களை
நீங்கள் அங்கே கண்டெடுக்க நேரலாம்.

இதனால்தான் நண்பர்களே
நான் எனது பாதி முகத்தை மட்டும் காட்டுகிறேன்.

- 10-ஆக்ஸ்டு-2020

பயங்கள்

மழையில் நனையும் காக்கையின்
கருப்பு நிறம் நீரில் கரைந்து
ஒழுகி ஓடி விடுமோ?

சுழலும் மின் விசிறி
சுழன்று அப்படியே பறந்து
ஜன்னல் வழியாகப் போய்விடுமோ?

வாயைத் திறக்கச் சொல்லி
டார்ச் அடிக்கும் டாக்டரின் கேள்விகளுக்கு
உள் நாக்கின் மூலமாகவே
பதில் சொல்லி விடுவோனோ?

கொரோனாவுக்குக் கை கழுவுகையில்
முகத்தில் தெறிக்கும் ஒரு துளி நீரில்
வைரஸ் வாய்க்குள் போய் விடுமோ?

இதிலெல்லாம்
எனக்கு எந்த பயமும் இல்லை.

இவையெல்லாம் நடக்கும்போது
எங்கே நான் அந்த இடத்தில்
இருந்து விடுவேனோ
என்றுதான் ஒரே பயம்.

- 5-4-2020

மனிதனைப் புசிக்கும் புலி

மனிதனைப் புசிக்கும் புலியை இதுவரை
யாருமே கண்ணால் பார்க்கவில்லை.

ஆனால் கும்பல் கூடிய இடங்களில் எல்லாம்
புலியினால் பாதி உண்ணப்பட்ட சடலங்கள்.

கீழைத் தெருவில்
சாத்தப்பட்ட கதவுகளுக்குப் பின்
கண்ணாமூச்சிக்கு ஒளிந்து கொள்வதுபோல்
எல்லோரும் ஒளிந்து கொண்டார்கள்.

தங்களுக்கென்று ஒரு கதவில்லாதவர்கள் மட்டுமே
வீதியில் நின்றனர்.

பிள்ளைகளால் கைவிடப்பட்ட பெற்றோரென
சோர்ந்து கிடந்தன நகரங்கள்.

பருந்திடமிருந்து குஞ்சுகளைச் சிறகணைப்பால்
காப்பாற்ற முயற்சிக்கும் தாய்க் கோழியென கிராமங்கள்.
புலி இப்போது
தங்கள் வீட்டுக்குள் நுழைந்து விட்டதோவென்ற
பயத்தில் எல்லோரும்.

- 26-03-2020

மண்டை ஓட்டுடன் உரையாடல்

மின்சார ரயிலின் வாசல் படி பயணத்தில்
மாக்பெத்
மண்டை ஓட்டைக் கையிலேந்தி
உரையாடத் தொடங்கி விடுகிறான்

சிரிப்பினால் மட்டுமல்ல
கண்ணீராலும் துயரத்தாலும்கூட
மனிதர்கள் ஒருவரை ஒருவர்
நேசிக்கத் தொடங்கி விடுகிறார்கள்.

இரண்டு குறுக்கு எலும்புகளோடு
ஒரு மண்டையோடு
தத்துவ விசாரணை செய்யத் தொடங்கி விடுகிறது...

கடலும், காடும், மண்ணும், மயானமும்
சொல்லித் தருகின்றன
பிரபஞ்சத்தின் ஏதோவொரு மூலையில்
பிரத்தியேகமான ஒரு இடம்
நமக்காக ஒதுக்கப்பட்டிருப்பதை.
இடுகாட்டு வேம்பின் கிளை அமர்ந்த காகம்
கழுத்தைச் சாய்த்துப் பார்க்கிறது
புதைகுழியின் ஆழம் எவ்வளவு என்று.

- 23-ஜூலை-2020

சவால்

மரத்துண்டைப் புரிந்து கொள்ள
நீயும் ஒரு மரத்துண்டாகிப் போ.

நண்டுகளைப் புரிந்து கொள்ள
நீயும் வளை தோண்ட வேண்டியது கட்டாயம்.

மண் புழுவின் அவஸ்தை
நீயும் மண்ணைத் தின்று பார்த்தால்தான் தெரியும்.

பூனை நடை
குறுகிய மதில்மேல் தடுமாறிக் கீழே விழாமல்
நடந்து பார்த்தால்தான் வரும்.

நகரத்தைப் புரிந்து கொள்ள
நீயும் அதன் சாக்கடையாய்
ஜனசந்தடியாய்
தொழிற்சாலைகள் விடும் அழுக்கு மூச்சாய்
வாழ்ந்து பார்.

அப்போதுதான் புரியும்
எப்படியும் வாழ்ந்து தீர்க்க வேண்டும் எனும்
நகரத்தின் சவால்.

- *30-6-1983*

நீ யாரையாவது காதலிக்கும்போது

நீ யாரையாவது காதலிக்கும்போது
சிட்டுக் குருவிகள் கிறீச்சிட்டபடி
உன் ஜன்னல் கதவுகளின் மீது
ஜோடியாக சம்போகிப்பது
அதிகாலைத் தூக்கத்தைக் கலைப்பதாகத் தோன்றுகிறது.

நீ யாரையாவது காதலிக்கும்போது
மழையாகப் பொழியும் சூரிய வெளிச்சத்தில்
நனைந்தபடி
தும்பிகள் ஜோடியாகக்
காற்றில் ஒரே இடத்தில் மிதந்து நின்று
கொஞ்சிக் கொள்வது
இப்போது தேவையா என்று தோன்றுகிறது.

நீ யாரையாவது காதலிக்கும்போது
ஜன்னலையொட்டிப் படர்ந்திருக்கும்
மல்லிகைக் கொடியின் மொக்குகள் பூத்து
சுகந்த மணத்தைக் கட்டிலில் படுத்திருக்கும் உன் மீது
காற்றில் கலந்து பன்னீர்போல் தெளிப்பது
இயற்கை உனக்கெதிராகச் செய்யும்
சதிவேலை போல் தோன்றுகிறது.

நீ யாரையாவது காதலிக்கும்போது...
வானம் மூடிக் கொண்டிருக்கையில்
எழும் தவளைகளின் மழை ஜபம்
உன் புத்தக வாசிப்பைத்
தொந்தரவு செய்வதாகத் தோன்றுகிறது.

நீ யாரையாவது காதலிக்கும்போது மட்டும்
உலகம் தேவையில்லாத
பல வெட்டி வேலைகளில் ஈடுபடுவதுபோல்
தோன்றுகிறதே அது ஏன்?

- 22-02-2020

மரணம் எனும் பூனை

என் வீட்டின் தகரக் கூரையின் மீது
மரணம் எனும் பூனை
நடமாடத் தொடங்கி விட்டது.

புலரியில் பதுங்கத் தொடங்கும் இருள்
சத்தம் காட்டாமல் மெல்ல மெல்ல
வேலைகளை
என் தலையில் கட்டி விட்டு நழுவுகிறது.

நான் வேக வேகமாகக்
குளித்து
தாடி மீசைகளைச் சவரம் செய்து
வெள்ளை உடைகளை அணிந்து கொள்ளத்
தொடங்கி விடுகிறேன்.

எந்த நேரமும்
வீட்டைப் பூட்டிக் கொண்டு புறப்படுவதற்குத்
வசதியாக
பூட்டு சாவிகளை எடுத்து
கதவுக்குப் பக்கத்தில் வைத்திருக்கிறேன்.

ஜன்னலைத் திறந்து
மலைகளுக்கு அப்பால் வானில் பார்த்தால்
கருத்த மேகங்கள்
மழையாக
வழிந்து இறங்கியபடியே உள்ளன...

திடீரெனத் தோன்றும் வால்நட்சத்திரங்களின்
மர்ம வழிகளும்
கடல் மட்டத்தின் ஏற்ற இறக்கங்களும்
காற்றாலைகளை வேகமாகச் சுழலச் செய்யும்
காற்றின் குதிரை வேகமும்
யாருடைய கட்டளைப்படி எந்தத் திட்டத்தின்படி
இயங்குகின்றன என்பது புரியாமல்
உண்மையில் தடுமாறுகிறேன்.

இந்த உலகத்தின் முன்னால்
நான் எப்படி அர்த்தப்படுகிறேன் என்பது
சுத்தமாக எனக்குப் புலப்படவேயில்லை.

முன் பின் தெரியாத
ஓர் இருண்ட வீட்டிற்குள்
ஒவ்வொன்றையும் தடவித் தடவி
உள் நுழைந்து செல்லும் ஒருவனைப் போல
இந்த உலகத்தில் நான் நடமாடுகிறேன்.

வாழ்க்கையில் எனக்குக் கிடைக்கும்
வண்ணங்களைக் குழைத்து
என்னுடைய சுயசித்திரத்தை
நான் தீட்டியபடியே இருக்கிறேன்.

அதைப் பார்க்கிறபோது அது என்னுடைய
ஜாடையில் இல்லாத
அன்னியன் ஒருவனின் சித்திரத்தைப் போல் உள்ளது.

எனது பேனாக்களையும் நோட்டு புத்தகங்களையும்
மடிக் கணிணியையும்
எனது படுக்கைக்குப் பக்கத்தில் இருப்பவர்களுக்கு
பரிசளிக்க ஆசைப்படுகிறேன்.

கொடுக்க நினைக்கும் நேரத்தில்
வாங்க வேண்டிய நிர்ப்பந்தம்.
~

தேவதைகள்

தெரு விளக்குகள் இன்னும் அணையாத
இருண்ட காலை வேளையில்
நீல நிற தேவதைகள்
துடைப்பங்களால் ஆசீர்வதிக்கிறார்கள்
தூங்கும் நகரத்தை.

சொன்னால் நம்ப மாட்டீர்கள்.

ஆறடி நிலத்தில் தூங்கப் போகிற மனிதன்
ஆரோக்கியமாய்த் தூங்கி எழ
அன்றாடம் உயிரைப் பணயம் வைத்துப் போராடும்
தேவதைகளின் சிறகுகள் கருப்பு

பசியோடு இருக்கும் தேவதைகளை
நீங்கள் பார்த்ததுண்டா?
இதோ அடையாளம் காட்டுகிறேன்.

மனிதனுக்கு மனிதன் கொடுக்கும் மரியாதையைக் கூட
கொடுக்க மறுக்கும் சக மனிதனுக்காய்
தூய்மைப் பணி செய்யும் இவர்கள்
மனித குல நேசிப்பை
வைரக்கிரீடமாய் அணிந்தவர்கள்.

- 26-4-2020

மலைக் காட்சி - 1

மலையின் நடுவே
தொலைதூரத்து ஏரி
அதிகாலைச் சூரியனில் பிரகாசிக்கும் மூடுபனியில்
ஆவி பறக்கும் ஓர் தேனீர் கோப்பை.

நத்தை முதுகில் தாங்கிய கூடு போல்
தொலைதூர மலைப் பாதையின் முதுகில்
ஒரு தனி வீடு.

கவிந்த மௌனத்தின் முன்னால்
ஏரியில்
தலைகுப்புற விழுந்து தளும்புகிறது
மலையின் சிகரம்.

பனிக்கட்டியாய் உறைந்து போயிருந்த நான்
உருகி ஓடினேன் திரவமாய்.

~

மலைக்காட்சி - 2

சிகரத்தில் ஏற ஏற
சுவாரசியமாகி விடுகிறது மலை.
கீழே உள்ள மனிதர்கள்
எறும்புகளாக மாறிப் போகிறார்கள்.
தூரத்திலிருந்து பார்த்தபோது
குழந்தைகள் வரைவது போலிருந்த மலை
இப்போது
சீனத்து நீர்வண்ண ஓவியம்போல் மாறிவிடுகிறது.
பிறந்த குழந்தைக்குத் திடீரென
ஐம்பது வயது ஆகிவிட்டது போல
பார்வையில் பெரிய பக்குவம் வந்து விடுகிறது.

இப்போதுதான் புரிகிறது
நான் மலை ஏறியபோது
மலையும் என்னோடு ஏறி வந்திருக்கிறது என்று.

~

மலைக்காட்சி - 3

மலைப்பாம்பு போல் சோம்பலுடன் நகர்கிறது
மலைப்பாதை.

மலையின் மேல் வீடுகள்.
சிப்பாய் போல் அணிவகுத்து நின்று
காவல் காக்கின்றன தென்னை மரங்கள்.

அடிவாரத்தில் நின்று
சிகரத்தை அண்ணாந்து பார்க்கையில்
தலைப்பாகையாய்த் தலையிலிருந்து நழுவி விழுந்து
சுக்கல் நூறாய் உடைந்து சிதறுகிறது
நான் எனும் தலை கர்வம்.
~

இலை, காற்று, சூரியன், நிழல்

தரையில் விழுந்து காற்றில் புரளும்
பழுத்த இலையின் நிழல்
ஒரு மனிதனின் நிழல்போல் காட்டி
புரண்டு படுக்கையில்
பூச்சியின் நிழலாய்த் தேய்மானம் கொள்ளும்.

இதை ஏன் வேலை மெனக்கிட்டு
எழுத வேண்டும் நான்?

சூரியனின் வேலை நிழலைத் தள்ளுதல்.
இலையின் குணாம்சம் காற்றில் உருளுதல்.
நிழலுக்குத் தெரிந்ததோ
இருக்கும் இடத்துக்கு ஏற்ப ஜாடை மாற்றுதல்.
இதில் எனக்கென்ன நஷ்டம்?

எதுவும் என் இஷ்டப்படி நடக்கப் போவதில்லை.
எல்லாம் ஒரு நாள் போய் விடும்
நாம் நிழல்களை மட்டுமே
புசித்துக் கொண்டு பசியாறிக் கொண்டிருப்போம்.
அப்புறம் என்ன கவலை?
ஒரு வேளை இதை எழுதிப் பார்த்தால்
கவிதை ஆகிவிடுமோவென
சபலப்படுகிறதோ மனசு.?

~

வயலின்

கூந்தல் மலரிலிருந்து நழுவி விழுந்த
ஒற்றை மலர் போல் கட்டில் மேல் அவள்.

தேன் நிற நிர்வாண உடம்பை ஞாபகப்படுத்தும்
வயலினைக்
குழந்தைபோல் ஏந்தி இசைக்கிறாள்.

தோளில் போட்டு தட்டுவது போல
கழுத்துக்குக் கீழே வைத்து
இடது கன்னம் பதித்து, காதைப் புதைத்து
வெட்கத்தோடு வயலின் தன் காதில் பேசுவதைக்
கேட்டுக் கேட்டு அவள் வயலின் வில்லை அசைக்கிறாள்.

இடது கையால் கழுத்தின் ஸ்வரப் புள்ளிகளைத்
தொட்டுத் தொட்டு சிலிர்க்க வைக்கிறாள்.

வயலின் வில்லில் பூசப்பட்ட மெழுகின் துகள்கள்
இசையின் மகரந்தமென
பனி உதிர்வது போல் வயலினின் மேல் உதிர்கின்றன.

இசையின் புகை அலைகளை
பிரபஞ்சம் முழுவதும் மிதக்க விட்டு
வேடிக்கை பார்க்கிறாள் அவள்.

- 27-5-2020

தேவாலய நெருப்பு

வான்கோவின் ஓவியத்தில் வான் நோக்கி வளரும்
சைப்ரஸ் மரங்களைப் போல்
கொழுந்து விட்டெரிகிறது ரோத்தர்தாம் தேவாலயம்.

ஓக் மர கோபுரம் நெருப்பில் எரிந்துச் சரிகையில்
அதில் கூடு கட்டிய பருந்துகள்
நெருப்புச் சுவாலையில் வட்டமிடுகின்றன வானில்.

நெருப்பில் செத்த பூச்சிகளையும் எலிகளையும்,
பசியாற உண்பதற்காய்க் கூடுகின்றன அண்டங்காக்கைகள்.

புனித மனிதர்களின் பளிங்கு முகங்களும்
பசுமை படர்ந்த செம்புச் சிலைகளும்
புகை மண்டலத்தினூடாகவும் புன்னகைக்க மறந்திலர்.

என் உள்ளங்கை ரொட்டித் துகள்களுக்காக
கையில் வந்து அமர்ந்த சிட்டுக் குருவிகள்
நெருப்பில் பறந்து போயின
தொலை தூர புதர்களை நோக்கி.
பறவைகளுக்குத் தெரிவதில்லை
நோத்தர்தாம் தேவாலயமும் ஒருநாள்
தீப்பற்றி எரியும் என்று.

- *15, ஏப்ரல், 2019ல் பாரீஸ் நகரின் நோத்தர்தாம்
தேவாலயம் தீக்கிரையானபோது எழுதியது.*

அர்த்தம் தேடும் விலங்கு

குலை நடுங்கும் கொடுங்கனவிலிருந்து விழித்து
படுக்கையில் எழுந்து அமர்ந்தேன்.

விழித்துக் கொண்டே கனவைத் தொடர முயன்றேன்
என்னை எல்லோரும் பைத்தியம் என்றார்கள்.

கனவின் மாமிசத் துண்டுகளையும் எலும்புகளையும்
சிறு சிறு துண்டுகளாக்கி
நனவுலகின் எடை இயந்திரத்தில் தூக்கிப் போட்டேன்.

வழி மறந்து தொலைந்து போன கனவின்
தனிமையான இருண்ட தெருக்களிலிருந்து
இன்னமும் நான் வெளியே வரவேயில்லை.

மலைப்பாம்பு போல் நீண்ட வரிசையின் கடைசியில்
நானும் போய் நின்றேன்.
எனக்கு முன்னால் எல்லோருமே
பாதி கனவில் விழித்து மீதி கனவைத் தேடி
புகார் கொடுக்க வந்தவர்கள்.

குளத்தில் வீழ்ந்து ஊறி சொதத்துப் போன
சூரியனை மீன்கள் தின்றுக் கொண்டிருந்தன.

பாதியில் கலைக்கப்பட்ட என் கனவு
இப்போது எங்கே போயிருக்கும்?

- ***7-செப்டமபர்-2020***

இந்தியா

கணவாய்களின் இருட்டில்
தண்டவாளங்களைச் சரிசெய்யும் தூசி மனிதர்கள்.

தட்டுத்தடவென எதிரொலி எழுப்பி ரயில் விரைகையில்
சுவரில் விலகி ஓடி ஒட்டிக் கொள்கையில்
பூர்வீகக் குகைச் சித்திரங்களாய்ச் சமைந்து போவார்கள்.

பாறையில் காய்ந்த கோரைப் புற்களாய்
செம்பட்டைப் படர்ந்த கேசம் கோதி
புகையிலை மென்ற சொத்தைப் பற்களால் சிரிப்பர்.

ஜோப்பட்பட்டிகளின் தகரக் குடிசைகளுக்குள் தூங்கும் பசி
தொழிற்சாலைகளின் ரசாயண சாக்கடைகளில்
நுரைகளாய் மிதக்கும்.

சர்ச் கேட் வாசலில் இரண்டு நாள் உண்ணாவிரதத்தில்
ஒளியிழந்து போன கண்களுடன்
இளைஞர்களின் கை கோஷ அட்டைகள் உச்சரிக்கும்
" நதிகளை தேசத்துக்குப் பொதுவாக்கு".

ரிச்மாண்ட் சர்க்கிளின்
அடுக்குமாடி புறாக்களுக்குத் தெரிவதில்லை
மனிதர்களின் பசி.

- *80களில் மும்பை வாழ்க்கையில் கிறுக்கி வைத்த கவிதை இப்போது கண்ணில் பட்டது.*

நினைவு

காணாமல் போய் விட்ட நாயின் நினைவு
பீங்கானில் பளபளக்கும்
பொம்மையாய் என் மேசைமேல்.

வர்ணப்பூச்சால் கருத்த மூக்கும்
மனிதனைப் போன்ற புருவமும் கொண்டு
தலை தூக்கி என்னை நோக்கும்

இரவின் அமைதியைத் துளைக்கும்
அதன் ஊளைச்சத்தம்
படிக்கட்டில் கட்டி வெறுமனே தொங்கிக் கொண்டிருக்கும்
நாய்ச் சங்கிலியின்
வெறுமையிலிருந்து எழும்.

- ஜூலை-*1993*

சுங்க சோதனை

என் மார்பு முழுவதும் குத்தப்பட்டுள்ளன
தோல்வியின் தங்கப் பதக்கங்கள்.

கனக்கும் தோல்வியின் பதக்கங்களுடனேயே
தினந்தோறும் தூங்கி எழுகிறேன்.

நான் நுழைய முயலும்
மாளிகைகளின் உட்புறமாகத் திறக்கும் கதவுகளில்
"தள்ளு" என்பதற்குப் பதிலாக
"இழு" என்று எழுதி இருக்கிறது.

கங்கை நதியின் முதலைகள் கரையேறி
ஊருக்குள் வந்து விடுவதுபோல
தோல்விகள் என்னைத் தேடி வந்துச் சந்திக்கின்றன.

விமான நிலையத்தில் பயணிகளைப் பரிசோதிக்கும்
ஒரு சுங்க அதிகாரியைப் போல
தோல்விகள் மறைத்து வைத்திருக்கும் வைரங்களை
நான் விடாமல் தேடுகிறேன்.

தோல்வியின் உடற்பயிற்சிக் கூடங்களில்
வியர்வை மழையில்
என் தசைகளை நான் இரும்பாக்கிக் கொள்கிறேன்.

ஒரு தோல்வியிலிருந்து மறுதோல்விக்குப்
பயணிக்கும் வழியில் இருக்கும் ரயில் நிலையப் படிக்கட்டில்
வேர்க்கடலை கொறித்தபடி காத்திருக்கிறது
எனக்கான ஒரு வெற்றி.

- 21-ஆக்ஸ்டு-2020

எனக்குள் பூனை

தொலைவில் கேட்கும் ஒரு கீதம் போல்
மரணம்.

நான் எனது புல்லாங்குழலை
எங்கேயோ வைத்து விட்டேன்.

பசியில் கத்தும் பூனைக் குட்டியைப் போல
ஏதோ ஒன்று எனக்குள்
விடாமல் குரல் கொடுக்கிறது.

ஆட்டின் குரல்வளை அறுக்கும்
கறிக் கடைக்காரர்
பசியில் கத்தும் பூனைக்கு இரக்கப்பட்டு
ஒரு சிறு ஆட்டு ஜவ்வைத்
அரிந்தெடுத்து எறிகிறார்.
பூனைக் குட்டிக்கு பசி அடங்கவில்லை

தொலைதூர கீதம்
நெருங்கி நெருங்கி
வருவது போல் தெரிகிறது.

நான் இப்போது கைமறதியாய் வைத்த
புல்லாங்குழலைத்
தீவிரமாய் தேடத் தொடங்குகிறேன்...

நடைபாதை கோயிலுக்குப் பக்கத்தில்
பூ விற்கும் யானைக்கால் கிழவியின்
ஈ மொய்க்கும் பாதத்தில் சென்று இழைகிறது
பூனைக் குட்டி.
மல்லிகை முழம்போட்டு மணக்கும் கைகளால்
பூனைக்குட்டியை
மெல்ல வருடிக் கொடுக்கிறாள் கிழவி.
அது அவளை அண்ணாந்து பார்த்து
பசியில் விடாமல் கத்துகிறது.

மெலிதான காற்றுக்கு உதிர்ந்து
அதிராமல் தரை மீது
வந்தமரும் பழுப்பு இலையை
பூனைக் குட்டி தலை திருப்பிக்
கொஞ்ச நேரம்
சந்தேகக் கண்ணோடு பார்க்கிறது.

தூரத்து இசை
இப்போது மிக அண்மையில்.

புல்லாங்குழலின் நிழல்
அறை மூலையில் சந்திக்கும் சுவர்களில்
விழுந்து மடங்கி
நகர்கிறது.

பூனைக் குட்டியின் பசி
இப்போது மேலும் வளர்கிறது.
அது விடாமல்
மியாவ் மியாவ் எனக் கத்துகிறது.

பூனைக் குட்டி
இப்போது ஒரு வார்த்தையாக மாறி
என் கவிதை வாக்கியத்தின்
வெற்றிடம் ஒன்றில்
வந்து மெத்தென்று படுக்கிறது.

காலம்
மௌனத்தை ஒரு மோதிரமாக
விரலில் அணிவிக்கிற போது
பூனைக் குட்டி
மரணத்தின் இசையை ரசித்துக் கொண்டு
சுருண்டு படுத்து
வால் மேல் தலை வைத்து
இருக்கிறது ஏனோ
சும்மா.

- 24-ஜுன்-2015, காலை 10.29.

கனவுகள் = சாம்பல்கள்

எதிர்கால இந்தியா குறித்த கனவுகள்
கண்ணாடி ஜாடிகளின் திரவத்தில்
ஊறிக் கொண்டிருக்கும்
கருச்சிதைவு செய்யப்பட்ட குழந்தைகளைப் போல்
மிதக்கின்றன.
நகரத்தில் வாழ்ந்த புலம்பெயர் தொழிலாளிகள்
இப்போதுதான் உணர்கிறார்கள்
சாக்கடைகளில் வாழும் எலிகளுக்கு இருக்கும்
சொந்தம்கூட நகரத்தில் தங்களுக்கு இல்லை என்று.
நெடுஞ்சாலை வெயிலில் நடக்கும் பாதங்கள்
இப்போதுதான் நினைத்துப் பார்க்கின்றன
சுரைக்கொடி படர்ந்த தங்களின் சொந்த வீட்டுக்கு முன்னால்
திண்ணைக்கும் தரைக்குமாய் தாவிக் குதித்துக் கொண்டிருக்கும்
ஆட்டுக் குட்டியை.

- 28-5-2020

தற்கொலை மூலமாக தண்டிப்பவன்

தற்கொலையின் மூலமாக
தண்டிக்க விரும்பினேன்
எனக்கு துரோகம் செய்தவர்களை.

தற்கொலையைத் தேடி
பால்ய காலத்தின் தெருக்களில்
எங்கே போகிறேன் என்று தெரியாமல்
நடக்கத் தொடங்கினேன்.

மரப்பாலத்தின் கீழே
நொப்பும் நுரையுமாய் நகரும்
ரசாயணக் கழிவின் கால்வாயைப் பார்த்தபடி
பலகீனமாய் நகர்ந்தேன்.

பாலத்தின் மீது எனது சலூன்காரர்
என்னைப் பார்த்துப் புன்னகைக்கிறார்
நாளைக்கு என் வீட்டிற்கு அவர் வர நேரலாம்
என்பது தெரியாமல்.

அவரது கைக்குழந்தைக்கு
டாட்டா காட்டுவது எப்படியென்று
இந்த நேரத்தில்
என் மூலமாகச் சொல்லிக் கொடுக்கிறார்.

வழியில் காது மடக்கி படுத்திருந்த
நாய்க்குட்டி ஒன்று
ஏனோ என்னைப் பார்த்ததும்
எழுந்து கூடவே ஓடி வருகிறது.
தனக்கென்று ஒரு சொந்த பெயரில்லாத
அநாதை நாய் அது என்று தெரிந்து கொள்கிறேன்.
சாவதற்கு முன்
அதற்கு ஒரு செல்லப் பெயரிட விரும்புகிறேன்.
டாமி, ஜிம்மி, டைகர் --
வழமையான நாய்ப் பெயர்களை விட்டு விட்டு
அதற்கு மரணம் என்று பெயரிடுகிறேன்.

வழியில் பெட்டி கடை வைத்திருக்கும்
என் அண்டை வீட்டுக்காரம்மா
என்னை பார்த்து விட்டு
கடையை விட்டு ஓடி வருகிறார்.
இரண்டு நாள் முன்னதாக
என் மனைவிடம் கைமாற்றாக வாங்கிய
பணத்தை என்னிடம் திருப்பிக் கொடுக்கிறார்.
நான்
என் துயரத்தின் பட்டுப் பூச்சிகளைக் கொன்று
ஒரு புன்னகையை பட்டு நெசவு செய்து
அவருக்கு பரிசளிக்கிறேன்.

ரயில்வே கேட்டை
மின்னலாய்க் கடக்கும் ரயில் சக்கரங்களுக்குக் கீழே
மிதிபட்டுக் கதரும் தண்டவாளங்களைப் பார்க்கிறேன்.
ரயில் கடந்த பின்
சூரியனில் பளபளத்துச் சிரிக்கிறது தண்டவாளம்.
~

வாக்குமூலம்

எனக்குள்ளிருந்து பெருகும் வெளிச்சம்
நிர்மலமான நிழலைச் சுவற்றில் தள்ளுகிறது.
நீ கூச்சப் படுகிறாய்
அது உன் ஜாடையில் இருப்பதாய்.

நான் எனும் எறும்புப் புற்றிலிருந்து
வரிசை வரிசையாய் வெளியேறி வரும் எறும்புகள்
தலையில் சுமந்து வரும் அரிசி மணி வார்த்தைகளின் மீது
உனது கையெழுத்து பொறிக்கப் பட்டிருப்பதாய் அஞ்சுகிறாய்.

எனக்குள் உருத்திரிபுகள் நிகழ்ந்த வண்ணமே உள்ளன.
நீர்ப் பரப்பின் மீது காற்று வரையும் கோட்டுச் சித்திரங்கள்
தங்கமீனாய்த் தாமரையாய்க் கரையோரத் தாழம்பூவாய்
அதற்குள் ஊர்ந்து வரும் பாம்பாய்த்
தெரிவதாய்ச் சொல்கிறாய் நீ.

படிந்த பாசி விலக்கி தெளிந்த நீரில் தேடுகையில்
ஒரு தலைப்பிரட்டையாய்ப் பாசியில் நழுவி மறைகிறது
என் சொந்த முகம்

நீ மென்ற வார்த்தைகளால் நானும்
நான் மென்ற வார்த்தைகளால் நீயும்
அவரவர்க்கான அந்தப்புரங்களைக் கட்டியெழுப்புகையில்
திடீரென உறக்கத்திலிருந்து திகைத்து எழுகிறாய்
என் வார்த்தைகள் உன்னை வேவு பார்ப்பதாய்.

நிலவு காயும் நடு இரவில் நாடு விட்டு நாடு பறக்கும்
வெள்ளிப் பறவைகள் போல்.
பறந்து வரும் மின்னஞ்சல் கேள்விகளுக்கு
உன் விரல் நுனியில் அட்சரங்களாய்க்
காத்திருக்கின்றன பதில்கள்.

~

ராப்பிச்சைக்காரன்

அபியின் தெருவில் சுற்றிய ராப்பிச்சைக்காரன்
இரவு தோறும்
இப்போது என் தெருவுக்கும் வருகிறான்.

பார்வையற்ற புத்திசாலியாய்
வாசனையால் மட்டுமே வழி கண்டு பிடித்து
இரவு தோறும் என் வீட்டு வாசலில்
வந்து நிற்கிறான்
நிரப்பி மாளாத பிச்சைப் பாத்திரத்தோடு.

இரண்டாம் ஜாமத்தின் பாதி உறக்கத்தில்
அலையும் தெரு நாய்கள்
அவனை விடாமல் துரத்தி வந்து குரைக்கின்றன.

சுக்கிலம் தெறிக்க
அவனது ருத்ர தாண்டவத்தின் உடுக்கை ஒலி
என் தனிமையான படுக்கை அறையின்
நான்கு சுவர்களிலும் எதிரொலிக்கிறது.

தோலுரிக்கப்பட்ட ஆடுகள்
வாலில் மட்டும் முடிகளோடு
உயர்ந்த கொக்கிகளில் மாட்டப்பட்டுத்
தொங்குவது போல
வரிசையாய் மாட்டப்பட்டுள்ள ஆசைகளின்
மாமிசம் கேட்கிறான் அவன்.

ஏழை பணக்காரரென்று பேதம் பாராமல்
இரவு தோறும் எல்லோரிடமும்
யாசிக்கிறது அவன் குரல்.

தழு தழுத்தக் குரலில் பிச்சை எடுத்த அவன்
இப்போது அதிகாரமாய் அதட்டிப்
பிச்சை கேட்பது கண்டு துணுக்குறுகிறேன்.

“போ” என்று விரட்டினாலும்
நகராமல் மீண்டும் மீண்டும் யாசிக்கும்
அவனை அடித்து விரட்ட
மனசில்லை ஏனோ.

திறந்து விரிக்கப்பட்ட கைகளுடன்
வரவேற்கப்பட வேண்டிய ஒரு நண்பனைப் போல
அவனை அழைத்துச் செல்கிறேன் வீட்டிற்குள்.

அவன் உதடுகளில் கசியும் பாடலுக்காக
என்னிடம் இருக்கும் கடைசி நெல் மணியையும்
பகிர்ந்து கொள்வதென முடிவெடுக்கிறேன்.

எதிர்ப்போ கோபமோ
இயலாமையில் பிறக்கும் வெறுப்போ இன்றி
தன்னை வரவேற்பவனின்
ரத்தக் கோட்டை அடிவானத்துக்கு அப்பால் உள்ள
மானுடத்தின் அமரத்துவம் நோக்கி இழுத்துச் செல்கிறது
தினந்தோரும் யாசிக்கும் அவன் குரல்.
~

கேள்வி

நாடு விட்டு நாடு பறந்து செல்லும் பறவைகளில்
ஏதேனும் ஒன்று பதில் சொல்லாதா என்ற ஆதங்கத்தில்
வானத்தைப் பார்க்கிறேன் நான்.
பெயர் தெரியாமல் பூத்து
பிரபஞ்சத்தின் மூலையை
அலங்கரித்து விடுகிற காட்டுப்பூவில்
ஏதேனும் ஒன்று பதில் தராதா என்று
பூமியைப் பார்க்கிறாள் அவள்.

~

சிரிப்பொலி

பழைய கதையை மீண்டும் மீண்டும் கேட்க விரும்பும்
ஒரு குழந்தையைப் போல
அலைபேசி வழியாகச் சிதறும் உன் சிரிப்பொலிகளை
மீண்டும் மீண்டும் கேட்க விரும்புகிறேன்

~

உனது புகைப்படம்

கண்ணுக்குப் புலப்படாத ஏதோ ஒன்றை
என் இதயம் கண்டெடுத்தது
உன் புகைப்படத்தில்.

ஏதென்று சொல்லத் தெரியாத
சங்கீதமொன்று
திடீரென
என் தோளைத் தொட்டு
காதில் ஏதோ முணுமுணுத்துச் சென்றது

சூரிய சந்திரனாய் தன்னம்பிக்கையில் ஜொலிக்கும் விழிகளும
வர்ணக் கனவுகளை மனசுக்குள் புதைத்த
மலர்ந்தும் மலராத கம்பீர பூ முகத்தை
வார்த்தைகளில் வர்ணிக்க முடியாது.
ஓர் அரூப ஓவியமாக வேண்டுமானால்
தீட்டிக் காட்டலாம்.
கடந்த காலத்தைக் கையில் பிடிக்கும் பிரயத்தனமாய்
அருகில் நின்ற உன்மேல் விழிகளை ஓட்டினேன்.

புகைப்படத்தின் வாசனை
இன்னமும் கமழ்ந்தது உன்னைச் சுற்றி...
~

முகமூடிகளின் யுகம்

புதையுண்ட நகரங்கள் போல்
புன்னகைகள் முகமூடிகளின் கீழே.

வாயால் பேச முடியாமல்
கண்ணீரால் பேசிக் கொள்கிறார்கள் துயரத்தை.

முகமூடிகளுடன்
வெளியே போய் விட்டு வரும் மனிதர்களை
யாருடையதோ போலவோ வரவேற்கிறது வீடு.

இரவில் தூங்கப் போவதற்கு முன்னால்
முகமூடி இல்லாமல் கண்ணாடியில் பார்க்கையில்
யார் முகம்போலவோ தெரிகிறது சொந்த முகம்.

முகமூடி அணியாதபோது
ஏதோ நிர்வாணமாய் இருப்பதுபோல்
பதறுகிறது மனம்.

தங்கத்திலும், வெள்ளியிலும்
தயாரிக்கப்பட்ட முகமூடிகள்
கோயம்புத்தூர் நகைக்கடைகளில்
விற்பனைக்குக் காத்திருக்கின்றன.

வாஷிங்டன், சாவ் பாவ்லோ, டெல்லி
உலகின் எல்லா தெருக்களிலும்
முகமூடி அணியாமல் திரிவது
மரணம் மட்டுமே.

- 21-ஜூலை-2020

பனிச் சிற்பம்

ஜன்னலில் கசியும் நிலவொளியில்
நீரில் மிதக்கும்
நிலவின் பிம்பமாய் நீ.

அந்தரங்க அறைக்குள்
கனிந்த கொய்யாப் பழ வாசனையாய்
உனது நறுமணம்.

பின்னிரவில்
குடுகுடுப்பைக்காரனின் உடுக்கை ஒலி
தொலை தூர இசையின் சன்னத் துகள்களாய்
கலைந்த படுக்கை விரிப்பின் மடிப்புகளில் வந்து படிகையில்
நாசித் துவாரங்கள் விடைக்க
என்னைப் பார்வையால் அணைக்கும்
உன் களைத்த விழிகள் சிந்தும் காதலின் குளிரில்
காலம்
ஒரு பனிக்கட்டிச் சிற்பமாய் சமைந்து நிற்கும்.

விழிகளின்
ரகசிய மொழியில் நான் உன்னை அழைக்க
சயனித்தபடி
உன் கரங்களை மாலையாய்க் கழுத்தில் சூட்டுகையில்
மெலிதாய்ப் பரவும் வெப்பத்தில்
திரவமாய் உருகும் பனிக்கட்டியாய்
காலம்
மீண்டும் சலசலத்துப் பாயத்தொடங்கும்.

காதலின் ஈரத்தில் ஊறிய மானுட விதை
மரகதப் பச்சைத் தளிராய்த் துளிர்க்க
நாளையின் நம்பிக்கை வெளிச்சம்
இருட்டில் புல்லாங் குழலிசையாய்
வான வெளியின் திசைகள் தோறும் பரவ
அதை அருந்தித் திளைக்கும் பறவைகளாய்
நீயும் நானும்...

நிலவும் நட்சத்திரங்களும் வெளிறிப் போய்
பேருந்துகளின் டீசல் மணம்
அதிகாலைக் காற்றில் மெலிதாய் மிதக்கையில்
சோம்பல் முறிக்கும் நகரம்
எனக்குள் மின்சாரம் பாய்ச்சி
படுக்கை விட்டெழுப்பும்
நுரையீரல் முழுவதும்
உன் வாசனைகளை நிரப்பியபடி.

~

உடம்பின் வாசனை

பறக்கும் வண்டின் தொடர்ந்த ரீங்கரிப்பு போல்
உறவுக்குத் தூண்டும் அழைப்புகள்.

காட்டின் ஒவ்வொரு ஒற்றையடிப் பாதையையும்
அறிந்திருப்பது போல்
அந்தரங்கமான முறையில்
அறிவேன் நான் அவள் உடம்பை.

தீயின் இருதயத்துக்குள் விழுந்து விட்டது போல
காம நெருப்பு தீ நாக்குகளால்
என்னைக் கட்டி அணைக்கிறது.

தீயை அள்ளித் தலையில்
ஊற்றிக் குளிக்கிறேன்.

நானே நெருப்பு
நெருப்பே நான்

கண்ணாடி முன்னால்
மெழுகுவர்த்தி ஏற்றி வைத்து
கண்மூடி அவளை தியானித்து நிற்கிறேன்

நெருப்பில் எரிந்து போய்
எனது ஸ்தூல உடம்பு சாம்பலாய்ப் போக
எனது உன்மையான நான்
திகம்பர சொரூபமாய் நின்று நெருப்பாய் எரிகிறது.

அவளது உடம்பின் வாசனை
கண்ணாடியில் நீராவியாய் வந்து படிய
மேக மூட்டத்தில்
கொசு வலைக்குள் சயனித்தது போல் அவள் உருவம்.

~

பின்னகரும் கவிதை

மண்ணில் புரளும் மஞ்சள் சருகுகள்
மீண்டும் மேல் நோக்கிப் பறந்து
கிளைகளில் சென்று ஒட்டிக் கொள்ள
காய்ந்த மரம் பச்சைப் பசேலென துளிர்த்து கனிகளால் குலுங்க
கனிந்த பழங்கள் மலர்ந்த பூக்களாய் மலர
பட்டாம்பூச்சிகள் வந்து மொய்த்தவுடன்
பூக்கள் மொட்டுக்களாய்ச் சுருங்க
மரம்
செடியாய் உருமாற
செடி விதைக்குள் சென்று ஒளிந்தது
மண்ணில்
ஒரு துளி மழைநீர் விழாதா என
காத்திருக்கும் தவம் தேடி.

~

கடலோரத்தில் கால்பந்து

கடலோரத்தில் நடக்கிறது
தினந்தோறும் கால்பந்து விளையாட்டு

சிவப்புப் பந்தாய்
அடிவானத்தில் மறையும் சூரியனை
வானில் எகிறிக் குதித்து
எட்டி உதைத்து விளையாடுகிறார்கள் இளைஞர்கள்.

வெற்றி தோல்விகள் குறித்து கரவொலித்து குரலெழுப்ப
சுற்றிலும் கூட்டமில்லை
ஆனாலும் ஆர்ப்பரித்துப் பாராட்டுகின்றன கடல் அலைகள்.

தப்பித் தவறி கடலில் போய் விழும் கால் பந்தை
உடனுக்குடன் கொண்டு வந்து திருப்பித் தருகிறது கடல்.

ஆட்டக்காரர்களின் நிழல்கள்
தனியாக கோஷ்டி சேர்ந்து கொண்டு
மணல் மேல் விழுந்து புரண்டு ஆடுகின்றன
இன்னொரு கால் பந்தாட்டம்.
நிழல்கள் கரைந்து
கவியும் இருளில்
கால் பந்து காணாமல் போகும் வரையிலும்
தொடர்ந்து நடைபெறுகிறது கால் பந்தாட்டம்.
~

மழைப் பேச்சு

வெளிர் மஞ்சள் வெயிலில் மழை.
ஓடிப்போய் ஜன்னலைத் திறந்தேன்.
"நரிக்கும் காக்கைக்கும் கல்யாணம்"
கூவியபடி ஓடி வந்தாள் குட்டிப் பெண்.
மழையில் பழம் விற்கும் பாட்டி
இப்போது என்ன செய்யும் அம்மா?
கவலைப் படாதே வெயில் பார்த்துக் கொள்ளும்.
பழம் விற்கும் பாட்டிக்கு
ஒவ்வொரு நாளும் வயதாகிக் கொண்டே போகிறதே?
ஏன் பூமிக்குக்கூடத்தான் வயதாகிறது?
பூமிக்குத் துணையாகக்
குட்டி கிரகங்கள் இருக்கின்றனவே அம்மா?
பெய்யும் மழையில் தேங்கி நிற்கும் நீரில் பார்.
பாட்டிக்குத் துணையாக அவளது நிழல்.
வலுக்கும் மழைக்கு பயந்து விரையும் வாகனங்கள்
பாட்டிக்காக நின்று பழம் வாங்குகின்றன அம்மா.
ஆமாம்.
மழையில் பழம் விற்கும் பாட்டி ஒரு கவிதை.
அவளின் சுருங்கிய தோலின்மீது பட்டுத் தெறிக்கும்
ஒவ்வொரு மழைத் துளியும் ஒரு வார்த்தை.
தூறலில் வாகனத்தில் அமர்ந்தபடி
பாட்டியிடம் பழம் வாங்குபவர்கள் எல்லோரும்
மழையின் அட்சரங்களைத் திரட்டிக் கொண்டு போய்
மழைக்கு ஒரு அகராதி செய்வார்கள்.
அப்படியானால்
இந்த இளம் வெயிலுக்கு ஒரு அகராதி கிடையாதா அம்மா?
நீ எதற்காக இருக்கிறாய் மகளே?
நான் வானவில்லுக்காக காத்திருக்கிறேன் அம்மா.

- 24-5-2020

சத்யஜித் ரே: புகழுரைகளின் சாம்பல் மேடு

நீளும் நிழல்களில்
நீயும் ஒன்றாகிப் போனாய்.

செலுலாய்டில் ஓவியம் தீட்டிய நீ
இன்று ஒரு நொடியில்
நீர்க்கோழி தண்ணீரில் கிழித்த கோடு.

தீயில் சிக்கிய காடாய் மண்டிக் கிடக்கிறது
புகழுரைகளின் சாம்பல்மேடு.

ஃபிரேமின் மூலையில்
மிட்டாய் விற்பவனின் மணியோசை
தேய்ந்து மறைவது போல நீ சென்று மறைந்தாய்.

இசை நிரம்பிய உன் இதயம் களைத்து விட்டது இன்று.
நீரற்ற ஆற்று மணலில் தெரிகிறது
தனிமையாகப் பயணம் செய்த
உன் வண்டித் தடம்.

- சத்யஜித்ரே மறைவு நாளில் எழுதியது

நேசம்

வெட்கமற்று நேசிக்கிறேன் உன் உடம்பை
பொய் பேசத் தெரியாத குழந்தையை நேசிப்பது போல்.

ஒப்பனைகள் கலைக்கப் பட்டு
கழுவிச் சுத்தப் படுத்தப் பட்ட உன் ஈர முகத்தையும்
அதில் உதிர்ந்து மிதக்கும் இரண்டு இதழ்களையும்
சாரலாய்த் தெளித்த நறுமணத் தைலம் மணக்க
கனத்துச் சரியும் முலைகளையும்
மெலிந்த தோள்களையும்
அளவான தொடைகளையும்
சுழித்து என்னை உள் வாங்கும் அனைத்தையும்.

உன் மனதில் மெலிதாய் இசைத்துக் கொண்டிருக்கும்
காதலின் ஸ்வரங்களை
கூட்டுக்குள் நீ மறைத்துக் கொள்ள முயல்கிறபோதெல்லாம்
ஒவ்வொரு தொடுதலிலும் ராகமாலிகைகளைக்
காற்றில் ஓவியமாய்த் தீட்டுகிறது உன் மேனி.

தனக்குத் தானே பேசிக் கொள்வது போன்ற உன் மறுப்புகளும்
நெருங்கவும் நீங்கவும் இயலாத உன் தவிப்புகளும்
வெட்கத்தின் மாயக் கதவுகளை இழுத்துத் தாளிடும்.

ஆனாலும் உள்ளிருந்து ஜன்னல் திறந்து
ஊமையர் பாஷையில் உரையாடி
மூச்சுக் காற்றை ஊதிப் பெருக்கி
காமப் பெருங்காட்டைத் தீக்கிறையாக்கி
ஒன்றும் அறியாதது போல்
களைத்த விழி மூடி மார்பில் முகம் புதைத்து
நீண்ட அணைப்பில் உறங்கும்
உன் உடம்பை நான் நேசிக்கிறேன்
ஏனெனில்
உன்னைப் போல்
பொய் பேசத் தெரிவதில்லை உன் உடம்புக்கு.

~

மழைக் காதல்

மழையில் நனைந்து முன்னேறும் காருக்கு உள்ளே
நீயும் நானும்

உதடுகளைச் சுழித்து நீ பேசுகையில்
நான் திராட்சைகளைச் சேகரிக்கிறேன்.

காருக்கு வெளியே
துளித் துளியாக வலுக்கத் தொடங்கும் மழை
பல நூற்றாண்டுகளுக்குத் தொடர்ந்து பெய்கிறது.

வார்த்தைகளின் மெலிதான கோடுகளில்
சிறிது சிறிதாய்ப் புலப்படத் தொடங்குகிறது
உனக்குள் புரளும்
கண்ணாடியில் காற்றூதிச் செய்த உலகம்.

காரின் பக்கத்துக் கண்ணாடியில்
கசப்பும் புளிப்புமான அனுபவங்களின்
பிம்பம் தட்டுப்படுவதை
நட்சத்திரங்கள் பார்த்து எனக்குச் சொல்கின்றன.

அச்சேறி உறைந்து போன எனது வார்த்தைகளை
கண்ணாடி அணிந்து நீ படிக்கையில்
அகழ்வாராய்ச்சியில் கிடைத்த குறியீடுகளை
நீ தூரிகையால் சுத்தம் செய்யத் தொடங்கி விடுகிறாய்.

வாசித்துக் கொண்டே
உள்ளங்கையால் வாய் பொத்தி உதிர்க்கும்
உன் சிரிப்பு மத்தாப்புக்களால்
காகித விளக்குகளின் திரி கொளுத்தி
வானம் முழுவதையும் அலங்கரித்து விடுகிறாய்.

ஈர இருளின் உடை அணியத் தொடங்கும் மாலை
இப்போது திருவிழாவுக்குத் தயாராகி விடுகிறது.
ஒருவரை ஒருவர் புரிந்து கொள்ளுதலின்
தறி மெல்ல அசையத் தொடங்குகிறது.

காருக்கு வெளியே
தொல்காப்பியர் காலத்து இலக்கணப்படி
கவிதை தீட்டுகிறது மழை.

~

ஒரு கோட்டுச் சித்திரம்

சில கோடுகளில் உயிர் பெற்று எழும் சித்திரமாய்
என் எதிரே நீ.

கவனமாக மேற்கொள்ளப் பட்ட
மிகக் குறைந்த ஒப்பனையில்
கேசம் மூடிய செவியில்
சின்னதாய்க் கொஞ்சம் தங்கம்.

ஈரக் காகிதத்தில் தூரிகையால் வைத்த
ஒரு சொட்டு நீர் வண்ணம் மெலிதாய்ப் பரவுவது போல்
செவ்வந்திப் பூவிலிருந்து கசிந்த நிறத்தைப் புடவையாய்
ஆவி போல் சுற்றிய அநாயாசம்.

அஞ்சாமை மிக்க நேர்மையை
ஒரு வாசனைத் தைலம்போல்
உடலில் அணிந்து கொண்ட உன்மத்தம்.

புருவ மத்தியில் கருப்புச் சூரியன் சூடி
என் கண்களைப் பார்த்து உதிர்த்த உன் வார்த்தைகள்
ரெஸ்டரண்ட்டின் குளிர்ந்த கண்ணாடிச் சுவர்களில்
நீர் முத்துக்களாய்ப் படிந்து கோடு கோடாய் வழிந்து
உன் பெயரை புதிதாய் எழுதி
உன்னை உனக்கே அறிமுகப்படுத்தும்.

வட்டக் கண்ணாடி மேசையில் வைக்கப்பட்ட
மஞ்சள் நிற அன்னாசிப் பழச்சாற்றின் குளிர்மையில்
நான் நம்பிக் கொண்டிருக்கும் பொய்களையும்
நீ நம்பாமல் இருக்கும் உண்மைகளையும்
நினைவுகளின் சுழல் காற்றில்
மணிக்கணக்காய் நாமிருவரும்
கலந்து கலந்து பருகினோம்.

காலம் கடக்க
மணிக்கட்டிலிருந்து உருகி வழிந்த கைக்கடிகாரம் கண்டு
பதறித் துடித்து லிஃப்டைப் பிடிக்க விரைகையில்

மிதந்து மேலெழும் பனிமலை போல்
சூரியனில் பளபளத்தது
நீயும் நானும்
தேடி அலைந்து கொண்டிருக்கும் சுயம்.

~

காட்டுப் பூக்கள்

காட்டுப் பூக்களை எனக்குப் பிடிக்கும்.

தன்னை ரசிப்பதற்கு யாருமில்லை என்று தெரிந்திருந்தாலும்
வித விதமாய்ப் பூத்து ஜொலிப்பதை
அவை நிறுத்துவதே இல்லை.

இந்த பிரபஞ்சத்தில் யாரும் அறிந்திராத
ஏதோ ஒரு மூலையை அலங்கரிக்கும் பணி
தமக்குக் கொடுக்கப் பட்டிருப்பதாக
அவை நம்புவதில்லை என்றாலும்
பூக்கின்றன நாள் தவறாமல்.

ஒரு நாளோ இரு நாளோ
வாடி மண்ணில் உதிர்வதற்குள்
காற்றின் சிறகுகளில் மகரந்தங்களைத் தூவி
வீழ்வதற்குள் ஜொலித்து விடும் ரகசியத்தைக்
கற்றுக் கொடுத்தது யார் அவற்றிற்கு?

இருட்டின் மௌனத்தில் புதைந்த காடுகளின் சுவாசமான
சிள் வண்டுகளின் ரீங்கரிப்பை தினந்தோரும் பருகி
மூங்கில் குருத்துகளைத் தேடி அலையும்
யானைகளின் வினோத வாசனைகளையெல்லாம்
மென்று விழுங்கி
இலைகளை விலக்கி ஊடுருவும்
சூரியக் கிரணங்களின் மழையில் நனைந்து
பூக்கின்றன காட்டுப் பூக்கள்
எதையும் நிரூபிக்கும் ஆசைகள் ஏதுமின்றி.

குளிரூட்டப்பட்ட வரவேற்பறைகளில்
சீன ஓவியங்கள் தீட்டப்பட்ட பீங்கான் தொட்டிகளின்
ரசாயண மண்களில் வேர் பிடித்து
கவனமாக பூக்கும் தொட்டிப் பூக்களைப் போல்
யாரையும் சார்ந்து வாழும் தலைவிதி இல்லை அவற்றிற்கு.
காட்டுப் பூக்களைப் பிடிக்கும் எனக்கு
என்னை எனக்குப் பிடிப்பதுபோல்.

~

பொம்மை தொழிற்சாலை

மொழிக்குக் கீழே இருக்கும் சுரங்க அறைகளில்
இருக்கிறது
நாங்கள் இறக்கை கட்டி விளையாடுவதற்கான
பொம்மைகளைத் தயாரிக்கும் தொழிற்சாலை.

நான் கூட அங்கேதான் வேலை செய்கிறேன்.

அதிகாலை, மதியம், நடுநிசி என்று
மூன்று ஷிஃப்டுகள்.
தொடர்ந்து உழைக்கிறேன்.

ஆனால் என் மனைவி கடுமையாகப் புகார் சொல்கிறாள்
எனக்குப் பின்னால்
ஒரு சவக்குழி தோண்டப்பட்டுக் கொண்டிருப்பதை
நான் கவனிப்பதில்லை என்று.

தொழிற்சாலையின் அதிகாரிகள்
பார்த்துக் கொள்வார்கள் என்று
நான் அவளிடம் சொல்கிறேன்.

அவள் நம்புவதில்லை ஏனோ.

கடலுக்கு அப்பாலிருந்து
மரணத்தின் வாசனை வருகிறபோதெல்லாம்
அதிகமாகக் கத்துகிறாள் அவள்.

நாங்கள் வழவழப்பான இனிய வலைகளால்
மூக்கைப் பொத்திக் கட்டிக் கொண்டு
எங்கள் வேலைகளைப் பார்க்கிறோம்.
~

பரிசுத்த ஆவிகள்

என்னால் நேரில் சந்திக்க முடியாத
கொடுமையான பல ஆட்சியாளர்களை
நான் நரகத்தில் சந்தித்து
ஆசைதீர நாலு வார்த்தை திட்டலாம் என்ற
கனவில் இருந்தேன்.

நரகத்துக்கு வந்து பார்த்தால்தான் தெரிகிறது
அவர்கள் எல்லோரும்
சொர்க்கத்தில் இருக்கிறார்கள் என்பது.

- 21-செப்டம்பர்-2020

வாழ்க்கையின் பேச்சு

ஏதாவதொரு மொழியில்
பேச யத்தனிக்கிறது வாழ்க்கை.

கண்ணாடிக் குடுவைக்குள்
ரசாயனத்தில் ஊறும் வெண்புறாக்களை,
அகதி முகாம்களை,
ரத்த வாடை வீசும் கடலின் உப்பை
சாக்கடையில் விழுந்த நிலவை
நிலைக் கண்ணாடிகளுக்குள்
புதையும் எண்ணற்ற பிம்பங்களை...

எல்லாவற்றையும் பேச விரும்புகிறது வாழ்க்கை.

நானோ கவிஞன்.
மொழியின் பாரத்தைத் தாங்க முடியாமல்
அதன் கீழ் அடிக்கடித் தடுக்கி விழுகிறேன் நான்.

ஆனாலும்
என்னிடம் இருப்பதெல்லாம் கொஞ்சம் வார்த்தைகள்
கொஞ்சம் அழுகிப்போன உண்மைகள்
உயிர் நண்பனின் கழுத்தை அறுப்பதற்காய் நீளும் கத்தியாய்
சில நேரங்களில் இனிக்கும் பொய்கள்.

ஆனாலும் என்ன?
கிணற்றின் அடியாழத்தில் நிலவின் பிம்பம்போல்
தளும்பி நிற்கிறது
சக மனிதன் மீது கொஞ்சம் அன்பு.
எல்லாம் ஒருநாள் போய் விடும்.

நாம் வெறும் நிர்வாண பிம்பங்களாய்
நிழல் போர்வைகளைத் போர்த்தியபடி
கையில் பிடித்துக் கொண்டிருப்போம் சூன்யங்களை.

திக்குத் தெரியாத காட்டில்
நம் மூதாதையர்களின் வாசனைகளை
நுகர்ந்தபடி வழி கண்டுபிடித்துக் கொண்டு
சுவற்றைத் தடவியபடி முன்னேறுகிறேன்
வார்த்தைகளின் சுரங்கப் பாதைகளில்.

பானைகளை வாங்குவதற்கு முன்
விரல்களால் தட்டிப் பார்த்து வாங்குவதுபோல்
ஒவ்வொரு வார்த்தையையும் தேர்ந்தெடுக்கிறேன் நான்.

ஆனாலும்
என் வாயின் எச்சிலில் ஊறி இருந்த வரையிலும்
அமிர்தமாய் இனித்த வார்த்தைகள்
என் நாவை விட்டு நழுவியதும் பாம்புகளாய் மாறி
விஷம் கக்கும் பற்களோடு
என்னையே துரத்தத் தொடங்கி விடுகின்றன.
~

பால் வீதி சமைக்கும் பாதங்கள்

1

சூரியக் கிரணங்களைப் போல்
நேர்க்கோட்டில் பயணிப்பதில்லை
காதலின் புதிர்ப் பாதை.

கூந்தலின் உச்சி
நெற்றி,
காது மடல், கன்னத்தில் படர்ந்துள்ள பூனை முடியென்று
முகர்தலின் உளி கொண்டு செதுக்கிய வாசனைச் சிற்பங்களை
சூரிய வெளிச்சத்தில் அடித்துச் செல்கிறது காமத்தின் நதி.

உனக்குப் பிடிக்காத உதட்டு முத்தங்களை
உன் மேல் உள்ள அன்பால் தவிர்க்க இயலும் எனக்கு
உன் முலைகளை முத்தமிடுவதைத்
தவிர்க்க முடிவதேயில்லை ஏனோ.

இழையும் கன்னங்களிலிருந்து சற்றே வழுக்கி
உதடுகளுக்குச் செல்லும் என் பயணம்
உன் மறுத்தலினால்
கழுத்தின் அடிவாரத்தில் நங்கூரமிட்டு நிற்கும்.

அடுத்தது என்னவென்று
கீழ்க்கண் பார்வையால் நீ கண்காணிப்பதை
நிமிர்ந்து பார்த்து விட்டதினால் உற்சாகமடைகிற நான்
மூடிய ஆடைக்குள் புடைத்து நிற்கும் உன் முலைகளில்
என் முகம் அழுந்த முத்தம் இடுகிறேன்.

விரல்கள் கொக்கிகளை ஒவ்வொன்றாய் விலக்க
காலையில் மெல்ல மெல்ல இருள் விலகி
வெளிச்சம் பரவுவது போல் துணி விலக
வெயில் படாமல் வெளுத்த உன் மார்பகத்தில்
மெலிதாய்க் கிளை பிரிந்து ஓடும் நீல நரம்புகள் கண்டு
நிறுத்தி நிதானமாய் முகம் நிமிர்ந்து உன் முகம் பார்க்கையில்
பேச்சற்று நிலை குத்திய உன் பார்வையால்
என்னைக் கொத்தித் தின்கிறாய் நீ.

~

2

ஜன்னலின் திரைச்சீலை வடிகட்டிய சூரிய வெளிச்சம்
மிருதுவாய் உன் மேல் விழுந்து வருட
நிர்வாண முலைகள் மல்லாந்து படுத்ததால்
வட்டப் பாத்திர நீராய்த் தளும்பி நிற்கும்.

வெட்கத்தில் மார்பின் மேல் குறுக்காய் கைகட்டி
விழியோரம் புன்னகைக்கும்
உன் கடைசி நேர தயக்க வைராக்கியம்
ஒரு வேகத்தடையாய் என்னை
ஒரு நிமிடம் நிறுத்தி வைக்கும்.

பெண்மையின் நாணம்
இரும்பாய் உன் பிடியை இறுக்க
மூடிய உன் விழிகளில் நான் பதிக்கும் முத்தங்களால்
இளகுகிறாய் நீ...

சூரியனின் ஒளி படர
ஓசையின்றி அவிழும் தாமரை இதழ்களாய்
இறுகக் கட்டிய கரங்கள் மெல்ல அவிழ
சரிந்த முலைகளில் மாணிக்க லிங்கமாய்ச் சிவந்த
காம்புகளைச் சுவைக்கையில்
வியக்கிறேன்
உன் விடுகதைக்கான விடை எது என்று.

~

3

மூடிய ஆடைகளை முழுதுமாய்க் களைகையில்
சலசலத்துப் பாய்கிறது தெளிந்த நீராய்
உன் புனித நிர்வாணம்.

உன் உடம்பின் தோட்டத்தில் உலாவுகையில்
ஒவ்வொரு மலர்ச் செடியும் தனக்கான
பிரத்யேக வாசனையை சுவாசத்தில் விதைக்கிறது.

அடர்ந்த கானகத்தை ஊடுருவும் சூரியக் கிரணமாய்
உன் ஒவ்வொரு துவாரத்தையும் தொட்டுத் தடவி
உள் நுழைந்து தேடுகிறேன்
உன் உடம்புக்குள் ஒளிந்திருக்கும் உன்னை.

வியர்த்துக் களைத்து
சுவாசம் சீர்ப்படுகையில்தான் தெரிய வருகிறது
உன் உடம்புக்குள் ஒளிந்திருக்கும் நீ
நானன்றி வேறில்லை என்பது.

உனக்குள் இருக்கும் என்னை நானும்
எனக்குள் இருக்கும் உன்னை நீயுமாய்த்
தேடியலைந்த தெருக்களின் புழுதி படிந்த நம் பாதங்களால்
பிரபஞ்ச வெளியில் பால் வீதிகளைச் சமைக்கிறோம் நாம்.

~

போர் முடிந்து விட்டது

இறக்கைகள் வெட்டப்பட்ட பறவையைப் போல
கடலில் விழுந்து கிடக்கிறது சூரியன்

மொத்த வாயு மண்டலமும்
துரோக விஷம் கலந்து விம்மி நிற்கையில்
அகரத்தை சுவாசிக்கும் நாசிகள்
பிராண வாயு தேடி மூச்சுத் திணறி நிற்கின்றன

தலைவர்களின் நாவுகளில் கசக்கும் சுயநல அமிலத்தில்
மெல்லக் கரைகிறது மிட்டாய் போல தீவு.

வஞ்சகக் கறை படிந்த வாளைக் கழுவும்
கொண்டாட்டம் தொடங்கி விட்டது.

இசைக் கலைஞர்களே!
உலகின் எண்திசைகளிலிருந்தும் வாருங்கள்
உங்கள் இசைக்கருவிகளை மீட்டி வாழ்த்துப் பாடுங்கள்

கவிஞர்களே! பொன்னாடைகளைப் போர்த்துங்கள்
புன்னகைகளைப் பரிமாறிக் கொள்ளுங்கள்
விருதுகளைப் பெற்றுச் செல்லுங்கள்

காணாமல் போன கடவுள்
காற்றில் பாய் மரம் விம்மியபடி வரும்
ஏதேனும் ஒரு கப்பலில்
தங்களைக் காக்க வருவானோ என்று எதிர்பார்த்தபடி
பனை மர உச்சியில் ஏறி பார்த்திருக்கிறது
புராதன இனம் என்பதைக் கண்டு கொள்ளாதீர்கள்.

விருந்து தொடர்ந்து நடைபெறட்டும்
சிவப்புச் சாராயமாக
உங்கள் சொந்த சகோதரர்களின் ரத்தம்
பரிமாறப்படும் என்பதை மறந்து விடாதீர்கள்.
~

இந்திரன் கவிதை

சில விமர்சனக் குறிப்புகள்

சுஜாதா

முழுக்க நகரத்தைச் சுற்றி இயங்கும் வாழ்க்கையைக் கவனித்து எழுதப்பட்ட உண்மைக் கவிதைகளில் பல அற்புதமானவை. அடுக்கு மாடிகளில் வாழ்பவர்கள் சூரியனை கான்க்ரீட்டில் புதைப்பதையும்... சோடியம் விளக்குகளின் மஞ்சளில் நனைந்த மனிதர்கள் தொலைக்காட்சிப் பெட்டி முன்னால் மரத்துப் போவதையும் கவனிக்கும் இவர் கவிதைகள் தமிழுக்கு ஒரு பரிமாண விஸ்தரிப்பு என்று கூட சொல்வேன். புராதனமானது பசியைக் காட்டிலும் வேறென்ன என்றும் குளிர்ந்த காற்று உறங்குவதற்கா விழிப்பதற்கா என்றும் கேட்கும் இவர் கேள்விகளே விநோதமானவை. சில சமயம் ஹைகூவின் சிக்கனம் வருகிறது.

"நடைபாதை பழம் விற்கும் கிழவியிடம்
குறுந்தடியின் வலிமை காட்டி
பழம் பறிக்கும் போலீஸ்காரனைத்
தட்டி கேட்க முடியாத
கையாலாகாத்தனம்
கவிதை எழுதினால் அதிகமாகுமென்று
புரிஞ்சு போச்சோ மனசுக்கு"

என்று கவிதை எழுதாமலிருப்பதைப் பற்றியே கவிதை எழுதியுள்ள இந்திரன் கவனத்திற்குரியவர்.

நகுலன்

காகிதத்தில்
நான் வைத்த ஒற்றைப் புள்ளி
இயக்க அலைகளை
எல்லாத் திசைகளிலும் எழுப்பும்.

நட்சத்திரப் புள்ளிகளின்
தொகுப்பில் வழிகிறது பால்வீதி.

கோடு
புள்ளிகளின் தொகுப்பன்றி
வேறென்ன?

புள்ளியில் தொடங்கும் பணம்
கடல்தேடி புறப்பட்ட நதியாகிறது.
வெள்ளைக் காகிதத்தின்
வெறுமைக்குள் புதைந்திருக்கும்
சித்திரத்தைத் தேடி
ஓடுகிறது கோடு.

தேடி அலுத்த பின்னால்
தெரிகிறது
சித்திரம் காகிதத்தில் இல்லை.
கண்டவனின் / காண்பவனின்
மனசுக்குள் ஆழத்தில்.

கிணற்றுக்குள் விழுந்துவிட்ட பூனையாய்
ஓயாது ஒலியெழுப்பி

ஒற்றைப் புள்ளிக்குள் ஒளிந்திருக்கும்
ஓராயிரம் சித்திரங்கள்.

முதல் வாசிப்பிலேயே இந்திரன் கவிதையில் பேசப்படும் பொருள் எவ்வாறு மனம் ஒரு படைப்புத் தொழிலில் இயங்குகிறது என்பதை விவரிக்கிறது. ஒற்றைப் புள்ளியில் தொடங்கி மனம் இயங்க ஒரு குறிப்பிட்ட கணத்தில் ஓவியம் என்றால் ஓவியம், கவிதை என்றால் கவிதை என உருவாகிறது என்பது. ஓவியத்திற்குச் சொல்வது (புள்ளி, கோடு இப்படியாக, இப்படியாக) கவிதைக்கும் பொருந்தும். அவரவர் வழி அவரவர்க்கு. யாருமே அவரவர் அப்படி நினைத்தாலும் சுத்த சுயம்புவாக இயங்குவதில்லை. நான் படித்த புஸ்தகங்கள், நான் பழகிய மனிதர்கள், வழி வழி வந்த உணர்வுகள் — இவைகளே என் இலக்கிய ரசனையை நிர்ணயிக்கின்றன. கவிதையை வைத்துக்கொண்டு பேசுவதென்றால் படைப்புத் தொழில் இவ்வாறு விவரிக்கப்படுகிறது.

ஒற்றைப் புள்ளி இயக்க அலைகளை எல்லாத் திசையிலும் எழுப்பும். கோடு புள்ளிகளின் தொகுப்பன்றி வேறென்ன? மேலும் சித்திரம் காகிதத்திலும் இல்லை. கண்ணுக்குள் இருக்கிறதோ? கண்டவனின் மனசுக்குள். இங்கு இந்தப் பரிசீலனையை நிறுத்திக் கொள்கிறேன். மேலும் அபோத மனம் (கிணற்றுக்குள் வீழ்ந்து விட்ட பூனை) ஓயாது ஒலி எழுப்பிக் காத்திருக்கும் ஒற்றைப் புள்ளிக்குள் ஒளிந்திருக்கும் ஓராயிரம் சித்திரங்கள். இந்தக் கடைசிப் பகுதியில் நிசப்தத்தில் ஆழ்ந்து கிடக்கும் ஒரு குறிப்பிட்ட சமயத்தில் ஓராயிரம் சித்திரங்களாக (இங்கு ஓவியம், கவிதை இரண்டும் அடங்கும்) வெளிவரும்.

படைப்பானாலும் சரி விமர்சனமானாலும் சரி ஒற்றைப் புள்ளி இயக்க அலைகளை எழுப்புகின்றவிமர்சனத்தைப் பற்றியவரை, மரபு வழியில் இந்தப்புள்ளி பிரணவத்தில் அடக்கம் என்கிறார்கள். இது இப்படியில்லை என்பது நவீன அணுகல் முறை. இந்தப் புள்ளி என்பது எதைக் குறிக்கிறது?

மேலே கூறியபடி இது பிரணவத்தைக் குறிக்கிறது இல்லை. இந்த தத்துவத்தை ஒதுக்கிப் பார்த்தால் ஒரு படைப்பின்

ஆரம்பம் அது முடிவில் முழுமையாக உருப்பெரும் வரையில் அது குறித்து ஒன்றும் சொல்லமுடியாது. அது படைப்புச் சக்தியின் தொடர்ந்து செயல்படும் சக்தியின் தீவிரத்தைப் பொறுத்தது. இது இயற்கை நியதி, இந்த சக்தி அவரவர், மனவார்ப்புக்கு ஏற்ப விசும்பில் பால்வீதியாக, கடல் தேடிப் புறப்படும் நதியாகலாம். ஆனால் ஒன்று, கவிதையானாலும் சரி, ஓவியமானாலும் சரி, அது காகிதத்தில் இல்லை. பின்? கண்டவனின் காண்பவனின் மனசுக்குள் ஓயாமல் ஒற்றைப் புள்ளிக்குள் தான் அடக்கம். இங்கு ஸார்த்தின் கொள்கைப்படி கவிதையானாலும் சரி, ஓவியமானாலும் சரி, அருவத்திலிருந்து உருவம் வரும் வரை, அது காவியமோ ஓவியமோ ஆவதில்லை. இக்கவிதையில் இன்னொரு தன்மை என்னவென்றால் சப்தம் மூலம் உருவம் உருவாவது.

"கண்டவனின் / காண்பவனின்" என்ற தொடர் அகர ஆகார இசைவினால் (இவை க, கா என்பதைக் குறிக்கிறது) காண்பவன் தான் கண்டவன் ஆவான். கண்டவன் காண்பவனின் அம்சம் என்று கூறுகையில் எழுதுபவனும் வாசிப்பவனும் ஒரு நாணயத்தின் இரு பக்கங்கள் என்றவாறு...

இந்த சப்த விசேஷம் "ஒற்றைப் புள்ளிக்குள் / ஒளிந்திருக்கும் / ஓராயிரம் சித்திரங்கள்", என்பதிலும் "கண்டவனின் காண்பவன் மனசுக்குள்" என்பதிலும் "ஒற்றைப்புள்ளி / இயக்க அலைகளை / எல்லாத் திசைகளிலும்" என்பதிலும் "புள்ளியில் தொடங்கும் பயணம் கடல் தேடிப் புறப்பட்ட நதியாகிறது" என்பதிலும் நாம் காணலாம். கவிதையில் சப்தமும் அர்த்தமும் இணைய ஒரு பிரத்யேக இன்பம் காணப்படுகிறது. பாரதியின் குயில் பாட்டில் சப்தம் தரும் இன்பம் குறித்து ஒரு பகுதி எழுதியிருக்கிறார். குயில் பாட்டை நினைக்கும் போதெல்லாம் அதில் வரும் ஒரு வரி, "புல்லை நமையுறுத்தி பூவை வியப்பாக்கி" என்ற தொடர் என் நினைவில் வட்டமிடுகிறது. மேலும் இக்கவிதையில் வரும் இயக்க அலைகள் என்பது படைப்பு மனதின் ஒரு அம்சமாகவே நான் கருதுகிறேன். படைப்பு அலைகளின் இயக்கக் கதியினால் படைப்புக்கு ஒரு புதிய பரிமாணம் உண்டாகிறது என்பதுமாம்.

இன்குலாப்

நகர வாழ்க்கையைத் தார்ச் சாலையின் மூலம் நமக்குக் கவிஞர் அடையாளப்படுத்துகிறார். நீண்டு செல்லும் இத்தார்ப்பாம்பின் ஓட்டத்தில் மனித வாழ்க்கை அடையாளம் இழந்து போவதையும் காட்டுகிறார். நகர வாழ்க்கையின் அவசரத்தை, அக்கறையின்மையை நினைத்தவுடன் நம் கண்முன் நீள்வது இந்தச் சாலைகள் தானே. இந்திரனுக்கும் அப்படித்தான். இந்தத் தார்ப்பாம்பின் நீட்சியில், மனிதவாழ்க்கை அலைக்கழிக்கப்படுவதை நம் கண்முன் நிறுத்துகிறார் இந்திரன்.

●

ஞானக்கூத்தன்

கவிதை காலத்துக்குக் காலம் புதுமைக்கோலம் கொள்கிறது. கவிதை புதுமையைத் தழுவாதபோது ஜடமாகிவிடும். கவிதை ஏற்றுக்கொள்வதற்குப் புதுமை பஞ்சமாகி விடவில்லை. புதுமையைத் தழுவும் போதே கவிதையில் பழமையின் கூறும் நீடித்து வருகிறது, பழமையும், புதுமையும் ஒன்றை ஒன்று அறிய வருகிறது. எதிரும் புதிருமான காலமும் வெளியும் சந்திக்கின்றன. கவிதையின் இத்தன்மையின் காரணமாக விமரிசனமும் இரண்டுலகப் பயிற்சியுடையதாகின்றது. இந்திரனின் தார்ப் பாம்பு கவிதையில் இவ்விநோத சங்கமம் நிகழ்கிறது.

●

வசந்த செந்தில்

இந்திரனின் கவிதைகள் உணர்ச்சிக் கொந்தளிப்பில் வெளிவந்தவை அல்ல என்பது புரிகிறது. அவை அறிவின் கரை நின்று நிதானமாக பொயட்ரி ஒர்க்ஷாப் முறையில் கருக்களைத் தேர்ந்தெடுத்து பதப்படுத்தப்பட்டவை. அதனாலேயே பெரும் சமயம் மாண்டேஜ் போல தோற்றம் காட்டுவதை அவரால் தவிர்க்க முடியவில்லை. இந்த வெட்டி ஒட்டல் ஸ்டைல் நம்மை சில நேரங்களில் இருள் பகுதிக்கு இழுத்துச் சென்றாலும், பின் முழு கவிதையும் வெளிச்சத்தின் முன்னால் நிற்க வைக்கிறது.

●

இந்திரன் (இராசேந்திரன்) *மிக முக்கிய கலை விமர்சகர்; கவிஞர்; மொழிபெயர்ப்பாளர்; ஓவியர். தமிழ், ஆங்கில மொழிகளில் எழுதும் இவர் தற்போது இந்தியாவில் சென்னையில் வாழ்கிறார். 2000ஆம் ஆண்டில் தமிழக அரசு கன்னியாகுமரியில் திருவள்ளுவர் சிலை திறந்தபோது 133 அதிகாரங்களுக்கு 133 நவீன ஓவியர்களின் படைப்புகளைத் திரட்டி மாபெரும் கண்காட்சி அமைத்தவர். பிரிட்டீஷ் கவுன்சிலினால் தேர்ந்தெடுக்கப்பட்டு லண்டன் அருங்காட்சியகங்களில் இருக்கும் இந்தியக் கலைப் பொருட்களை ஆய்வு செய்வதற்கு அனுப்பப்பட்டவர். இந்திரன் 2011 ஆண்டுக்கான சாகித்திய அகாதமியின் மொழிபெயர்பபு விருதினை “பறவைகள் ஒருவேளை தூங்கிப் போயிருக்கலாம்” என்கிற மனோரமா பிஸ்வால் மஹபத்ராவின் ஒரிய மொழிக் கவிதைகளின் மொழிபெயர்ப்புக்காகப் பெற்றார்.*

படைப்புகள்

கலை விமர்சனம்:

- *1987 - நவீன கலையின் புதிய எல்லைகள்*
- *1989 - ரே : சினிமாவும் கலையும்*
- *1994 - தமிழ் அழகியல்*
- *1994* - MAN & MODERN MYTH
- *1996 - தற்கால கலை : அகமும் புறமும்*
- *1999* - TAKING HIS ART TO TRIBALS
- *2001 - தேடலின் குரல்கள் : தமிழக தற்கால கலைவரலாறு*
- *2005 - நவீன ஓவியம்*
- *2010 - கலை - ஓவியம் , சிற்பம் பற்றிய கட்டுரைகள்*

கவிதை

- *1972 - திருவடி மலர்கள்*
- •*1982* - SYLLABLES OF SILENCE
- *1982 - அந்நியன்*
- *1991 - முப்பட்டை நகரம்*
- *1994 - சாம்பல் வார்த்தைகள் - நெடுங்கவிதை*

- *•1996* - ACRYLIC MOON
- *•2002* - SELECTED POEMS OF INDRAN
- *2003* - *மின்துகள் பரப்பு*
- *2014* - *மிக அருகில் கடல்*
- *2018* - *மேசை மேல் செத்த பூனை*
- *2020* - *பிரபஞ்சத்தின் சமையல் குறிப்புப் புத்தகம்*

மொழிபெயர்ப்பு:

- *1982* - *அறைக்குள் வந்த ஆப்பிரிக்க வானம்-ஆப்பிரிக்க/ஆப்ரோ அமெரிக்க இலக்கியம்.*
- *1986* - *காற்றுக்குத் திசை இல்லை-இந்திய இலக்கியம்*
- *1994* - *பசித்த தலை முறை- மூன்றாம் உலகஇலக்கியம்*
- *1995* - *பிணத்தை எரித்தே வெளிச்சம்- தலித் இலக்கியம்*
- *2002* - KAVITHAYANA- TRILINGUAL COLLECTION OF ORIYA POETRY
- *2003* - *கடவுளுக்கு முன்பிறந்தவர்கள்-ஆதிவாசிகவிதைகள்*
- *2003* - *மஞ்சள் வயலில் வெறி பிடித்த தும்பிகள் - ஒரிய கவி*
- *2011* - *பறவைகள் ஒருவேளை தூங்கிப் போயிருக்கலாம் (சாகித்திய அக்காதமி விருது)*

தொகுப்பு:

- *2000* - *இந்திரன்: கவிதை, ஓவியம், சிற்பம் ,சினிமா*
- *2000* - *வேரும் விழுதும்: தற்கால மக்கள் பண்பாடு*
- *இந்திரன் நடத்திய போபால் மனித இன அருங்காட்சியகத்திற்கான கருத்தரங்கக் கட்டுரைகள்*
- *2002* - *புதுச்சேரி: மனசில் கீறிய சித்திரங்கள்*

நினைவுக் குறிப்புகள்:

- *2008* - *இந்திரன் காலம்: ஓர் இலக்கிய சாட்சியம்*

உரையாடல்:

- *2000* - MAN AND MODERN MYTH: INDRAN WITH S.CHADRASEKARAN EMINENT ARTIST FROM SINGAPORE
- *2004* - *கவிதை அனுபவம் : இந்திரன் / வ.ஐ.ச.ஜெயபாலன்*

இதழாசிரியர்:

- *1976* - வெளிச்சம்
- *1992* - THE LIVING ART-AN ART MAGAZINE
- *1999* - நுண்கலை- ஓவிய நுண்கலைக்குழுவின் கலைஇதழ்

குறும்படங்கள்:

- *2008* - A DIALOGUE WITH PAINTING-30
- *2008* - THE SCULPTURAL DIALOGUE

அமைத்த கண்காட்சிகள்:

- 1994 - THE CITYSCAPES;DRAWINGS OF S.KANTHAN AT CHOLA SHERATAN GALLERY, CHENNAI
- 1995 - GANESHA CONSCIUSNESS-WORKS OF K.M.GOPAL AT JEHANGIR ART GALLERY MUMBAI
- 1996 - CULTURAL DIALOGUE: ANTINA VERBOOM FROM NETHERLAND& A.V. ILANGO FROM INDIA AT ABN AMRO BANK GALLERY, CHENNAI
- 1997 - GANAPATHIYAM: WORKS OF K.M.GOPAL AT CHITHRAKALA PARISHAD , BANGALORE
- 1999 - A RETROSPECTIVE SHOW OF A.PERUMAL FROM SHANTINIKETAN
- 1999 - A WRITERS AND PAINTERS MEET FOR PALLAVA ARTISTS VILLAGE AT LALIT KALA AKADEMI CHENNAI
- 2000 - A MEGA SHOW OF 133 PAINTERS ON THIRUKURAL FOR TAMILNADU GOVERNMENT CULTURAL DEPARTMENT AT KANYAKUMARI

நடத்திய கருத்தரங்குகள்/ ஆய்வுகள்/ பட்டறைகள்:

- *2000* - *வேரும் விழுதும் : இந்திரா காந்தி ராஷ்ட்ரீய மானவ் சங்கராலயா, போபால்*
- *2002* - *கவிதாயனா: 20 ஒரியக் கவிஞர்/தமிழ்கவிஞர் சந்திப்பு*
- *2003* - *ஒரிசாவின் படசித்ர பட்டறை*
- *2003* - THE SPIRIT OF MADRAS SCHOOL OF ART
- *2004* - A PHOTO DOCUMENTATION OF PAINTING AND SCULPTURE OF TAMILNADU FOR STATE LALIT KALA AKADEMI TAMILNADU.